ही कादंबरी आजच वाचून संपविली. खूप खिन्न करून टाकणाऱ्या अनुभवांतून गेल्यासारखे वाटते... वास्तवच इतके भयंकर आहे की, ते आणखी प्रभावी करण्यास अतिशयोक्तीची आवश्यकता नाही. शरदबाबू म्हणाले होते, 'मी आयुष्यभर बंगालचे अश्रू पाहिले.' त्या अश्रूंची चरित्रे म्हणजे शरदबाबूंच्या कादंबऱ्या. तुम्ही वऱ्हाडातल्या एका खेड्यातले असेच अश्रू पाहिले. जिथे भुकेच्यावेळी भाकर लाभो, ही इच्छादेखील 'हाल्याकडे दूध मागण्यासाठी निष्फळ ठरते'. अशा एका कुटुंबाचे अश्रू कादंबरी होऊन आले.

– पु. ल. देशपांडे
दिनांक २१ जून १९८६ च्या पत्रातील अंश

...ही कादंबरी अप्रतिम झाली आहे. फार दिवसांनी कादंबरी वाचताना डोळ्यांतून टिपे गळत होती. हा अनुभव हेच तिचे यश आहे. या क्षेत्रातील आपली वाटचाल अधिक दमदार, वैशिष्ट्यपूर्ण होवो, ही शुभेच्छा!

– डॉ. वि. भि. कोलते
१ ऑगस्ट १९८६

आपल्या स्नेहीजनांना पुस्तके भेट द्या

हाल्या हाल्या दुधू दे !

बाबाराव मुसळे

मेहता पब्लिशिंग हाऊस

✆ +91 020-24476924 / 24460313 / Mob. No. 9545000513

Email : production@mehtapublishinghouse.com

Website : www.mehtapublishinghouse.com

HALYA HALYA DUDHU DE by BABARAO MUSALE

हाल्या हाल्या दुधू दे! : बाबाराव मुसळे / कादंबरी

author@mehtapublishinghouse.com

संस्थापक : सुनील अनिल मेहता

प्रकाशक : अखिल सुनील मेहता, मेहता पब्लिशिंग हाऊस,
१९४१, सदाशिव पेठ, माडीवाले कॉलनी, पुणे ४११०३०

मुद्रक : ट्रिनिटी अ‍ॅकॅडमी फॉर कॉर्पोरेट ट्रेनिंग लिमिटेड

मुखपृष्ठ : सतीश भावसार

प्रकाशनकाल : ऑगस्ट, १९८५ / २००८ / जुलै, २००९ /
मेहता पब्लिशिंग हाऊसची चौथी आवृत्ती : मार्च, २०२२

किंमत : ₹ २६०

P Book ISBN 9789392482946

E Book ISBN 9789392482069

E Books available on : amazonkindle Apple Books Google Play Books

---

आजच्या दिवसाचे हे भाग्य ज्यांनी आपापल्या परीने खस्ता खाऊन आपल्या रक्ता-घामाने माझ्या कपाळी लिहिले

त्या माझ्या

(कै.) माय, (कै.) बाबा,

दादा व भाबीस

– बाबाराव

चौथ्या आवृत्तीच्या निमित्ताने...

१९८५ मध्ये डॉ. आनंद यादव आणि डॉ. द. दि. पुंडे यांच्या सहकार्याने 'मेहता पब्लिशिंग हाऊस' यांनी 'तिसऱ्या पिढीची ग्रामीण कादंबरी' हा स्पर्धात्मक उपक्रम जाहीर केला होता. ग्रामीण साहित्य चळवळीचा तो एक महत्त्वाचा टप्पा होता. या उपक्रमात महाराष्ट्र व महाराष्ट्राबाहेरून एकूण ३९ हस्तलिखिते प्राप्त झाली होती. यांतून माझी 'हाल्या हाल्या दुधू दे' ही कादंबरी एकमेव म्हणून निवडली गेली. हा सगळा भाग या कादंबरीला डॉ. द. दि. पुंडे यांनी दिलेल्या प्रस्तावनेत आला आहे. या कादंबरीने मला कादंबरीकार म्हणून फार मोठा लौकिक दिला. पु. ल. देशपांडे, डॉ. वि. भि. कोलते यांच्यासह अनेक मान्यवरांचे अभिप्राय प्राप्त झाले. पैकी पु.ल. आणि डॉ. कोलते यांच्या अभिप्रायांतील महत्त्वाचा अंश येथे दिला आहे. अनेकांनी या कादंबरीचा एम.फिल. आणि पीएच.डी.साठी अभ्यास केला आहे. या कादंबरीची पहिली आवृत्ती १९८५ साली प्रकाशित झाली. तेव्हापासूनच ही कादंबरी अमरावती विद्यापीठात अनेकदा कुठल्या ना कुठल्या वर्गाला अभ्यासक्रमात लागत राहिली. त्यानंतर २००९ मध्ये हीच कादंबरी पुणे, कोल्हापूर आणि नांदेड या तीन विद्यापीठांत एकाच वर्षी लागली. पहिली आवृत्ती उपलब्ध नव्हती. ती कधीचीच संपली होती. २००८ मध्ये २ री (१००० प्रती) आणि २००९ मध्ये २००० प्रतींची तिसरी आवृत्ती अमरावतीच्या बजाज पब्लिकेशन्सने छापली. अलीकडेच बजाज पब्लिकेशन्सचे मा. नंदकिशोर बजाज यांनी ३री आवृत्ती संपल्याचे आणि ४थी आवृत्ती काढण्यास असमर्थ असल्याचे मला सांगितले. मी मग 'मेहता पब्लिशिंग हाऊस'चे मा. सुनील मेहता यांना ४थी आवृत्ती काढाल का, अशी विचारणा केली. त्यांनी

या गोष्टीस सहर्ष होकार दिला त्यामुळे ही ४थी आवृत्ती आपणासमोर येत आहे.

महत्त्वाचे हे की, १९८५ मध्ये मेहता पब्लिशिंग हाऊसने या कादंबरीची १ली आवृत्ती काढली आणि या वर्षी म्हणजे ३५ वर्षांनंतर मेहताच तिची ४थी आवृत्ती काढत आहेत. याचे मुख्य कारण १९८५ च्या काळात अल्पभूधारक शेतकरी ज्या अस्मानी आणि सुल्तानी संकटात भरडला जात होता, त्यात गेल्या ३५ वर्षांत कसलाच फरक पडला नाही; उलट परिस्थिती अधिक चिघळत चालली आहे. १९ मार्च १९८६ रोजी महाराष्ट्रातीलच नव्हे, तर जगातील पहिली शेतकरी कुटुंबाची सामूहिक आत्महत्या साहेबराव करपे पाटील या नावाच्या चिलगव्हाण, ता. महागाव, जि. यवतमाळ येथील शेतकऱ्याच्या हातून दुर्दैवाने घडून आली आणि मग हाच सिलसिला सुरू राहिला. आज रोजी महाराष्ट्रात १७,०००च्या वर शेतकरी आत्महत्या झाल्याचे बोलले जाते. हा आकडा ऐकून अंगावर सरसरून काटे उभे राहतात. म्हणूनच या कादंबरीचे मोल जसजसा काळ पुढे जात राहील तसतसे वाढत जाणार आहे.

या पार्श्वभूमीवर या ४थ्या आवृत्तीचे अप्रूप लेखक म्हणून मला वाटणे स्वाभाविक आहे. वाचकांनाही वाटेल असा विश्वास आहे.

दि. १.१.२०२० **– बाबाराव मुसळे**

ज्येष्ठ कथाकार आणि कादंबरीकार

आभार

चिमणी चिमणी खोपा देऽऽ
हाल्या हाल्या दुधू देऽऽ

आखाडतोंडचा पाऊस पडून गेला की, बार्कचिर्के पोऱ्हं हे गाणं म्हणत गावखरच्या बिध्यात ओल्या मातीचे खोपे करतात. त्यांचं हे गाणं ऐकून माझ्या मनात बेजान खदखद सुरू होत असे. अगदी पहिल्यांदा कोणी म्हटलं असेल हे गाणं? कोणी तयार केलं असेल? काय उद्देश असेल त्याचा हे गाणं तयार करण्यामागे? खरोखरच या गाण्यातली चिमणी पोरांना खोपा देते का? मातीच्या खोप्याशी त्या चिमणीचा काय संबंध?... वगैरे वगैरे. खरंतर या गाण्यातल्या हाल्यानं मला असंच बेजार केलं. मायच्या अंगावर प्यालेलं व्हटावरचं दूध वाळते न वाळते तोच, गाण्यातल्या या हल्याशी आपली ओळख होते. लहानपणी आपण त्याला दूध मागतो, पण तो काही देत नाही. पायावर ओढलेली ओली माती बडवता बडवता आपले हात दुखतात, तरी त्या हाल्याला त्याचं सुकदुक नाही. मोठेपणी व्यवहारात पडलो की, याच हाल्यासंगं खेटे घेऊन आपण त्याला दवायचा प्रयत्न करतो. आपण कंटाळतो, तरी तो दवत नाही, आणि दवणार तरी कसा? हाल्या कधीच दवत नसतो हे माहीत असूनही, आपण त्याच्याखाली गुंडी घेऊन बसतोच. तुमचा-आमचा, दुनियेतल्या तमाम माणसांचा हा सबाव आहे, अन् सबाव म्हटला की, त्याला आवषिद कोण देणार? या वेडेपणापायी किती पिढ्या बरबाद झाल्या! माणसं आले–गेले, पण त्यो हाल्या मात्र अजूनही कान टवकारून, डोळे वटारून तुमच्या-आमच्याकडे पाहत उभाच आहे. त्याची मव्हणी श्रीमंत, गरीब, लहान,

मोठा अशा सर्वांनाच मोहून टाकते, म्हणूनच माणूस त्याच्या फशी पडतो अन् मग तोंडघशी पडतो, बरबादही होतो. आमच्या न्यानबाले त्या हाल्यानं अशीच भूल पाडली अन्... मी पुढचं सांगत बसत नाही, बाकीचं तुम्हीच वाचा.

'हाल्या हाल्या दूधू दे' ही माझी पुस्तकरूपाने प्रकाशित होणारी पहिली ग्रामीण कादंबरी. एक ग्रामीण लेखक म्हणून, मी माझ्या अवतालभवताल वावरणाऱ्या माझ्या फाटक्यातुटक्या अडाणी माणसांची सुख-दु:खे, राग-द्वेष, मोह-मत्सर, कण्हणे-कुथणे इत्यादी सारे चढउतार माझ्या लेखनातून अत्यंत प्रामाणिकपणे मांडण्याचा प्रयत्न केला. त्यांचे चारचौघांत हसे होईल असे काहीही, कधीही मी केले नाही. पुढे कधी तसे करण्याचा विचार मला शिवेल असे वाटत नाही. म्हणूनच प्रस्तुत कादंबरीतील घटना, पात्रे पूर्णपणे काल्पनिक असूनही, जर त्या आपणास वास्तवपूर्ण वाटल्या, तर त्यात माझा तिळमात्रही दोष नाही. उलट अशाप्रकारे माझी माणसं जिवंत झाली हे पाहून मला आनंदच होईल.

'तिसऱ्या पिढीची ग्रामीण कादंबरी' या योजनेत डॉ. आनंद यादव यांनी माझी एकट्याचीच कादंबरी निवडली, तेव्हा माझा ऊर किती भरून आला म्हणून सांगू! नंतर डॉक्टर यादवांनी कादंबरीत काही बदल करण्यासाठी प्रत्यक्ष पुण्याला मला बोलावून घेतले. कथानकातील व लेखनातील त्यांनी दर्शविलेले काही बदल मलाही पटल्यामुळे ताबडतोब करून दिले. तथापि माझी कादंबरी पूर्णपणे निर्दोष झाली असे मी म्हणणार नाही, पण त्याचा परिणाम म्हणून कादंबरीतील दोषस्थलांची संख्या निश्चित कमी झाली असे मी छातीठोकपणे सांगेन.

पुण्याच्या वास्तव्यात आणि त्यानंतरही जेव्हा जेव्हा मला अडचणी आल्या, तेव्हा तेव्हा डॉ. यादवांनी जिव्हाळ्याने मार्गदर्शन केले त्याबद्दल त्यांचा शतश: आभारी आहे.

माझ्या कादंबरीला संपादक मंडळाची प्रदीर्घ प्रस्तावना लाभत आहे, त्याबद्दल संपादक मंडळाचाही मी ऋणी आहे.

'मेहता पब्लिशिंग हाऊस'चे श्री. अनिल मेहता प्रत्यक्ष ओळखपाळख नसतानाही माझी कादंबरी प्रकाशित करीत आहेत, त्याबद्दल त्यांचेही आभार मानावे तेवढे थोडेच आहेत.

शेवटी वाचकहो, अगदी भीतभीत मी आपणासमोर येत आहे. सहृदयतेने समजून घेऊन, आपल्या अनुकूल (प्रतिकूलही) प्रतिक्रियांची अपेक्षा करतो.

– बाबाराव गं. मुसळे

प्रस्तावना

'मेहता पब्लिशिंग हाऊस' या प्रकाशन संस्थेने १९८० मध्ये 'नव्या पिढीच्या ग्रामीण साहित्यिकांच्या कथांचा एक प्रातिनिधिक संग्रह' काढण्यासंदर्भात एक योजना जाहीर केली. या योजनेस उत्तम प्रतिसाद मिळाला. कथांच्या परीक्षणाचे व संपादनाचे काम डॉ. आनंद यादव आणि बाबा पाटील या दोघांनी केले. या योजनेचे दृश्य फळ म्हणजे 'तिसऱ्या पिढीची ग्रामीण कथा' हा संग्रह होय.[१] या यशस्वी योजनेच्या पाठोपाठच 'तिसऱ्या पिढीची ग्रामीण कादंबरी' ही योजना जाहीर झाली. या योजनेत सादर होणाऱ्या हस्तलिखितांची छाननी व संपादन डॉ. आनंद यादव आणि मी मिळून करायचे असे ठरले.

या योजनेत चाळीसभर लेखकांनी आपापल्या कादंबऱ्यांची हस्तलिखिते सादर केली. ही हस्तलिखिते मी व डॉ. यादव यांनी स्वतंत्रपणे वाचली. आम्ही दोघांनीही आपापली टिपणे स्वतंत्रपणे काढली. मग आम्ही त्यांच्या आधारे वेळोवेळी चर्चा केली. संपादनाच्या कामाचा तसा मोठा बोजा होता. प्रत्येक कादंबरी समग्र वाचून काढायची आणि तिच्यावरची आपली अभिप्रायवजा टिपणे लेखी स्वरूपात तयार ठेवायची, असे आम्ही करीत होतो. आपसात न ठरवताच आम्ही दोघांनी ही सोयीची पद्धत स्वीकारली होती. ही पद्धत केवळ चर्चेची सुखसोय ठरली नाही. या पद्धतीमुळे तिसऱ्या पिढीच्या ग्रामीण कादंबरीकारांसमोरील अडचणी व अडथळे, ग्रामीण कादंबरीकारांवरील संस्कार इत्यादींचा आम्हास शोध घेता आला. ग्रामीण कथेचे लेखन व ग्रामीण कादंबरीचे लेखन यांतील फरक केवळ गुणात्मक आहे

---

१. डॉ. आनंद यादव व श्री. बाबा पाटील (संपादक) 'तिसऱ्या पिढीची ग्रामीण कथा', मेहता पब्लिशिंग हाऊस, पुणे १९८१

असे नसून, त्यामागे अन्य सामाजिक, सांस्कृतिक कारणेही आहेत याचाही आम्हाला या टिपणांमुळे उलगडा झाला.

या योजनेत मला सहकारी म्हणून निवडल्यावर डॉ. यादव यांनी या योजनेचे स्वरूप मला समजावून दिले. त्यामुळे या योजनेकडे मी कोणत्या दृष्टीने पाहावे ते मला कळले. डॉ. यादवांनी 'तिसऱ्या पिढीची ग्रामीण कथा' या संग्रहाला लिहिलेल्या प्रस्तावनेतील दुसरा भाग मी जाणीवपूर्वक वाचला. हे सर्व होतानाच डॉ. यादवांशी मी मोकळेपणाने चर्चा करीत होतो, ग्रामीण साहित्यावर घेतल्या जाणाऱ्या निरनिराळ्या अपेक्षांसंबंधी त्यांना खुलासे विचारीत होतो. पुन्हा हे सारे आम्ही ठरवून करीत नव्हतो. गाठ पडेल तेव्हा, वेळ मिळेल तेव्हा आम्ही गप्पागोष्टी करायचो. गप्पांच्या ओघात ग्रामीण विषय ग्रामीण साहित्यावर येऊन ठेपायचा. आमची प्रश्नोत्तरे व परस्परसंवाद होत राहायचे. संपादक म्हणून समान भूमिकेवर येण्यास याची मदत झाली असेल, असे मला वाटते.

आधुनिक ग्रामीण साहित्याची भूमिका डॉ. यादव यांनी अनेकवार स्वच्छपणे मांडलेली असल्याने तिचा येथे पुनरुच्चार करण्याचे कारण नाही.[२] 'तिसऱ्या पिढीची ग्रामीण कादंबरी' या योजनेमागे त्यांनी मांडलेली ही भूमिकाच आहे, एवढे मात्र मुद्दाम लक्षात घ्यायचे. '१९७७ पासून महाराष्ट्रीय पातळीवर ग्रामीण साहित्यिकांचे मेळावे, ग्रामीण साहित्य संमेलने, ग्रामीण साहित्यांवरील परिसंवाद, चर्चासत्रे ही जी होत आहेत ती केवळ साहित्य-जत्रांचा नवा प्रकार म्हणून नव्हेत, तर साहित्याच्या क्षेत्रातील असंतुलित अवस्थेतून निर्माण झालेला व तोल शोधू पाहण्यासाठी मिळालेला तो (एक) हेलकावा आहे.' हा अभिप्राय येथे मुद्दाम आठवावा.[३] 'तिसऱ्या पिढीची ग्रामीण कादंबरी' ही योजना मराठी साहित्याच्या वास्तव गरजेतून निर्माण झालेली योजना होय.

जवळजवळ वर्ष-दीड वर्ष डॉ. यादव व मी या योजनेत आलेल्या कादंबऱ्यांची हस्तलिखिते वाचत होतो. या योजनेत आलेल्या चाळीसभर कादंबऱ्या वाचून आमच्या हाती फक्त एक बाबाराव मुसळे यांची 'हाल्या हाल्या दुधू दे' ही एकुलती एक कादंबरी आली. ही गोष्ट अर्थातच आम्हाला समाधानकारक वाटत नाही. याचा

---

२. डॉ. आनंद यादव 'आधुनिक ग्रामीण साहित्याची भूमिका', 'ग्रामीणता : साहित्य आणि वास्तव' मेहता पब्लिशिंग हाऊस, पुणे १९८१, पृ. १३४-१५१ किंवा डॉ. आनंद यादव 'प्रस्तावना' 'तिसऱ्या पिढीची ग्रामीण कथा, पूर्वोक्त, पृ. १-२४ यामध्ये ही भूमिका पाहायला मिळेल.

३. डॉ. आनंद यादव 'ग्रामीण हे विशेषण काय अपेक्षिते', 'ग्रामीणता : साहित्य आणि वास्तव', पूर्वोक्त, पृ. ९६.

अर्थ तिसऱ्या पिढीत ग्रामीण कादंबरीकार नाहीत असाही नाही. तिसऱ्या पिढीतले साहित्यिक जशा कसदार व दर्जेदार कथा देतात, तशा कसदार व दर्जेदार कादंबऱ्या देणाऱ्या ग्रामीण साहित्यिकांचा तिसऱ्या पिढीत अभाव आहे, याचे ते असमाधान आहे.

हे असमाधान वाढावे, अशीही एक गोष्ट आहे. ती म्हणजे 'तिसऱ्या पिढीची ग्रामीण कथा' या संग्रहात ज्यांच्या कथा सन्मानाने समाविष्ट झाल्या त्या सुरेश शिंगटे किंवा जयकृष्ण बावनकुळे यांच्यासारख्यांच्या हस्तलिखितांचा 'तिसऱ्या पिढीची ग्रामीण कादंबरी' या योजनेत आम्हाला स्वीकार करता आला नाही. दर्जेदार ग्रामीण कथा लिहिणारे हे साहित्यिक बऱ्यापैकीही ग्रामीण कादंबरी लिहू शकत नाहीत. असे का व्हावे? चांगला कथाकार हा चांगला कादंबरीकार होईलच असे नाही, असे एक सूत्र आहे. पण हे व एवढेच सूत्र येथे प्रस्तुत आहे, असे आम्हा संपादकांना वाटत नाही. तिसऱ्या पिढीचे ग्रामीण साहित्यिक चांगली ग्रामीण कादंबरी का लिहू शकत नाहीत, याची कारणे खोलवर जाऊन तपासायला हवीत. आपल्या सामाजिक व सांस्कृतिक रचनेचा येथे संबंध पोहोचताना दिसतो. ग्रामीण साहित्याच्या होणाऱ्या कुचंबणेची, गळचेपीची कारणमीमांसा डॉ. यादव यांनी अनेक ठिकाणी केली आहे.[४] ती तेथेही लागू पडणारी आहेच. पण त्याशिवायही काही कारणे उपस्थित आहेत असे दिसते.

शहरभागात विपुल संख्येने पैदास होणाऱ्या सुमार दर्जाच्या, दुय्यमतिय्यम दर्जाच्या कादंबऱ्यांनी कादंबरीलेखनाचे एक व्याजतंत्र तयार केले आहे. या व्याज-तंत्राचा मोह ग्रामीण साहित्यिकांना व्हावा इतका त्याचा रेटा आहे. शिंगटे–बावनकुळे यांच्याप्रमाणे विष्णु गुंजाळ (मंचर), सदानंद देशमुख (अमडापूर–बुलढाणा), म. पां. सुतार (रेठरे), देवदत्त हुसळे (वारी–कोपरगाव, श्यामकांत शिवरामे (नाशिक) यांच्या हस्तलिखितांचाही या योजनेखाली विचार करता आला नाही. याचे एक कारण म्हणजे, या व्याजतंत्राचा त्यांच्यावरील प्रभाव हे होय.

एकूणच कादंबरी लेखनाबाबत नवोदित लेखकांमध्ये चित्रविचित्र (गैर) समज आहेत. कादंबरी लेखनातले फडके-खांडेकर युग केव्हाच संपले आहे. पण त्या पद्धतीच्या कादंबऱ्या अद्यापही फार मोठ्या प्रमाणावर लिहिल्या जातात. केवळ वेळ घालविण्यासाठी वाचन करणाऱ्या सुखवस्तू शहरी मध्यवर्गाने, फडके-खांडेकर छापाच्या कादंबऱ्यांच्या निर्मितीला हातभारच लावला आहे, असे चित्र दिसते. फडके-खांडेकर छापाची कादंबरी नुसते तंत्र व शैली यावर परिणाम करून थांबलेली नाही, तर तिने नव्या लेखकांचा असा एक समज करून दिला आहे की, प्रणयप्रसंग

---

४. उदाहरणादाखल त्यांचा 'ग्रामीण साहित्य आणि शहरी संस्कार' ('ग्रामीणता : साहित्य आणि वास्तव', पूर्वोक्त, पृ. ३७-५२) हा लेख पहावा.

आणि ध्येयवाद यांच्या चित्रणाशिवाय कादंबरीच निर्माण होत नाही. अलीकडची मराठी ऐतिहासिक कादंबरी या दृष्टीने मुद्दाम तपासून पाहावी म्हणजे हे म्हणणे पटेल. तिसऱ्या पिढीच्या बहुतांश कादंबरीकारांवर फडके-खांडेकर पद्धतीच्या कादंबरी-लेखनाचा प्रभाव असल्याचे आढळते, हे खेदाने नमूद करावे लागत आहे.

खेडोपाडी शिक्षण पोहोचले. खेड्यातली बहुतांश तरुण पिढी साक्षर झाली. खेड्यांतून ग्रंथालयेही निघाली. खेड्यातले तरुण वाचन करू लागले हे सर्व आनंददायक खरे, पण या साक्षर ग्रामीण तरुणाच्या हाती वाचनासाठी नेमके काय द्यायला हवे याचा विचार झाला नाही; त्या दृष्टीने काहीही नियोजन झालेले नाही, हे दुःखदायक नव्हे काय? या तरुण पिढीच्या आजूबाजूचे भावविश्व आणि कथा-कादंबऱ्यांतून त्यांच्यापर्यंत पोहोचणारे भावविश्व यांत कमालीचा फरक आहे. त्यामुळे साहित्यनिर्मितीबद्दल त्यांच्या मनात चुकीच्या कल्पना रुजल्या नाहीत तर नवलच!

आजची परिस्थिती अशी दिसते की, आम्ही ग्रामीणांना वाचायला शिकवले, पण काय वाचायचे व का वाचायचे, हे मुळीच शिकवले नाही. यातले धोके आम्ही ओळखले नाहीत. साहित्य-व्यवहाराबाबत त्यांनी चुकीच्या समजुती करून घेण्यातले धोके आम्ही ओळखले नाहीत. साहित्य-व्यवहाराबाबत त्यांनी चुकीच्या समजुती करून घेण्यातले धोके फार मोठे आणि गंभीर आहेत, हे आम्ही कोणीही लक्षात घेतले नाही. अन्यथा एकेकाळी कसदार ग्रामीण साहित्य निर्माण करणाऱ्या महादेव मोरे यांच्यासारख्या लेखकाला लोकप्रिय साहित्याच्या लाटेवर आरूढ होण्याचा मोह का होतो?

आमच्या साहित्य संस्था आणि आमचे ग्रंथ-प्रकाशन व ग्रंथ-वितरण व्यवहार याला काही प्रमाणात जबाबदार आहेत, असे म्हणावेसे वाटते. साहित्य संस्था शहरकेंद्री तर आहेतच, पण त्या साहित्यप्रसाराच्या बाबतीत, चांगली साहित्यविषयक जाणीव निर्माण करण्याच्या बाबतीत अनुत्साहीही आहेत. प्रकाशकाच्या डोळ्यांसमोर ग्राहकवर्ग म्हणून शहरी मध्यमवर्गीय वाचक तेवढा आहे. दर्जेदार पुस्तकांच्या चढ्या किमती आणि वितरण-व्यवस्थेतील अडथळे, यामुळे चांगले वाचनीय साहित्य वाचनोत्सुक ग्रामीण तरुणांपर्यंत पोहोचत नाही अशी स्थिती दिसते.[५] ही परिस्थिती नुसतीच गंभीर नव्हे तर चिंताजनकही आहे. कारण आजचा सुशिक्षित

---

५. 'तिसऱ्या पिढीची ग्रामीण कथा' या पुस्तकाच्या प्रस्तावनेतील "...ते (ग्रामीण वाचक) उत्तम प्रकारच्या पुस्तकांना अनेक कारणांनी वंचित झालेले दिसतात. त्यांची 'वाचनाची आबाळ होते', हे त्यांच्याशी होणाऱ्या पत्रव्यवहारातून त्यांनी पदोपदी सांगितले आहे. त्या गावात मिळणाऱ्या साहित्यावर त्यांची गुजराण चाललेली असते. ग्रामपंचायतींच्या ग्रंथालयांची भयानक अवस्थाही त्याला कारणीभूत असतेच." हे विधान येथे आठवावे.

ग्रामीण तरुण आपली प्रतिकूल परिस्थिती बाजूला सारून कसाबसा वाचनाकडे वळतो आहे. अशा परिस्थितीत ज्यावर त्याचे भावपोषण व्हावे, ज्यामुळे त्याची वाङ्मयाभिरुची समृद्ध व्हावी असे चांगले साहित्य तर त्याच्या हाती पडत नाहीच, उलट त्याच्या भावपोषणाला मारक ठरेल, त्याची वाङ्मयाभिरुची बिघडेल, विकृत होईल असे गबाळच त्याच्यासमोर ठेवले जाते आहे.

येथे नमूद केलेली ही चिंताजनक, भयावह परिस्थिती केवळ कल्पित आहे किंवा तर्काचा इमला आहे, असे कोणी समजू नये. चाळीसभर लेखकांची हस्तलिखिते वाचल्यावर, त्यांच्यावर कोणाकोणाचे संस्कार आहेत (व कोणाचे नाहीत) हे आमच्या लक्षात आले. त्याच्या आधारेच हे विवेचन केलेले आहे. ग. ल. ठोकळ, र. वा. दिघे, आनंद यादव, रा. रं. बोराडे इत्यादी महत्त्वपूर्ण ग्रामीण लेखकांच्या कादंबऱ्या तिसऱ्या ग्रामीण पिढीच्या लेखकांपर्यंत पोहोचलेल्याच नसाव्यात. इतकेच काय, पण श्री. ना. पेंडसे व गो. नी. दांडेकर हेही लेखक या तिसऱ्या पिढीला माहीत नसावेत, असे मानायला जागा आहे. चांगल्या कादंबऱ्यांच्या वाचनाचे संस्कार त्यांच्यावर झाल्याचेच दिसत नाही. या संस्कारांच्या अभावी अनेक गोष्टी या लेखकांच्या नीटपणे लक्षात आलेल्या नाहीत. कादंबरी वाङ्मयाला एक परंपरा आहे, पुन्हा ती विकसनशील प्रयोगशील परंपरा आहे, हे त्यांना ठाऊक नाही. अशाप्रकारे जो वाङ्मयप्रकार ते हाताळत आहेत, त्याची योग्य ती जाण या लेखकांना नसल्याचे त्यांच्या लेखनावरून दृष्टोत्पत्तीस येते. कादंबरीसारख्या दीर्घसूत्री वाङ्मयप्रकाराच्या लेखनामागे एक गंभीर, चिंतनशील मन असावे लागते, हे या लेखकांना माहीत नाही. परिणामी त्यांच्या लेखनावर खूप मर्यादा पडताना दिसतात.

तिसऱ्या पिढीच्या काही लेखकांचा असा समज झालेला दिसतो की, ग्रामीण परिसर व ग्रामीण बोली यांचा वापर केला की झाली ग्रामीण कादंबरी; पण एवढ्याने भागत नसते. ग्रामीण कादंबरीतून व्यक्त होणारा जीवनानुभव हा ग्रामीण जीवनानुभव असावा लागतो. तो पुन्हा ग्रामीणतेशी केवळ संलग्न असून चालत नाही, तर तो ग्रामीण जीवनाचा एक अपरिहार्य भाग असावा लागतो. (म्हणजे असा जीवनानुभव अ-ग्रामीण जीवनातून येणारा नसतो.) उदाहरणार्थ, सावकाराकडून लुबाडले जाणे, वैद्यकीय मदतीअभावी मुलगा मरण पावणे, मुलीने कोण्या परजातीच्या माणसाचा हात धरून पळून जाणे व त्यामुळे तोंड दाखवायला जागा नसणे, सख्ख्या भावाने घर लुबाडणे (आणि भरीस भर म्हणून बायकोवर दोन-चार गुंडांनी बलात्कार करणे) इत्यादी स्वरूपाचे प्रसंग एका लेखकाने आपल्या कादंबरीत मांडले आहेत. उघडच आहे की, याद्वारे लेखकाला नायकाच्या दुर्दैवाचे फेरे चितारायचे आहेत. त्याचे हे प्रसंगचित्रण यशस्वी झालेले नाही. पण त्याचे यशापयश हा येथे महत्त्वाचा मुद्दा

नाही. मुद्दा असा की, हा जीवनानुभव, नायकाचे हे दुर्दैवाचे दशावतार फक्त ग्रामीण जीवनाशीच निगडित आहेत का? निदान ते तसे वाटावेत अशी मांडणी तरी कादंबरीकाराने करायला हवी होती. ती तशी न करता आल्याने या कादंबरीतला जीवनानुभव ग्रामीण वाटत नाही, तो ग्रामीण जीवनाचा अपरिहार्य भाग ठरत नाही. तो वाचून ग्रामीण जीवनाचे आपणास संदर्शन घडत नाही, आपले ग्रामीण जीवनाबद्दलचे आकलन वाढत नाही.

या योजनेत हस्तलिखिते सादर करणारे जवळजवळ सर्व लेखक (एक-दोन अपवाद वगळता) ग्रामीण भागातले आहेत. त्यांचे वास्तव्य ग्रामीण भागात आहे. तरीही त्यांच्यापैकी अनेकांना ग्रामीण जीवनाचे नीट आकलनच झालेले नाही. सुरेश शिंगटेंसारख्या एखाददुसऱ्याला हे आकलन झालेले दिसते, पण त्यांना कादंबरी या वाङ्मयप्रकाराचे आकलन झालेले नाही. इथेच आपल्या लक्षात येते की, कादंबरी लेखनासाठी आवश्यक असणारी चिंतनशीलताच या लेखकांनी कमावलेली नाही. साहित्यनिर्मितीसाठी आवश्यक असणारी जीवनजाणीव व वाङ्मयीन जाणीव त्यांच्यापाशी नाही.

याचा वेगळा परिणाम, खरेतर विपरीत परिणाम या लेखकांवर झालेला दिसतो. तो म्हणजे, साहित्यात अभिव्यक्त होणाऱ्या ग्रामीण जीवनाबद्दल या लेखकांनी मनाशी बांधलेल्या कल्पना. ग्रामीण जीवनावर कादंबरी लिहायची म्हणजे निवडणुकांचे गलिच्छ राजकारण, फंडगुंड पाटील व त्याचे कावेबाज हस्त, सद्‌विचारी, ध्येयवादी माणसाची होणारी फरपट आणि रासवट शृंगार व बलात्कार यांची रेलचेल करणारे प्रसंग इत्यादींचे वर्णन लिहायचे, अशी एक समजूत या लेखकांनी करून घेतलेली दिसते. विष्णु गुंजाळ, देवदत्त हुसळे, म. पा. सुतार इत्यादी लेखक या समजुतीने ग्रासलेले दिसतात. या समजुतीमुळेच त्यांच्या कादंबरीतला माणूस हा 'माणूस' न राहता सुष्ट व दुष्ट अशा दोन गटांपैकी एका गटात दाखल होतो. ग्रामीण जीवन म्हणजे पाटील हवाच. तो सत्तांध तसाच कामांध हवा. त्याच्या नजरेस महाराची नाहीतर चांभाराची मुलगी पडायला हवी. तीही पुन्हा उफाड्याची, न्हातीधुती सुंदर पोर हवी, शिवाय सद्‌वर्तनीही. तिला गटवण्यासाठी पाटलाच्या साथीदाराने डाव टाकणे, मग काहीतरी अतिप्रसंग घडणे, कुणीतरी चिडून उठणे व शेवटी खून वा आत्महत्या होणे इत्यादी गोष्टी यायलाच हव्यात. ग्रामीण कादंबरी तयार होण्यासाठी हे व एवढेच जीवन या लेखकांना पुरेसे वाटते. बदलते, अनेकांगी जीवन कवेत घेणारे खेडे त्यांच्या नजरेसमोरही येत नाही, याची खंत वाटते.

त्यांच्या नजरेसमोर असे बदलते खेडे येते ते लेखक व्याजतंत्राच्या आहारी जातात व चांगला विषय गमावून बसतात. सहकारी साखर कारखान्यांनी महाराष्ट्राच्या

ग्रामीण अर्थव्यवस्थेत फार मोठे परिवर्तन घडवून आणले आहे, हे चंद्रकांत महामिन्यांसारख्या लेखकाच्या लक्षात आले आहे. पण त्यांची कादंबरी या जीवनानुभवाचा थोडाही मागोवा घेऊ शकली नाही. राजकारणाचे लेबल घेऊन येणाऱ्या फडक्यांच्या कादंबरीप्रमाणे, ती साखर कारखान्याचे लेबल घेऊन येणारी कादंबरी ठरली.

दुष्काळ, दारिद्र्य, अस्पृश्यता, विषमता, साक्षरता, पंचायतींचे राजकारण, खेड्याची बदलती अर्थव्यवस्था इत्यादी अनेक चांगले व महत्त्वाचे विषय या तिसऱ्या पिढीच्या काही लेखकांसमोर आहेत, हे त्यांची हस्तलिखिते पाहता लक्षात येते. परंतु या गवसलेल्या जीवनानुभवांचे अधिक तीक्ष्ण निरीक्षण, अधिक डोळस परिशीलन कसे करायचे, या जीवनानुभवांचे कादंबरीत रूपांतर कसे करायचे, हे त्यांना उमगलेले नाही.

यासंदर्भात एक उदाहरण म्हणून सुरेश शिंगटे यांच्या 'कालवा' या हस्तलिखिताबाबत येथे सविस्तर लिहावेसे वाटते. दुष्काळामुळे सुरू झालेले धरणाचे बांधकाम, सरकारी भ्रष्ट यंत्रणा व त्या यंत्रणेचे बळी झालेले रोजंदारी कामगार हा या कादंबरीचा विषयपट आहे. दुष्काळग्रस्त गरीब ग्रामीण जनतेच्या हितार्थ राबविण्यात येणाऱ्या कल्याणकारी योजना भ्रष्टाचाराने पोखरलेल्या असतात आणि त्यामुळे गरिबांची ससेहोलपट होते, हे लेखकाला येथे दाखवायचे आहे. म्हणजे ग्रामीण जीवनाच्या या एका अंगाचे लेखकाला झालेले आकलन यथायोग्य आहे, असे म्हणता येते. लेखकाने आपल्या कादंबरीत धरणकामाचे बारीकसारीक तपशील व तिथे बोलली जाणारी अचूक परिभाषा यांचा वापर केला. पण एवढे सगळे होऊनही, लेखकाला कादंबरीलेखन जमले नाही याचे वाईट वाटते. कारण लेखक, त्याच्याजवळ असलेल्या अचूक माहितीच्या प्रदर्शनापाशीच थांबतो. धरणकामावर साहेबापासून शिपायापर्यंत सर्वजण कसे पैसे खात राहतात, कसे अनीतीने वागत असतात यांची माहिती देण्यावरच लेखक थांबतो. अद्‌भुत वाटावे असे किस्से व हकिकती सांगण्याच्या मोहातच तो अडकतो. याचा एक परिणाम असा की, कादंबरीसारख्या दीर्घसूत्री वाङ्मयप्रकारात कथाभागाची एकसंध वीण जमवावी लागते, ती लेखकाला जमवता आली नाही. कादंबरीत कथानकाचा ओघ सतत वाहता असतो, याकडे लेखकाने लक्ष पुरविले नाही. धरणकामावर येणाऱ्या लमाण जातीची माहिती तर लेखकाने एखादा निबंध लिहावा तशी मुद्देसूद दिली आहे. आपण हे सारे का लिहितो आहोत, हा प्रश्नच लेखकाला कुठे पडत नाही. शिंगटे यांना अशा रीतीने अस्सल ग्रामीण अनुभव गवसूनही कादंबरीच्या रूपबंधात त्याची मांडणी करता आलेली नाही. डॉ. यादव म्हणतात त्याप्रमाणे, "शिंगटेंसारख्या लेखकांना ग्रामीण वर्तमान वास्तव जीवनाची सच्ची आणि अस्सल माहिती असते.

पण तिच्या आधारे त्यांच्याकडून वाङ्मयीनदृष्ट्या 'कथानिर्मिती' होत नाही, नुसतेच वर्णनपर लेखन होते.''[६]

लघुकथालेखनापेक्षा कादंबरीलेखन का व कसे वेगळे आहे, हे या तिसऱ्या पिढीच्या लेखकांना नीट समजावून सांगणे आवश्यक आहे, असे दिसते. कारण सदानंद देशमुख यांच्या 'होरपळ' या कादंबरीचे प्रत्येक प्रकरण एक स्वतंत्र कथा म्हणून वाचता येईल, अशा स्वरूपाचे आहे. कादंबरीची ही चलत् चित्रपटासारखी मांडणी मराठी ऐतिहासिक कादंबरीने आणि मराठी लोकप्रिय कादंबरीने रूढ केली. त्यांचा देशमुखांवर प्रभाव दिसतो. पण कादंबरी म्हणजे लघुकथांची माळ नव्हे, हे त्यांच्यासारख्यांच्या मुद्दाम निदर्शनास आणून द्यायला हवे. कादंबरीच्या कथापटात कुठेतरी एक सलगता असते, हे त्यांच्यासारख्यांनी ध्यानात घ्यावे.

थोडक्यात म्हणजे, तिसऱ्या पिढीच्या ग्रामीण कथाकारांप्रमाणेच तिसऱ्या पिढीच्या ग्रामीण कादंबरीकारांची स्थिती दिसते. वाचनाचे चांगले संस्कार नाहीत व मार्गदर्शन करणारे कुणी नाही, यामुळे तिसऱ्या पिढीचा ग्रामीण कादंबरीकार चांगली कादंबरी लिहू शकत नाही, असा निष्कर्ष निघतो. तिसऱ्या पिढीच्या ग्रामीण कथालेखनासंबंधी डॉ. यादवांनी जे निष्कर्ष काढले आहेत ते जसेच्या तसे तिसऱ्या पिढीच्या ग्रामीण कादंबरीकारांनाही लागू पडताना दिसतात. डॉ. यादव लिहितात, 'साहित्यनिर्मिती म्हणण्यापेक्षा 'कथा–कादंबऱ्या–कविता लिहिणे' हा बऱ्याच जणांचा हौसेचा भाग दिसतो... साहित्यनिर्मितीमागे एक गंभीर भूमिका असते, साहित्यनिर्मिती हा हौसेचा भाग नसून तो व्रतासारखा निष्ठेने स्वीकारायचा भाग आहे, याची जाणीव फारच थोड्या लेखकांना दिसते.'[७]

श्री. बाबाराव मुसळे यांना अशी जाणीव आहे. त्यामुळे त्यांचे लेखनही आपोआप चांगले उतरले आहे. त्यांची 'हाल्या हाल्या दुधू दे' ही आम्हाला एक लक्षणीय कादंबरी वाटते. या कादंबरीतील जीवनानुभव अस्सल ग्रामीण आहे. कादंबरीच्या सर्व निवेदन संभाषणात त्यांनी वऱ्हाडी बोली भाषेचा वापर केला आहे. ती कृत्रिम नसून अपरिहार्य अशीच आहे. या भाषाविशेषामुळे कादंबरीची ग्रामीणता बळावते व तिचे मोलही वाढते. एका कनिष्ठ शेतकऱ्याची शोकान्तिका चितारणारी ही कादंबरी, ग्रामीण वास्तवाचा वेध घेण्यात यशस्वी झाली आहे.

श्री. मुसळे यांना डॉ. यादवांनी चर्चेसाठी पाचारण केले व ते तत्परतेने आले. डॉ. यादवांचे म्हणणे त्यांनी ऐकून, समजावून घेतले. आळस न करता सगळ्या सूचना ध्यानात घेऊन संपूर्ण हस्तलिखिताचे पुनर्लेखन केले. आपली कलाकृती

---

६. 'तिसऱ्या पिढीची ग्रामीण कथा' : पूर्वोक्त, पृ. ५.
७. 'तिसऱ्या पिढीची ग्रामीण कथा' : पूर्वोक्त, पृ. ३-४.

जास्तीत जास्त निर्दोष व्हावी, ती आकाराने चांगली व्हावी यासाठी कलावंताने केवळ प्रतिभेवर विसंबून न राहता परिश्रमाची जोड आपल्या प्रतिभेला द्यायची असते, हे मुसळे यांनी लक्षात घेतले, याचा आम्हा संपादकांना आनंद वाटतो. मुसळे यांना आम्ही त्यांच्या भावी वाटचालीसाठी शुभेच्छा देतो. खरेतर आम्ही शुभेच्छा देण्यापूर्वीच श्री. मुसळे यांनी लेखनातील आपली दमदार वाटचाल सुरू केली आहे. 'अनुष्टुभ' या द्वैमासिकातर्फे घेतल्या गेलेल्या 'रेणु कथास्पर्धे'त त्यांनी यापूर्वीच यश मिळवले आहे. त्यामुळे श्री. मुसळे यांच्याकडून ग्रामीण साहित्य चळवळीच्या फार मोठ्या अपेक्षा आहेत.

'ग्रामीण साहित्याची निर्मिती अधिक सुकरपणे, समृद्धपणे होण्यासाठी अनेक प्रकारच्या सुविधा उपलब्ध करून देणे हेही महत्त्वाचे असते.' असे डॉ. यादवांचे नेहमीकरता म्हणणे आहे. 'मेहता पब्लिशिंग हाऊस'चे श्री. अनिल मेहता यांनी 'तिसऱ्या पिढीची ग्रामीण कथा' आणि 'तिसऱ्या पिढीची ग्रामीण कादंबरी' या योजनांचा पाठपुरावा करून अशी सुविधा काही प्रमाणात उपलब्ध करून देण्याचे महत्त्वाचे कार्य केले आहे, या कार्याबद्दल श्री. मेहता यांना धन्यवाद!

डॉ. यादव व श्री. मेहता यांनी या योजनेत मला समाविष्ट केल्याने साहित्याच्या प्रवाहाबद्दलची माझी जाण वाढण्यास मदत झाली. ही संधी दिल्याबद्दल या माझ्या दोन्ही ज्येष्ठ स्नेह्यांचे मी आभार मानतो.

– डॉ. दत्तात्रय पुंडे

औंदाच्या उन्हाळ्यात न्यानबानं सोबाचं लगन केलं. सोयरा धकंड भेटला.

पन्नास-साठ एकर जमीन. त्यातली अर्धी वलिताची. चार नंबरांत चार इहीरी. इव्हायाले दोनच पोऱ्हं. मोठा वाशिमले नवकर्की करते. लाह्यना इतले दिवस शिकत व्हता. औंदाच कॉलेज सोडलं त्यानं. आज ना उंद्या त्योबी नवकर्कीवर लागंल अन् तसा नाही लागला त घरी त्याले वाण नव्हती. सोबाले कशाचीच कमी पडणार नव्हती. लोकाह्यच्या त सोडा, सोताहाच्याच वावरात जायाची तिले गरज नव्हती. असं सुदं घर सोबाले भेटायलं याचा आनंद न्यानबाबरोबरच आनसालेबी झाला.

सोबा फडक्यातून लुकड्या-साडीत आली तशी, दोघा नवराबायकोले काळजी पडली. कसं व्हईल पोरीचं? सोयरा कसा भेटंल? गरीब का धनवान? एखांद्या बारीनं गरिबीचा असला तरी चालंल, पण मानुसकीवाला पाह्यजे. घरचा लय धकंड, बराबुरा बी असला अन् त्याले आल्यागेल्याची कवडीची किंमत नसली त काय चाटावं त्याच्या इस्टानीले? दोघा नवराबायकोनं अशी घरातल्या घरात काळजीच केली. घर सोडून कुठीसाच जायाचं काम पडलं नाही बिचाऱ्याह्यले! एका दिशी सोबाचा मामाच सोयरीक घेऊन आला. त्यालेबी भासीची काळजी व्हतीच ना! अशा का दहा-पाच भास्या हायता त्याले? आनसाले एकुलता एकच भाऊ व्हता त्यो. अन् त्यालेबी ती एकलीच बहीण व्हती. मंग काऊन काळजी नाही करणार त्यो?

त्यो सोयरीक घेऊन आला. बह्यनीले, मेव्हण्याले समदं सांगतलं. दुसऱ्या दिशी न्यानबाले घेऊन नव्या सोयऱ्याच्या घरी गेला. न्यानबाले घरदार पसंत पडलं. लगेच दोन-तीन दिसानं सोबाले पाव्हणे पाहायले आले. कोणीबी पाह्यणकार

असता, कितीबी झारेकरू असता तरी, त्याले सोबा नापसंत पडली नसती. पाव्हण्याह्यनं तिले पसंत केलं. अन् संध्याकाळी जेवणंखावणं झाले की, सोबाचा मामा पाव्हण्याह्यले मने, "बोला." न्यानबाले हे जरा इचीतरच वाटलं. पाव्हण्याह्यनं पोरगी पसंत केल्यावर बोली करायची त न्यानबाले त्याच्या भावकीतले निदान चारदोनझणं त बलवा लागतील! राह्यले चारदोनझणं, पण शंकर पाटलाले त बलवाच लागंल. आतापस्तोर आपण कोणताच येवहार त्याह्यले इचारल्याबिगर केला नाही. कव्हायबी कोणत्याही कामात त्याह्यनं 'हो' मनलं तव्हाच मव्हरं पाऊल टाकलं. त्याह्यनं 'नाही' मनलं त त्या गोष्टीकडं पाठ फिरवली. यंधवा पोरीच्या सोयरीकीले त्याह्यले बलवायचं नाही मनजे उंद्या ते आपल्याले काय मनतील? असं थोडंच हाये की, ही सोयरीक आपण मुकाट्यानं केली त त्याह्यले समजणारच नाही. उंद्या पाह्यटं आपल्यालेच त्याह्यले जाऊन 'राती असं असं झालं' मनून सांगा लागंल. मंग त्याह्यले सोडून कसं बनंल? न्यानबानं सोबाच्या मामाले बगलंनं नेलं अन् ही गोष्ट सांगतली. त त्यानं जरा नाराजी दावली. मनला, "मनजे माह्यावर भरूसा नाही तुमचा? मी का तुमच्या पोरीचं वाटूळं करीन का?" न्यानबाले मुकंच रहायचं काम पडलं.

सोबाच्या मामाचं अन् पाटलाचं तितल्या भार बनत नव्हतं. मांघल्या वरसी सोबाच्या मामाले पाटलाची पुतणी सून करायची व्हती. सोयरीकीचे पाव्हणे बी आले व्हते, पण काय झालं देव जाणे. पाव्हणे पाटलच्या घरी जायाचे त संतोबा शावकाराच्या घरी गेले! अन् शावकाराच्या पोरीची सोयरीक पक्की झाली.

सोयरीक, लगन व्हायचं मव्हरंच राह्यलं अन् न्यानबाले अदुगरच घोर पडला. मेव्हण्याचं ऐकावं त पाटील नाराज व्हईल, पाटलाले बलवावं त मेव्हना नाराज व्हईल. अशी पह्यल्याच घासात माशी पोटात जायाची पाळी आली. अशा भानगडीपरीस ही सोयरीकच नको, मनून न्यानबानं सोबाच्या मामाले मनलं, "तुम्ही ही बोलीची गोष्ट करता, पण माह्याजवडे त ववाळणीले पैसा नाही, मंग हुंडा काहाचा देऊ?" न्यानबाले वाटलं, या गोष्टीनं तरी ह्यो मेळ हुकंल, पण पाव्हणा मनला, "तुम्ही पैशाआधल्याची काळजी करू नका. ते माह्याकडं लागलं. लागतील तितले पैसे एका रातीतून जमा करून देईन. मंग त झालं?" आता काय करावं? न्यानबाचा इलाजच खुतला. सोयरीक पक्की झाली. पाच हजार रुपये हुंडा देयाचा. न्यानबाचा, आनसाचा जीवच दडपला. कुठून जमा करावं इतले पैसे? निसते पाच हजार जमा करून धकंल का? लगनाले काही हजार-दोन हजार लागणारच नाहीत?

कुखाचा ठराव झाला. लगनाची तारीख पक्की केली अन् पाह्यटं जेवणंखावणं करून पाव्हणे गावाकडं गेले. सोबाचा मामाबी गेला. या दोघा नवराबायकोले वाटलं, पैशाची सोय लावाय गेला. मनून हे इकडी बिनघोर राह्यले.

कुखू लावायच्या दिशी हुंड्याचे पैसे देयाचे व्हते. तसं आदुगरच बोलणं झालं व्हतं. पण कुखाचा दिवस चार-पाच दिसावर आला तरी, सोबाच्या मामाचा पैसे घेऊन येयाचा पत्ताच नव्हता. दिवस निघाल्यापासून दिवस मावळेस्तोर दोघं नवराबायको त्याची देवासारकी वाट पहात; पण त्याचा येयाचा अंदाज दिसेना. आखरीले न्यानबाच एक दिवस त्याले भेटायले गेला त त्यो उलटा न्यानबालेच इचारू लागला, ''लागली का पैशाची सोय?'' ते ऐकून न्यानबाचा ऊरच दडपला. त्याले पाव्हण्याचा राग बी आला. ''तव्हा तुम्हीच मनले व्हते ना, पैशाची सोय मी लावतो मनून?'' न्यानबानं आठवण करून दिली. त त्यो टिंगल केल्यावाणी हसून मने, ''अं, तसं हिंमत देयासाटी मनावंच लागत असते.'' मग त न्यानबाले त्याचा लयच दिमाख आला.

''आता कुठून आणावं पैसे?'' सोबाचा मामाच कपाळाले हात लावून बसला.

''तुमच्याजवडचे काहाडा ना! जे जगाकडून याज घेता ते माह्याजवडून घ्या!'' न्यानबा मनला, पण ''माह्या जवडं आधला बी नाही,'' मनून त्यानं डोस्कं खाजवलं. तव्हा न्यानबाले वाटलं, ह्यो लबाड बोलायला... याले वाटत असंल, मेव्हण्याले पैसे देले अन् त्यानं बुडवले त काय घ्या? एऱ्ही ज्याह्यले अशी पैशाची हाव असते, त्याह्यले नातंगोतं काही करायचंच नसते.

''शंकर पाटलाजवडून घ्या.'' सोबाच्या मामानं आयडिया सांगतली.

''आता कसा दरूजात उभा करंल त्यो बुवा? मनंल, सोयरीक करतानी नाही तुले माही याद आली, अन् आता चाल्ला दात इचकून पैसे माघायले?'' न्यानबाचं हे मननंबी खरं व्हतं. खरंच कोणत्या तोंडानं त्या बुवाले पैसा मांघावं? तसं देयाचं मनलं त ते नाही मननार नाहीत. याज बी घेणार नाहीत; पण मांघनंच बेसल्ला हाये ना!

सोयरीक झाली त्याच्या दुसऱ्या दिवशी त त्याह्यच्या घरी जायाची न्यानबाले लाज वाटली. पण त्यानं काही बोलायच्या अगुदरच ते मनले, ''समजलं मले समदं. काही सांगू नको, मव्हर्ल्या तयारीले लाग. काही लागलं सवरलं त मी देतो.'' किती मनाचा मोठेपना झाला बुवाचा? ह्येच लय उपकार झाले त्याचे!

''मंग कसं करावं?'' सोबाच्या मामानं जरा इचार केला. मंग कातावल्यावाणी मनला,

''नाहाकच भानगडीत पाडलं मनायचं म्या तुम्हाले, अन् मी बी पडलो. मेसकाईले मनलं नवरा करनं त ती मनते तूच व्हय! असं झालं हे.''

न्यानबाले वाटलं फडफड बोलावं; पण त्यानं राग गिळला. पोरीच्या लगनाचं शिवळाटं गळ्यात अडकेलं हाये, तव्हरक कोणं दोन मारले तरी मुकंच रहा लागंल. इतला मतलब न्यानबाले कळत व्हता.

"बरं झोपा, पाहू उंद्या पाह्यटी. जाऊ आमच्या इव्हायाकडं, संतोबा शावकाराकडं. त्यो नाही मननार नाही."

न्यानबाले रातभर झोपच नाही लागली.

दुसऱ्या दिशी ते दोघं गावाकडं वापस आले. संतोबा शावकाराले भेटले. सोबासाटी न्यानबानं त्याची पायरी चहडली. एऱ्ही मरंस्तोर त्यानं संतोबाचा उंबरवटा वलांडला नसता. त्यो कसा कुहीट हाये ते समद्या गावाले माहीत हाये. पण गरजवंताले अक्कल नसते मनतात!

अदुगर त शावकार 'पैसेच नाहीत' मने. मंग सोबाच्या मामानं त्याले हाताले धरून बैठकीतून उठवून आतल्या घरात नेलं. दोघंजणं लय वाढोळ आत बोलत बसले. बाहीर आले तव्हा सोबाचा मामा मनला, "शावकार पैसे देतो मनतात, पण काही वावराशिवाराची खरेदी करून द्या मनतात."

न्यानबा मुकाच राह्यला. हायेच किती त्याच्याजवडे वावरं? समदं सहा एकर. त्यातलं किती शावकाराले देवावं अन् किती नाही. पण 'नाही' मनावं त मंग यंधवाच्या यंधवा कोण देवालं हाये आपल्याले? आपली त अशी ऐन अंठ्यावर हाये.

"तीन एकर रान त्याह्यच्या नावी करून द्या मनतात. मव्हल्र्या हंगामात जितलं मुद्दल घेतलं तितलं फेडायचं. बाकी याजाच्या बदल्यात त्याह्यच्या जवडच्या रानातलं त्याह्यनंच पीक खायाचं. एका वर्साचाच करार." पाव्हणा सांगत व्हता. शावकाराचा ह्यो हिशोब ऐकून न्यानबाचे मातर डोळेच पठाडाले जाऊ लागले. जाऊ द्या तिकडं चुलीत लगन! आपली पोरगी का लगे नगदच नवरा मांघायली? याच्या सुरीखाली मान देण्यापरीस राह्यलं त राह्यलं औंदाच्या साल लगन. सुक भेटलं त उजवू मव्हल्र्या साली. पण मंग झालेली सोयरीक मोडली तर जग काय मनंल? नवरदेवाकडच्याह्यले काय, पण लोकं नवरीवाल्याकडच्या ह्यच्याच झिपल्या काहाडत बसतात. त्याच्यानं दुसरा सोयराबी घरी येयाले माधं-मव्हरं पाह्यते, मोठा पेच झाला न्यानबाले! मव्हरं जावावं तर आड, मांघं फिरावं त इहीर. त्याले अशी मातीत तोंड खुपसायची पाळी सोबाच्या मामानंच आणली. कसा बी घासकुटका गुण्यागोविंदानं खायाचं त, नसता त्यो घोर उरावर बसला.

"कसं मनता? सांगा पट्कन." सोबाचा मामा मनला, त्याले लयच उतावळी का बावळी झाली व्हती.

पण न्यानबाले मोठा पेच पडला व्हता. 'हो' मनतो त, आपली नाडापुडीइतली भोय, ती जाते. 'नाही' मनतो त, उंद्याच्या उंद्या पैशाची सोय कशी लागावं! आपली सोताहाची शंकर पाटील सोडून कोणाजवडे पास हाये? परवाच्या दिशी त पाव्हणे कुखू लावायले येतात. मंग?

न्यानबानं होकार दिला. पाच हजार रुपये देण्याचे ठरले. लगन झालं की,

रानाची खरेदी करायची. शावकार त उंद्याच चल मने, पण सोबाच्या मामानंच त्याले समजावलं.

हुंडा त देला, सोबाच्या मामाच्याच हावला केला. त्यो पाव्हण्याह्यले देतो मनला. राह्यली लगनाच्या खर्चाची गोष्ट. त्याच्यासाटी न्यानबानं जवडचे दोन बैलं, चार किंटल कापूस इकून पैसा जमवला.

ठरल्या वेळी सोबाचं लगन लागलं. लगनात काही कुरकुर झाली नाही. समद्याह्यले आनंद झाला.

पण मग घरखर्स कसा धकवावं याचाच न्यानबाले घोर पडला. नाही नाही मनता बैला– कापसामांघं घरातलं जे मव्हर्ल्यासाठी उलुतिलू ठेवलं व्हतं, ते बी समदं गेलं. समदं घर खन्खन् झालं.

मंग न्यानबानं जराक्सी लबाडी केली, जाणूनबुजून केली. शावकार जव्हा जव्हा वावराची खरेदी करून दे मने, तव्हा तव्हा न्यानबा मने, "देतो, पण अडीच हजार रुपये एकराच्या भावानं खरेदी देतो. राह्यलेले अडीच हजार रुपये दे. समदे पैसे मव्हर्ल्या साली हंगामावर फेडीन. याजायाजात पीक खाय."

अशी लबाडी करणं न्यानबालेच पसंत नव्हतं,पण मंग धकवावं कसं? खिशात चार-दोन पैसे लागतील का नाही? घर मनल्यावर काय लागत नाही? गहू-जेवारी, दाळ-दाणा, मीट-मिरची. मव्हरं पेरणीच्या वक्ती बी-बियाणं.

त्याह्यच्या या घोळाघोळात लगन व्हवून बी मह्यना दीडमह्यना गेला. आखरीले मंधात एक दिवस सोबाचा मामा आला अन् त्यानं शावकाराले तयार केलं.

मनून यंधवा न्यानबा पाह्यटच वाशिमले गेला. संगं शंकर पाटलाले नेलं. ते 'येत नाही' मनत. तरी त्यानं त्याह्यले त्याह्यचे पाय धरून जबरदस्ती नेलं.

त्याह्यचीच वाट पहात आनसा हातपाय मोडून अंधारातच बसली. दिवस मावळून कव्हाचा अंधार पडला तरी, न्यानबाचा पत्ता नव्हता. 'नाही, नाही' मनलं तरी पर्कासबी मांघं लागून गेला.

काऊन आले नसतील आजुक? तिले काळजी वाटत व्हती.

राती लय उशिरा न्यानबा वासमाऊन आला. आला त कसा कावल्यावाणीच करू लागला. आपल्या मनालेच बोलू लागला. ते ऐकून आनसाचा जीव घोरात पडला.

हातपाय धुवून घरात आल्यावर तिनं त्याले इचारलं, "काय झालं?"

"व्हणार काय हाये?" त्यो मट्कन खाली बसला. मंग त्यो सांगू लागला.

न्यानबाच्या मनन्यापरमानं संतोबा शावकार आयकेना. सोबाचा मामा मंधात आला तव्हा, त्यानं शावकाराले राजी केलं व्हतं मने. खरेदीच्या येळंलोक त्यानं

काहीच मनलं नाही. स्टॅम्प कागद घेऊन वाईन्डर खरेदीखत लिहू लागला. न्यानबा सांगू लागला. तव्हा शावकार फिसकला, "मले तसं पसंत नाही." मने. मंग लय वाढोळ खळ पडला. काय करावं ते न्यानबाले सुसेना. सोबाचा मामा खरेदीच्या दिशी येतो मने, त त्याचा बी पत्ता नव्हता. आता शावकाराले मनावं कोणं अन् बोलावं कोणं? शंकर पाटलाच्या अन् त्याच्या मंधातून न खिनभर इस्तो आडवा जात नाही. त्याच्याच मुळं शंकर पाटील घरूनच येत नाही. मने, "मले नेऊन तुव्हा काही फायदा व्हणार नाही; उलटं नुकसानच व्हयाचं." झालं बी तसंच. ज्या गोष्टीले अदुगर शावकार तयार व्हता, ती गोष्ट आता नाही मनते.

आखरीले न्यानबानं गावात जाऊन संबाले बलवलं. संबा त्याचा पुतणा. वासमात एका दुकानावर त्यो नवकर्कीले हाये.

संबा आला. त्यानं शावकारची भेट घेतली. सावकार तरी बी नाहीच मने. संबानं त्याची समजूत घातली. तव्हा कुटीसा जरा नरम व्हवून त्यो मनला, "हे पाहाय संबा, मले न्यानबाचा दिमाख एकाच गोष्टीचा आला. त्यानं शंकर पाटलाले काहाले मधात आणलं? मले माहीत हाये की, ही समदी कांडी त्या शंकऱ्यानंच पिळली. न्यानबाले काही इतलं सुसलं नसतं!"

संबानं हसून ती गोष्ट पचवली. त्याले तयार केलं, पण त्यानं आता एक अट मांडली, "या घोळाघोळात लगन व्हवून हिंगते दोन मह्यने लागले खरेदी व्हयाले! माहा पैसा का फुकाचा हाये का? दहा रुपये शेकड्यानं या दोन मह्यन्याचं मले याज पाह्यजे." ही त्याची लबाडी व्हती.

संबानं ही गोष्ट न्यानबाला सांगितली. न्यानबाले या गोष्टीचा लय तनका आला, "जाय मनावं बोंबलत, वावराचं एक तास त खरेदी करून देत नाही मनावं. घे पैसे, कसे वसूल करून घेत ते?"

पण न्यानबाची संबानं, शंकर पाटलानं समजूत घातली. शावकार किती आडमुठं हाये ते सांगितलं, "तुवा यंधवा खरेदी करून देली नाही त, उंद्या समद्या वावरावर त्यो जबरदस्तीच ताबा बसवल. तुले धुऱ्यावर पाय ठेवू देणार नाही. त्यापरीस त्यो मनते तसं कर मुकाट्यानं. चार पैशानं तुले झळ लागू दे. पह्यलाच त्याच्या गळ्यात गळा घालायले पाह्यजे नव्हता."

हे समदं सोबाच्या मामानं केल्यामुळं न्यानबानं जे नसल्या ते त्याले सेवा देल्या. "सरप गेल्यावर आता फरकांड बडवण्यात काय मतलब?" शंकर पाटलानं म्हटलं.

आखरीले झक मारून न्यानबा तयार झाला. शावकाराकून त्यानं याजाचे हजार रुपये कटून, उरलेले दीड हजार रुपये घेतले. खरेदीचा खर्स कुथतपादत शावकारानंच भरला.

६ । हाल्या हाल्या दुधू दे!

ते दीड हजार रुपये घेऊन न्यानबा घराकडं आला.

"उठ, चहा कर." त्यो मनला.

आनसा जड अंत:करणानं उठली. उठता उठता मनली, "आपलं असलं लोकाले द्या अन् भवताल पाहा."

तिनं चूल पेटवली. पर्कासले भाकर देली.

वासमात काय काय खाल्लं ते पर्कास भाकर खाता खाता आनसाले सांगत व्हता, पण तिचं त्याच्याकडं चित्तच नव्हतं.

न्यानबाची खरेदी झाली अन् लोकाह्यले जसा चेकाळपूरा सुटला. त्याले भेटंल त्यो उसने पैसे मांघू लागला. कोणी पाच, कोणी पन्नास त कोणी पाचशे. त्याच्यानं या दोन-तीन दिसांत एव्ही मव्हरून कोणी येत असंल त, न्यानबाले वाटे– ह्यो पैसे मांघायलेच यायला.

न्यानबाची खरेदी झाली ती जणू लोकाह्यसाटीच, पण न्यानबाचाच दर मोठा व्हता. त्यात ते दीड हजार बुडातच बसले असते. काय व्हणार हाये इतल्या पैशात? घरच्या समद्या रानात एच.फोर. पऱ्हाटी लावयची असं ठरवलं व्हतं. सोबाच्या सासऱ्याजवडे त्याह्यच्या घरचं फौंडेशनचं एच.फोरचं बी हाये. त्यातलं लागल तितलं न्या असं पाव्हण्यानं सांगतलं. नगदी पैसे देयाचं काम नव्हतं. हंगामावर पैसे देले तरी चाललं असतं. तसं सोबाचा सासराच मने. मंग काऊन सुस्ती करायची? तीन-चारशे रुपयाच्या बियाण्याची सोय जर परहात्या लागते त आपल्याले खर्चच कोणता येणार हाये? खत-औषिदं पंप शंकर पाटलाचेच हायतं... एक सोडून पाच-सहा.

खतापाण्याची सोय लावता येईल. चार-पाचशे रुपये सोसायटी भरली त, खताचं-औषिदाचं परमिट बी भेटंल. काही पैसे बी भेटतील. ते लागून बी काही इकत घेयाचं काम पडलंच तर, मव्हरच्र्या मव्हरं. गावरानी, साधी पळ्हाटी लावली त काय उत्पन्न व्हणार हाये? व्हईल लयच झालं तर पाचेक किंटल कापूस. तितल्यानं काय व्हते? बुवाचे साडेसात हजार रुपये फेडायचे मनलं त, आपल्याले निदान चौदा किंटल कापूस पाह्यजे. शावकाराले देऊन राह्यलेल्या रानात तीन थैल्यातली सरकी पुरंल. पडीत, धुरेबंधारे अन् शावकाराले देयाचं सोडून बाकी तीन एकर रान हाये. रान तसं सुदं हाये. एच.फोरची लय सोय झाली त एकरी पाच किंटल कापूस डोळे लावून व्हते. मनजे खट्‌कन बुवाकडून रान मोकळं करून घेता येते. येईल हजार-बाराशे खर्स येईल. त हायंत ना आपल्याजवडे खरेदीतले पैसे!

त्यानं सोसायटीच्या कारकुनाची गाठ घेतली. "पह्यल्या वाटपात नंबर लावा,"

मनला. पण कारकून "नाही" मनला, "नंबर लावायचाच असंल त पंधरा रुपये शेकड्यानं बक्षिसी घेईन मनला." न्यानबाले असा दिमाख आला. समदे गाढवीचे खाऊजीच, कणगाळीवर मुता मनलं त, त्याचे पण हे लोक पैसे द्या मनतील. कुठीसाबी पैसा खाल्ल्यबिगर कोणी उभं राहू देत नाही. अशी कशी खाव खाव सुटली मनावं याह्यले? याह्यच्या बापानं कव्हा पैसा पाह्यला का न्हाई? तरी बरं झालं. भट-बामणाच्या पोटचे नाहीत. पह्यल्या जमान्यात ते बक्षिसी मांघत, पण अशी उटसूट काहाची बी द्या मनत नसत. हे त खेड्यापाड्याचे. शेतकऱ्याच्या रक्ताचेच असून बी, शेतकऱ्याह्यचे कामं पैसा खाल्ल्याबिगर करत नाहीत. याचाच दिमाख आला व्हता त्याले.

"बक्षीस नसलं त मांघून आरामशीर दुसऱ्या वाटपात. पह्यले वाटपाचे कागदंपत्रं हिंगं तयार झाले. ते घेऊनच वाशिमले धकलो. सांगा मंग?" कारकून उठला. न्यानबाबी उठला. त्यो इचार करू लागला. दुसऱ्या वाटपाले असा कितीसा उशीर लागंल? काऊन याले फुकटात पाच-पन्नास रुपये देयाचे. व्हईल जराक्सा उशीर! एऱ्ही का लगे उंद्याच पेरण्या धरायले आपण?"

"कव्हा व्हईल दुसरा वाटप?" त्यानं इचारलं.

"त्याचं काय सांगावं?" कारकुनानं सोसायटीच्या आफिसाले कुलूप लावलं.

"तरी पेरणीच्या आसपास?"

"व्हईल."

"मंग दुसऱ्याच वाटपात नाव घ्या आपलं, पण माही सोसायटी भरायची राह्यली."

"द्या मंग आता पैसे?"

"किती द्या लागतात?"

"पाचशे." कारकुनानं अमानटूक आकडा सांगतला.

"याज गिज धरून?"

"अं, पुहुडच्या हप्त्यात येतो मी. काही फिरलेच त वापस करीन."

"चला मंग घराकून."

कारकुनाले त्यानं घरी आणलं. अनासाजवडची संदकाची किल्ली घेऊन त्यातले पाचशे रुपये कारकुनाच्या हातावर ठेवले. "जातो." मनून कारकून बाहीर पडला.

"काहाचे देले पैसे?" आनसानं कपाळावर अढी पाडली.

"सोसायटीचे..."

"मग काही पावतीगिवती?"

"अरे, हो. ते त राह्यलंच! गेला का कारकून?" त्यानं घरातून वाकून पाह्यलं.

कारकून गोईंदाच्या दारात व्हता. "अहो सायेब." मनून हाक मारून त्यानं कारकुनाले उभं केलं. जाऊन पावतीची गोष्ट काहाडली.

"पुहुडच्या हप्त्यात आल्यावर देईन. पावतीपुस्तक आता वासमात राह्यलं. नाही त बाशीमले कव्हा भेटले त पावती न्या."

"बरं." मनून न्यानबा वापस आला. त्यानं आनसाले कारकून काय मनला ते सांगतलं. त ती त्याच्या अंगावर पडली. मनली, "समद्या मुलखाचा तुम्हाले भरुसा! या भरुशा भरुशानं तुम्हाले एखाद्या दिशी मातीत जायाची पाळी येईल तव्हा तुमचे डोळे उघडतील."

न्यानबाले तिचा दिमाखच आला. मायचंमी रांडरू त, मी जसा मनगटानंच शेंबूड पुसतो काजून?

ती आदिकीचीच टकटक करू लागली. तसा न्यानबा मुकाट्यानं घराबाहीर पडला.

न्यानबाच्या शावकारासंगं झालेल्या येवहाराले लय झणं नावं ठेवू लागले. शावकार रान वापस देणारच नाही, न्यानबानं समदे पैसे वापस करतो मनलं तरी देणार नाही. न्यानबा पडला गरीब माणूस, कोणाच्या वांध्यात न पडता आपण भलं अन् आपलं काम भलं, असं वागणारा. शावकार मनजे उपटसुंब, गचकरणच, त्यो ज्याच्या राशीले बसला, त्याचा त्यानं सत्यानासच केला मनावं. न्यानबाले हे पह्यल्यापसून कळत नव्हतं असं नाही, पण त्याले सोबाच्या मामानं काही सुसूच देलं नाही.

पण बोलणाराह्यले काय सांगावं! न्यानबा मुकाट्यानंच ऐकून घेत व्हता. लय झणाचं तसं ऐकून घेतलं. पण गोईंदाच्या मथारीचं बोलणं मातर त्याले सहनच झालं नाही. तशी ती मथारी हाये बी खऊट. न्यानबाले पाहून, जाणून मनाली, "राह्यलेलं – बी इकून गोसाई व्हय मनावं!" मग न्यानबा तिले लय उतरून बोलला. तव्हा आनसानं, गोईंदानंच त्याची समजूत घातली.

मंग त त्याले वाटू लागलं की, लोक आपली टिंगलच करतात. खरं मनजे कोणी टिंगलीनं न बोलता सादंसुदं बोललं तरी, त्याले त्यात टिंगलच दिसे. मनून त्यानं चारझणांत बसणं-उठणं कमीच केलं.

उसने पैसे मांघणारे आजूक बी त्याले भंडावत व्हते, पण त्याच्याजवडे आता राह्यलंच काय! शंभर-दोनसे याचे-त्याचे हात उसने व्हते ते देले. पाचशे रुपये कारकुनाले देले. बरं, कारकुनाले देले ते कामाचं पडणार हायेत. राह्यलेल्या हजारात काय व्हणार हाये? कपडालत्ता, जेवारी, बी-बियाणं, औषिद-पाणी.

पण या खरेदीच्या घोळाघोळात न्यानबाचं वावरातलं काम तसंच राह्यलं व्हतं.

लगनाच्या अदुगर त्यानं बैलबी इकले व्हते. बैलांवाचून त्याची इतली हातमोडी कव्हाच झाली नव्हती.

भावातून अलग व्हवून त्याले हिंगं आठ-दहा वरसं झाले, पण त्यानं कव्हाच बैल मोडले नव्हते. हिशावर आलेलं रान कमी व्हतं. मनून त्यो कोणाची दहा-पाच एकर भोय बटईनं, ठोक्यानं करे. मंजे कोणाच्या धुऱ्यावर जाऊन कोणाच्या हाताखाली राबायचं काम ना पडावं.

पण औंदा समदा भोंबराच पडला कामाचा. पळ्हाट्या, फणकटं तसेच उभे व्हते. पळ्हाट्या उपटून वखरपाही द्या लागत व्हती. फणकटी नागरायची. नागरण राह्यलं पण वखरा तरी लागत व्हती. दहा-पाच गाड्या खतबी व्हतं ते नेऊन टाका लागत व्हतं. समदी बैलाच्यानं हातमोडी आली.

बरं दुसरे बैलच इकत घेयाले, त त्याच्यात तितका अवकास नव्हता. जवडे राह्यलेल्या हजार रुपूल्ड्यात करावं तरी काय काय? मनून मंग औंदाची कुणबीक धकवायपुरते कोणाचे खांदानं बैलं भेटतील का ते पाहू लागला. खांद मनजे पयसे नाही त, जेवारी घेऊन हंगामालोक बैल वाह्यासाटी देणं. पण असे खांदानंबी बैलं देणारा कोण्हीच नव्हता गावात. लिंबेगावच्या धनगराजवडे हायेत मनत, न्यानबा तिथीसा जाऊन आला, पण त्यानं आदुगरच बैलं इकून टाकले व्हते.

इतली पाहाय पाहाय त्याले कव्हाच झाली नाही. बटईनं करायच्या वावराचंबी त्यानं अजूक कोणाले पुसलं नव्हतं.

आखरी त्यानं ठरवलं, जाऊ द्या, व्हवू द्या एकदा वावराची मोजणी. एकदा का शावकाराले रान मोजून देलं की मंग, उरलेल्या रानाची मशागत करायले आपण मोकळे.

"अमक्या दिसी पांडेबुवा मोजणी कराय येतो मने," असा संतोबा शावकारानं परवाच्या दिशी पोराहाती निरोप देला व्हता. तवापासून न्यानबाचा जीवच गळाटला.

शावकारानं वावर मोजायसाटी बलवलेला पांडेबुवा किती लुच्च्या हाये ते समद्या गावालेच माहीत हाये. पाच वरसं झाले, त्यो या गावचं पांडेपण करायला. त्याच्यानं पर्तेकालेच त्याचा आनभाव व्हता. कोणाले बोटभर कागद लिहून द्यायचा असला तरी, त्यो चार-पाच रुपये घेये. सातबाराच्या नकला देयाच्या मनल्या की, एका नकलेलं दहा रुपये असा त्याचा रेट व्हता. कोणाचं वावर मोजायचं मनलं की, ज्याच्याकून पाच-पन्नास जास्तीचे भेटतील त्याच्याकडं मोजता मोजता एखांदी तरी साकळी आगाऊ टाकंलंच. असा लय झणाच्या मोजणीत त्यानं घोळ केला व्हता. न्यानबाले त्याचा भरूसाच वाटेना. त्याले वाटे, शावकार त्याले दहा-पाच देऊन

घोळ कराय लावंल. शावकारबी तितल्याले कमी नाही.

अन् झालं बी तसंच. पांडेबुवानं वर्तून तीन एकर रान मोजलं. त्याच्या खुणा न्यानबाच्या अंदाजापरीस धांदधांद तरी मव्हरं सरकल्या. न्यानबाले वाटलं, लय झालं त चाराच्या बुडालोक तीन एकर रान भरल, पण चाराले मांघं टाकून खुणा मव्हरं सरकल्या.

मोजणीत काहीतरी घोटाळा झाला असं न्यानबाले वाटू लागलं; पण मनावं कसं? भस्कन मनावं त पांडेबुवा आजूक एखांदं खुसपट घालायचा.

खुणाह्यचे दगडं मांडून समदे चाराच्या सावलीत आले. सावकारानं खिशातली बिंडल-डबी काहाडली. शंकर पाटील अन् न्यानबा सोडून बाकी समदे बिड्या वढू लागले.

मोजणी करायची मनून न्यानबानं मुद्दाम शंकर पाटलाले संगं आणलं. हो, काही कमीजास्त झालं त...? शंकर पाटील अदुगर त नाहीच मनले, "खरेदीच्या वक्ती तसं झालं, आताबी मले नेशील त आजूक काही भानगड करंल त्यो शावकार!" पण न्यानबानं लय नेट केला, मनून आले.

तसं शावकाराचं अन् शंकर पाटलाचं बनत नाही. गावात खरं पार्टिशन या दोघायचंच. बाकीचे मंग आपापल्या सोईनं, काही शावकाराकडं त काही शंकर पाटलाकडं. न्यानबा मातर पह्यल्यापसूनच शंकर पाटलामांघं हाये. तसा त्याचा पाटलावर सक्क्या भावावाणी इस्वास व्हता, त शंकर पाटीलबी त्याले कव्हाच अंतर देयेना.

बसल्या बसल्या न्यानबानं पाटलाले खुणावलं. दोघंझणं उठून जरा दूर गेले. न्यानबानं मनातली शंका पाटलाले बोलून दाखवली. तव्हा पाटील काही बोललेच नाहीत. ते मोजलेल्या रानाकडं पहात व्हते.

"पाहावं का मनून पांडेबुवाले?" न्यानबानं ईचार्लं.

"पाहाय."

दोघंबी चाराखाली आले. आल्या आल्या पांडेबुवानंच गोष्ट काहाडली, "काय इचार केला बॉ दोघायनं तिकडं जाऊन?"

शंकर पाटील हसले. त्याह्यनं, न्यानबाकडं पाह्यलं अन् मनले, "न्यानबाची शंका हाये जरा."

पांडेबुवानं कपाळावर अटी चढवली अन् न्यानबा काही बोलायच्या आतच तणतणला, "मले माहीत हाये न्यानबाले काय मनायचं ते! पण ध्यानात ठेव, रान मोजता मोजता माहे केसं काळ्याचे ढवळे झाले; म्या मोजलं यात जर रेसभर कमी-जास्त भरलं त पाचशे रुपये बक्षीस देतो तुले. नाही त तुझ्याजवडून पाचशे रुपये घेईन. हायेस कबूल? बोल?"

न्यानबा काय बोलणार हाये? त्यो मुकाच राह्यला.

मंग पांडेबुवा लयच आडवंतिडवं बोलू लागला. त्यात शावकारानंबी उचल खाल्ली. न्यानबासंगं शकर पाटलालेबी त्यो आडून आडून गधा-गाढव करू लागला. ''समदा नासूडा कोण करायलं ते माहीत हाये मले! नाही त एऱ्ही तुले येलातलं बेत्त कळत नाही.'' असं शंकर पाटलाकडं पहात न्यानबाले मने. न्यानबाचा जीव धडधडला. शंकर पाटील जर काही कमी-जास्त बोलले त भांडण व्हयाले उशीर नव्हता. नाहाक आपण ही शंका काहाडली. धांदभर गेलं असतं त मुत्ता मारी. एका सालासाटीच जात व्हतं ना! अशी का पक्की खरेदी करून देली आपण! त्यो त्याच्याच मनाले खाऊ लागला.

पण शंकर पाटलानं निसतं ऐकून घेतलं. त्याह्यनं खालची जबान वऱ्ही केली नाही. न्यानबानं मनातल्या मनात त्याह्यचे दहा खेप पाय धरले.

शावकारच माजलेल्या हाल्यावाणी उड्या मारत मनू लागला, ''ए न्यानबा, तू कोणाच्या जोरावर गमजा करतंस ते मी वळखतो! चल आण, तुहे पाठीराखे कोणते कोणते हायेत ते! काय माहा हालंक भारी करतात ते पाह्यतो मी!''

त्यो उठला अन् बडबड करत खुणाह्यकडं जात मनला, ''पांडेबुवानं त इमानदारीनं मोजलं, पण आता मी वव वव खुणा तुह्याकडं आदिकीच्या सरकवतो. पाह्यतो मंग मी, कशा सरकवतस तू खुणा ते!''

अन् खरंच त्यो खुणाह्यचे दगडं उचलून न्यानबाच्या हिश्शात मांडू लागला.

न्यानबाचा जीव तटातट तुटू लागला. बाकीचे समदे निसतेच पहात व्हते.

रान मोजल्यावर झालेल्या भानगडीनं न्यानबाचा जीव भणाणल्यावाणीच झाला. त्याचं कशातच लक्ष लागेना. आनसा त्याले धिरूसा देये. त्यानं जास्तीचं रान घेतलं त घेऊ द्या मने, ''मव्हरच्या हंगामात त्याचे पैसे देऊ अन् आपलं रान वापस घेऊ. कुठीसा घेऊन जाणार हाये त्यो रान?''

त्यो बी समदं इसरायसाटी धडपडत व्हता. पण इसर पडतच नव्हता, रातरशा डोळ्याले डोळा लागत नव्हता, ताटावर बसलं त घास मोडावं वाटेना.

चार-आठ दिस असेच गेले. मंग हळूहळू त्यो सावरला. एका दिसी त्यानंच बायकोजवडं गोष्ट काहाडली, ''उरलेल्या रानात समदी एच.फोर लावू.'' त्यानं ही मनातली गोष्ट इतके दिस तिले सांगतलीच नव्हती. ती ऐकत राह्यली, त्यो सांगत व्हता.

आनसाले ह्यो लय मोठा घास वाटे. जन्मात कव्हा ती सरकी लावली नाही. आपल्या रानात सुदी येते का नाही ते बी माहीत नाही. लावली तव्हापासूनच तिची सोय घ्या लागते मनं. खतं, फवारण्या येळच्यायेळले व्हया पाह्यजेत. आपली त अशी बारा गाडे घाण. एखांदी फवारणी कमी-जास्त झाली, नाही त खत कमी-

जास्त देल्या गेलं त समदंच वाया जायचं. त्याच्यापरीस आपलं हाये तेच चालू देवावं, दरसालवाणी टरटर जुनीच सरकी पेरून टाकावं. लयच झालं त एखांदी थैली एच.फोर लावावं. आली त ये, नाही आली त जाय बोंबलत. फिटायचा तव्हा फिटल पैसा. पैशासाठी असा हाल्या दवण्यात काय फायदा हाये? समजा, दवाय बसलो बी, त त्यानं दूध देलं त ठीक अन् नाही देलं त?

न्यानबानं तिचं आईकलं नाही. 'व्हईल कसं बी' त्यो मनला. त्यानं सोबाच्या सासऱ्याजवडून एच.फोरच्या थैल्या आणल्या. त्याह्यच्या घरच्याच फौंडेशनचं बी व्हतं. त्याच्यानं खात्रीचं व्हतं, घरच्यावाणीच.

समदं झालं, पण वावराची सोय? फणकटी आजूक तशीच उभी हाये, खत नेऊन टाकायचं राहिलं. एखांदा आखाडतोंडचा अवकळणी पाणी झाला त समदं जागच्या जागीच राहील.

शंकर पाटलाच्याच बैलगाडीनं एका दिशी त्यानं खत नेऊन टाकलं. दोन दिवस त्याह्यच्याच आवतानं रान वखरून काहाडलं.

आता तितके फणकट येचेस्तोर त्याचा जीव बिनघोर व्हता.

एक दिसी सोबाचा मामा आला.

हात-पाय धुयाले पाणी देता देता आनसानं इचार्लं, "खरेदीच्या वक्ती निरोप देऊन बी, काऊन आला नाहीस दादा तू?"

"निरोप आला तव्हा मी घरी नव्हतो, अकोल्याले गेलो व्हतो. तिसऱ्या दिशी घरी आल्यावर निरोप भेटला. त मनलं, आता काहाले जावावं? खरेदी त झाली असंल. जाऊ एखांद्या दिसी. मनून यंधवा आलो."

घरात आल्यावर त्यानं खरेदी कशी झाली ते इचारलं. आनसानं समदं सांगतलं. "कुटून बाप्पा तुह्या इव्हायाच्या गळ्यात गळा घालायची बुद्धा सुसली, देव जाणे! तुह्यामुळं त्या कसाबाच्या हाती मान देली आम्ही." आनसा जीव तोडू तोडू बोलत व्हती.

शावकाराचा सबाव इतला खऊट असंल असं आपल्याले सपनात बी वाटलं नाही असं त्यो मने. आखरीले त त्यानं गळ्यावर हात ठेवून शब्द देला, "तुमच्या वावराचं त्यानं काही कमी-जास्त केलं त त्याची बी पोरगी माझ्या हातात हाये. मी बी माह्या बह्यनीचा वचपा काढल्याबिगर राहणार नाही. तसं नाही केलं त माहा नाव बदलून ठेव."

त्याचं बोलणं ऐकून तिले धीर आला; पण तोंडदेखलं बोलायचं मनून ती मनली, "नाही बाप्पा, आमच्यासाटी काऊन त्या पोरीचे हाल? आमचं व्हवो

कसंबी! पहलाच उखळात हात घालू नव्हता... घातला, आता एक रट्टा कमी का जास्त. सहनच करा लागंल. आमच्यासाटी काऊन त्या बिचारीच्या जिवाले घोर?''

''त्यात काय घोर हाये? तोंड उघडायाटी नाक त दाबाच लागते,'' त्यो मनला.

''पाहाय बाप्पा तूच. माहा त आत्तापसूनच टकुरं फिरायलं. कसा शेवट व्हईल याचा ते व्हवो!''

आनसा चहा कराय चुलीकडं गेली. पाव्हणा एकटाच बसून राह्यला.

पाव्हणा रातभर राह्यला अन् गेला. जाता जाता न्यानबाले, आनसाले धीर देऊन गेला. शावकाराले बी त्यानं समजावून सांगलं मने.

शावकार पाव्हण्याले मनला मनं, ''या येवहारात न्यानबानं जर शंकर पाटलाले दुम्हाऱ्या मंधात आणलं त आपण काहीबी करू. मंग एकूणएकाह्यचे टकुरे लाल व्हायची पाळी आली, तरी बी घोर नाही. खरेदीच्या वक्तीबी शंकर पाटील संगं नसता त आपण तितला घोळ घातला नसता, हजारानं बुडवलं नसतं.''

पाव्हण्याचं मननं आलं की, शावकार मनते तसं वागा. आपलं वावर वापस घेवस्तोर शंकर पाटलाले मंधात आणू नका. आपलं गोडीगुलाबीनं झालं तेच सुदं. भानगडी करण्यात काय मजा हाये?

न्यानबाले तरी भानगडी करायचा कुठीसा हारीक व्हता? भांडणापासून पह्यलाच त्यो चार हात दूर राह्यते. पण ते जर घर पुसतच येत असंल, त मंग पायात शेपूट घालून मुकं राह्यल्यानं कसं व्हईल?

''कोणी खातो खातो मनन अंगावर आला तरी बी औंदाच्या साल मुकंच राहा,'' असा पाव्हण्यानं सल्ला देला.

आनसानं समद्या रानात एच.फोर लावायची गोष्ट काहाडली. त त्यो ''लावा.'' मनला. ''कमी-जास्त कव्हा अडचण आलीच त धकवाधकवी करीन,'' मनला.

न्यानबानं बैलाची अडचण दाखवली.

''हाये आमचा एक बैल रिकामा. देईन गड्याहाती धाडून. दुसरा इकत घेता, का कोणाचा हाये?''

त्यानं इचारलं तव्हा न्यानबा मुकाच राह्यला.

''सावड करू कोणासंगं. एकबयल्या भेटंल कोणीबी. पण आपल्याजवडे त एखांदा पाह्यजे ना अदुगर?'' आनसा बोलली, तिच्या भावाले तिचं मननं पटलं.

''करा तुमचा जोडजाड जसा करता येईल तसा. पण हिंमत सोडू नका. बटईचं रान पाह्यलं कोणाचं? नसलं पाह्यलं त पहा. घरच्या वावरामाथं थोडंच भागणार

हाये? त्यात समदी एच.फोर. लावतो मनता, त बटईच्या वावरात काही हायब्रीड, जेवारी, उडीद, मूंग पेरावं. मनजे...''

सोबाच्या मामानं असा लय इचार सांगतला. लहान लेकरावाणी दोघं नवरा-बायको आयकत व्हते, माना हलवत व्हते.

न्यानबानं गावाबाहीर येऊन पाव्हण्याले वाटी लावलं. तव्हा जाता जाता पाव्हण्यानं मनलंच, ''ते शंकर पाटलाचं तेवढं ध्यानात ठेवा...''

आता खरं त न्यानबाले प्रश्नच पडला. शंकर पाटलाबिगर त त्याचं पान हलत नाही. अन् पाव्हणा, शावकार मनते... अं, पाहून घेऊ जव्हाचं तव्हा! शंकर पाटलाले सोडल्यानं कसं जमंल?

खाली मान घालून इचार करत त्यो गावाकडं कलला.

पर्कासले हाती धरून आनसा पाणी भरत व्हती. त्याले पाणी भरणं झाल्यावर गोळ्या खायासाटी दहा पैसे देयाचं तिनं कबूल केलं व्हतं, तव्हा कुठीस त्यो पाणी भराय राजी झाला व्हता.

तिनं खेप भरली. पर्कासची गुंडीबी भरली. चुंबळ करून गुंडी त्याच्या डोक्शावर ठेवली. मंग घागर उचलून डाव्या काखंत घेतल्यावर तिनं भरणं उजव्या हाती घेतलं. त्याले मनली, ''चाल.'' दोघं मायलेक घराकडं धकले.

रस्त्यात रखमी भेटली. रखमीचं अन् आनसाराचं माहेर एकच. तिचा बाप आनसाचा चुलत निलत भाऊ. त्याच्यानं रखमी तिले 'फुई' मनत जाये. मेव्हण्याच्या नात्यानं ती पर्कास भेटला तिथीसा त्याची दिल्लगी बी करत जाये. आता बी तिनं त्याले अडवलं, मनली, ''का वं कारभारी, तुम्ही का बाई हा का पाणी भरायले?''

तिले पाहल्यावर त पर्कास दुरून जायासाटी रस्त्याच्या बगलंनं झाला व्हता. पण रखमी त्याले सोडते थोडीच! ती कव्हाबी त्याले लयच रंजीस करते. ''बायको करता का नवरा व्हता?'' मनते, ''मले नियाले कव्हा येता?'' मनते, एकदा कद्रावून त्यानं तिले चापट मारली व्हती. त दाटूनच मोठ्यानं लडल्यावाणी करून ती मनली, ''माय, मारलं व नवऱ्यानं मले, आता माय याचं मडं जावो त.'' एका दिसी त–निंदणाच्या घातीची गोष्ट हाये ती-तिनं त्याच्याच वावरात समद्या बायाह्यच्या मव्हरं 'मले तुमची सुंदरी पाह्यची' मनून त्याची चड्डी फेडली व्हती. तव्हा त्यानं हातपाय झाडून तिच्या मायच्यावर टोपल्यानं शेवा देल्या व्हत्या, पण ती मातर त्याच्या सुंदरीवर माती टाकत व्हती अन् खदखद हसत व्हती.

आताबी रखमी त्याले आडवी आली अन् आनसानं हमेसवाणी नाराजी दाखवत मनलं, ''राहू दे न माय, तुले आपलं त्योच एवसा, कसाबी दादाआप्पा मनून त

पाण्याले आणलं.''

"आता मले माह्या कारभाऱ्यासंगं बोलायलेबी मनाई हाये? कसं व कारभारी?'' तिनं पर्कासकडं पाह्यलं, पण तो तिले चुकांडा देऊन एका हातानं गुंडी धरत अन् दुसऱ्या हातानं चड्डी सावरत घराकडं धुम्मा पळत व्हता.

आनसा "अरे पळू नको, पडशील,'' मनत व्हती, तं रखमी खदखद हसत व्हती.

"गेला माहा चुलता?'' हसणं थांबवून रखमीनं इचार्लं.

"हो, गेला परवाच्या दिसीच.''

"खुशाली इचारत व्हती, त भेटबी झाली नाही.''

"राह्यलाच कुठीसा? आंधिल्ल्या दिसी आला अन् दुसऱ्या दिशी त गेलाबी.'' इतक्या लागलगीनं काहाले आले व्हते मनावं माय?''

"अं, लगलग? कव्हातरी मंग दोन दिस निचीतीनं राहात असते?''

आनसा धकली तशी रखमी मनली, "आता चाल्ल्या, एक गोष्ट इचारत व्हती?''

आनसा कपाळावर अठी पाडत थांबली. काय इचारते मनावं? तशी रखमी मुलखाची चहाटळ हाये. लावालाव्या करण्यात तिचा हात कोणीच धरणार नाही. गावात कोणाचं काही कमी-जास्त झालं त त्याची समदी बाईनवार माहिती तिले असते.

"काय इचारत व्हती?''

"काय नाही.'' रखमी मांघं मव्हरं पहात मनली, "माझ्या चुलत्यानं अन् शावकाराचं राती भांडण झालेलं माहीत हाये का मनलं तुम्हाले?''

भांडण? पाव्हणा गावाकडं जातानी त तसा काही मनला नाही? भांडण व्हईल तरी काहासाटी? न जाणो, आमच्या वावरासाटी काही बोलाचाली झाली असंल त? पण त्यानं तसं काही झालं असतं त सांगतलं असतं! जाऊ द्या, ही आऊ समद्या मुलखाची लबाड हाये, आगलावी हाये. आनसा तिच्यासंगं आपण व्हवून तशी कव्हाच बोलत नसे, पण ती जुलमच बोलाय लागली त 'बोलू नको' तरी कसं मनावं? आनसा बारीक डोळे करून तिच्याकडं पहात व्हती.

रखमी सांगू लागली, "तुमच्या पैशासाटीच भांडण झालं मनं. तुम्हाले लग्नासाटी दिलेले अन् खरेदीच्या वक्ती देलेले बी पैसे शावकाराचे नव्हते मनं. ते समदे माह्या चुलत्याचे व्हते. तुम्हाले तसे देले असते त त्याले तुमचं वावर मांडून घेता आलं नसतं, मनून त्यानं शावकाराच्या हातानं शावकाराचे मनून देले. खरेदीच्या वक्ती शावकारानं याजाचे मनून जे पैसे तुमच्या पैशातून काटून घेतले, ते घेयाचं बोलणं नव्हतं मनं. मनून माहा चुलता शावकाराले ते याजाचे पैसे वापस

मांघू लागला, त शावकार वापस देयाले राजी नव्हता. त्याच्याऊन त्याह्यची मंग लय तू-मी झाली.''

रखमीचं हे बोलणं ऐकून आनसाचा जीव धडधडू लागला. तिचं मन तिले मने, ''ह्यट, दादा तसं कसं करंल? आपण का परके हाओ? ही आऊ काहीबी एकाचं दोन सांगते.''

''तुमचा लेक सांगू लागले. ते त्या राती तिथिसाच व्हते मनत. दोघायनं एकूणमेकाह्यवर घोळ खोसले व्हते, अरे-कारे बी केलं. माहा चुलता मने, ''तुह्या पोरीले जलमभर माहेर दिसू देणार नाही.'' त शावकार मने, ''माही पोरगी जित्ती फुकून देली तरी घोर नाही.''

बोलता बोलता रखमी थांबली. दोघीतिघी बाया खेपा घेऊन येत व्हत्या. त्या गेल्यावर ती मनू लागली, ''फुई, शावकार त आखरीले मनला मनं की, ''तुह्या मेव्हण्याचं वावर सोडीन अन् तुही बी एक कवडी वापस करीन त मांगच्या पोटचा व्हईन.'' माहा चुलता मने, ''वावर पचवायले अन् माहे पैसे बुडवायले कुशाएवढाले दात पाह्यजे.''

आनसा भान हरपल्यावाणी झाली. रखमी मनते ते जर खरं असंल, त जाणून-बुजूनच आपल्या भावानं आपला गळा कसायाच्या सुरीखाली देला मनावं? किती निकरट मनावं आपला भाऊ? पैशामव्हरं बहीण त्याले मातीमोल वाटली. इतला कसा जीव असंल त्याच्या पैशात?

तिनं रखमीकडं पाह्यलं. ती तिले काळासारकीच वाटू लागली. कुठून आऊचं तोंड पाह्यलं काजून? नसला ते कली धसवला माय रांडनं मनात!

आनसा धकली. रखमी बोलतच व्हती. मंग आनसा मातर थांबलीच नाही. काखंतल्या घागरीवाणीच तिचं मन बी डचमळ डचमळ करत व्हतं.

घरी आल्या आल्या तिनं न्यानबाले ती गोष्ट सांगितली, पण न्यानबा हात अडवत मनला, ''ह्योट, काय खरं हाये व त्या चोट्टीचं? मुलखाची लबाड हाये ती! पाव्हणा तशीकशी दगाबाजी करंल आपल्यासंगं? आपल्याले त्यो परका हाये, का आपण त्याले परके हाओ? काही ध्यान देत जाऊ नको अशा बटक्या लोकाह्यच्या गोष्टीवर.''

न्यानबाच्या बोलण्यानं आनसाचं मन हलकं झालं.

रखमीच्या गोष्टीनं तसं पाह्यलं त, न्यानबाच्याबी मनात घर केलं. पाव्हणा आपल्यासंगं तशी दगाबाजी करणार नाही; पण काय सांगावं? तरी पाव्हणा बी पैशाचा लय लोभी हाये अन् त्याचे हजार लफडे चालूच असतात. याची मान मोड, त्याची मान मोड अशा लटपटी खटपटी करूनच त्यानं सहा बैलांची भोय कमावली, नाही तं पह्यलं काय व्हतं? न्यानबाचं लगन झालं त्या साली न्यानबाचा

सासरा अन् मेव्हणा लोकाच्या सालानं व्हते.

तशी एक-दोनदा न्यानबासंगंबी त्यानं लबाडी केली व्हती. न्यानबाचं लगन झाल्यावर पाच-सहा वर्षांची गोष्ट. आनसाले दिवाळीसाटी नेलं अन् तिकडंच तिच्या अंगावरचे चांदीचे कडे काहाडून इकले. मंग, मव्हरं सालं-दोन सालं न्यानबाले त्यानं कीर केलं. जव्हा आनसानंच त्याच्यासंगं भांडण केलं, तव्हा कुठीसा त्यानं कडे करून देले.

त्याच्यामुळंच न्यानबाला वाटे, रखमी मनते ते खरंबी असंल. पाव्हण्याचा तसा काही नेम सांगता येत नाही, पण त्या दिसी जाता जाता कसा मिठ्ठूवाणी बोलला!

तसं आनसालेबी वाटे; पण ते एकमेकाजवळ तसं उघड उघड बोलत ना.

आता हिंगं बैलाचंच पहाना. त्याले जाऊन आठ दिवस झाले. गेल्या गेल्या गड्याहाती बैल पाठवतो मने. आजूक पत्ता नाही. खरं त, लबाडाचं आवतनं जेवल्याबिगर खरंच नाही.

"का जाऊ मीच बैल आणाय?" न्यानबानं आनसाले इचार्लं.

ती मुकीच राह्यली. मग न्यानबाच मव्हरं मनाला, "जातो वासमालोकं, यंधवा बजार हाये. त्याह्यच्या गावचं कोणी ना कोणी भेटंलच. भेटलं त निरोप देतो. आन् येता येता आपल्याले मणखांडं जेवारी, बटईच्या वावरात मनलं तरी उडदा-मुगाचं, तुरीचं उलुतिलु बी लागंलच, तेबी आणतो. झालंच त तुले एक हलकं-मालकं लुगडं आणतो, पर्कासलेबी इजारीले कपडा आणतो."

"अन् तुम्हाले? एकच आंगडं, तेबी समदं उतरलं. धोतराह्यची बी चाळणी झाली समदी."

"माहा धकंल कसं बी!" त्यो मनला.

अन् जेऊनखाऊन न्यानबा वाशिमले गेला.

न्यानबा संध्याकाळी घरी आला त त्याचं तोंड एव्हडुक्सं झालं व्हतं. काहीतरी बिघडलं हे आनसानं वळखलं. ती एकाएकी काही बोलली नाही, पण तिचा बी जीव उलुतिलु व्हवू लागला.

त्यानं चहा पेल्यावर तिच्या मव्हरं लुगड्याची घडी ठेवली. रंग, पोत पहाय मनला. पर्कासचा कपडा त्याच्या हावला केला. खिशातला भातक्याचा पुडा काढून त्यो बी पर्कासले देला. पर्कास खूस झाला.

"भेटलं व्हतं कोणी?" तिनं चहा घेता घेता इचार्लं.

"भेटलं व्हतं." त्यानं सुस्कारा टाकला.

"कोण?"

"मांगाचा सद्या."

"काय मने? सांगतला निरोप?"

"काय निरोप सांगायचा? त्योच निरोप घेऊन आला व्हता उल्टा."

तिचा जीव धडधडला... मांगाहाती निरोप मनजे...? कोणी एकाएकी गेलं का काय? तसं कोणी बिमारगिमार त नव्हतं मना! काय सांगावं, काही कमीजास्त झालं असलं त? ...तिनं तसं बोलून दाखवलं.

"तसं काय नाही. बैलाचाच निरोप व्हता.

आनसाचा जीव मोकळा झाला.

ज्यो बैल न्यानबाले द्यायचा व्हता, त्योच बैल पाव्हण्यानं त्या मांगाले इथून गेल्यावर इकला. बैल इकल्याचाच निरोप घेऊन त्या मांगाले मुद्दाम पाव्हण्यानं पाठवलं.

"मग काहाले आदुगर देतो मनला व्हता? त्याच्या बैलासाठी का इथीसा कोणी घालण्या आलं व्हतं? एऱ्ही लबाडाच्या पोटचा हाये." आनसा कातावून बोलली. न्यानबाले तिच्या बोलण्याचं हसू आलं. सक्क्या भावालेच ती लबाडाच्या पोटचा हाये मनते!

तिनं त्याचं हसणं ऐकलं. मंग मनली, "मले नाही येत हसू, हसा तुम्हीच! खरंच मनतो मी. माहा बाप असा हजाराच्या पोटचा नव्हताच. त्याची गरिबी व्हती, पण एकदा कोणाले 'हो' मनलं की जीव गेला तरी त्यानं मांघं पाय टाकला नाही. हे खत त्याच्या पोटी आलं! काय याचा भरूसा? ती रखमी मनते तसं यानं केलं बी असंल. तितल्याले कमी नाही ह्यो हिरा."

ती आपल्या मनातलंच बोलायली असं त्याले वाटलं.

"जाऊ दे, देव पाठीमांघं असल्यावर माणसाह्यनं कितीकय पाण्यात पाह्यलं त काय वाकडं व्हणार हाये?"

पन् आनसाच्या डोळ्यांत पानी आलं व्हतं. ते पुसत ती मनली, "आवं, पण आपलं आपलं मनून ज्याच्या खांद्यावर मान टाकावं, त्योच सुरी फिरवाय लागल्यावर कोणावर भरूसा ठेवावं मानसानं?"

"भरूसा? फक्त तुवा माह्यावर ठेवायचा अन् म्या तुह्यावर ठेवायचा. जगाचं काय करायचं आपल्याले?"

त्यानं तसं मनलं व तिचे डोळे आदिकीचेच गळू लागले.

"पूस डोळे, सोबाचा सासरा भेटला व्हता."

"काय मने? खुशाल हायं मने सोबा?" तिनं खरंच आसू थांबवले

न्यानबा सांगू लागला. मांगानं बैलाचा तसा निरोप सांगतल्यावर न्यानबा

हिरमसून एका दुकानामव्हरं बसला व्हता. काही घेवावं, का कुठीसा जावावं असं पन त्याले वाटेना. तितल्यात सोबाच्या सासऱ्यानंच त्याले हाक मारली. "काहुन इथिस बसले?" मनला.

पाव्हण्यानं त्याले हाटेलीत नेलं. चहा पाजला "काही दुखतेगिकते काय?" मनला. तवा न्यानबानं बैलाची गोष्ट सांगतली.

"इतल्यासाठीच बसले हातपाय गाळून? त्याह्यनं नाही देला त आपला न्या. एक मनता दोन न्या. चला यंधवाच माह्यासंगं, इकडच्या इकडं." पाव्हण्याच्या त्या बोलण्यानं न्यानबाले हुरूप आला. सक्क्या मेव्हण्यानं 'हो' मनून तोंडात माती घातल्याचं त्यो इसरला. सोबाच्या सासऱ्याचा त्याले लयच हारीक आला. काय करू, न् काय नको असं त्याले झालं. दोन-तीन दिसानं बैल नेयाले येतो मनला.

"त्याच बुवाचं उपकाराचं वझं वाहाडायलं हिंगं उरावर. एच.फोरच्या थैल्याबी देल्या. आता बैलंबी न्या मनला. दादाआप्पाचे पाय धुऊन पेले त उपकार फिटणार नाहीत. तुह्या भावापरीस..."

"त्याचं नाव नका काहाडू... माझ्या मव्हरं!" आनसा कचकचली. "मेला माह्यासाटी त्यो आताच!"

"इतल्यानंच काय झाल? आणखी एक भानगड हायेच तुह्या भावाची मांघं!"

"आता आणखी काय हाये?" तिनं तोंड वासलं.

न्यानबाने तिले मांघल्ली आठवण करून देली. खरेदीच्या दिशी सोबाचा सासरा वासमात भेटला व्हता, तव्हाच त्यो हजार रुपये न्यानबाले मांघे. त्याले वाटलं, उसनेच मांघते काजून? तव्हा न्यानबा 'नाही' मनला. पाव्हण्यानंबी लयशिक जिकीर केली नाही, का पैशाचा फोड केला नाही, काहाचे हायेत काहाचे नाहीत. न्यानबानंबी इचार्लं नाही न पाव्हण्यानं सांगलं नाही.

हाटेलात चहा पेल्यावर पाव्हण्यानंच गोष्ट काहाडली. हुंड्याचे पेसे देतानी सोबाच्या मामानं हजार रुपये कमी देले व्हते. 'मंग देईन' मने. लगनाच्या वक्ती पैसे माघतले त मने, मंग देऊ लगन झाल्यावर. तव्हा सोबाचा सासरा आटरला. 'लगन लागू देत नाही' मनला. तव्हा सोबाच्या मामानं हातपाय जोडले. 'धकवून घ्या' मनला. 'मीच पैसे देईन' मनला, 'पोरीच्या बापाले मांघू नका' मनला, तव्हा लगन लागलं. या गोष्टी समद्या अंधारातल्या. या दोघा नवराबायकोले यातलं काहीच माहीत नाही. सोबाच्या मामानंबी कव्हा काही सांगतलं नाही, ना मनलं नाही, सोबाच्या सासऱ्यानं लगन झाल्यावर एक-दोनदा पैशासाठी निरोप देला त सोबाच्या मामानं उलटी तंगडी केली. "पैसे पोरीच्या बापाले मांघा" मनला, मनून सोबाच्या सासऱ्यानं न्यानबाले पैसे मांघतले व्हते.

"त्याचं काळंपांढरं व्हवो त." आनसानं कडंकडं बोटं मोडले. तव्हाच धरून

कोणंतरी आवाज देला. "आलो, आलो," मनत न्यानबा उठला. घरात आनसा सेवा-सराप देतच व्हती.

न्यानबानं मणभर जेवारी इकत घेऊन पोतडं संपाच्या गाडीत टाकलं व्हतं. दारी त्याचीच गाडी उभी राह्यली व्हती.

"हं, संबाळा, तुमची जेवारी... समदं फाटकं पोतं राजा! रस्त्यानं निऱ्हा घाण केली आमची?" संपाचा गडी मनला.

"सांडत आणलं का काय रे?"

"तितलं नाही सांडलं मना. तव्हाच पाह्यलं मनून बरं झलं. नाही त दाणा रहात नव्हता त्याच्यात!"

न्यानबानं पोतं उतरवून घेतलं अन् त्याचे हातपायच गळाले. अर्धी जेवारी सांडली व्हती. "का रे?" न्यानबाले मव्हरं बोलताच आलं नाही.

"आम्ही तरी काय करावं? आमच्या सामायनावर ध्यान ठेवावं, का तुमच्या पोत्यावर ध्यान देवावं? तव्हाच तुम्हाले मनलं नव्हतं मालकानं, गाडीत टाकू नका मनून? सांडऊबड झाली त कोणं भरपाई करून देवावं?"

न्यानबाले काय बोलावं तेच समजेना. खरं व्हतं त्या गड्याचं मननं बी. त्याचा मालक नाही मने तरी घालण्या आल्यावाणी त्यानं गाडीत पोतं टाकलंच. आता कोणाले बोलून काय फायदा? झक् मारली असती अन् एस.टी.वर, टाकून आणलं असतं त... फाट्याऊन घरालोकं डोक्शावर आणायचीच घाण झाली असती. पण आपला जीव आल्हादी ठेवावं वाटला, मनून बुवाच्या गाडीत पोतं टाकलं. आता खरंच सांडली, का काढून घेतली जेवारी देव जाणे? न्यानबा चुरमुळ्या देत सोताहालेच गधागाढव करत व्हता.

असं काऊन व्हयालं ते त्याले कळेना. चिखलाच्या गाट्यातून बाहीर पडायसाटी एक पाय नेटापाटानं वऱ्ही उचलाय जावावं त दुसरा कमरलोकं आत जातं. असं काऊन? काऊनच मनावं असं?

आखाडतोंडचा एक रट्टावून पाणी पडला. उन्हाळभर उडालेला अन् घराह्यवर, झाडाह्यच्या फांद्या-पानांवर साचलेला धुल्डा पार धुवून निघाला. तात्पुरती उन्हाची काहिली कमी झाली. पण एक-दोन दिवसच. पुन:उन्हं इखासारखं तपू लागलं. पहिल्यापरीस गरमी आदिकीची व्हऊ लागली. धडधाकड मानसाह्यचे जीव गरमीनं गुदमरू लागले. मथाऱ्या-कोताऱ्याह्यचं त मरणच आलं. त्याह्यले दिवस डोंगराएवढा वाटू लागला.

आखाडतोंडचा असा पाणी पडला की, वैराणफाटे मोडाय लोक सुरुवात करतात. घरात, झोपड्यात वैरणी, गवऱ्या, इंधन भरतात. झोपडे शिवतात, काचवे घेतात, मातीच्या भितीवरचे डाळणं दुरुस्त करतात. जंगलातून झाकत जाऊन

कासराभर दिवस वऱ्ही येवस्तोर व्हर्क्याच्या गाड्या भरून आणतात. व्हर्का मनजे पळसाचे डहाळं. झोपड्यासाटी, डाळणासाटी ते लागतात.

तोंड वऱ्ही कराय कोणाले फुरसत राहात नाही.

दुम्हारचा पाऊस पडायच्या आदुगर बी-बियाणं, खत, एन्ड्रीन अमुकढमुक समदं जमा करून ठेवा लागते. मंग पेरणं व्हवंस्तोर वावर सोडून कुठीसाच फट्कनं व्हत नाही.

न्यानबाचं काम मातर भलतंच रोंभ्यात पडलं व्हतं. बैलाह्यची सोय झाली व्हती. एक बैल त सोबाचा आणलाच व्हता. दुसरा बईल राघोचा व्हता. राघोचं आठ-नव एकर रान व्हतं. दोही बैलाह्यवर वाह्यायचं व्हतं.

बैलाची, बटईच्या वावराची फिकीर मिटली व्हती. पण खताची–औषिदाची सोय? सोसायटीच्या कारकुनानं पह्यला वाटप केला तव्हापासून जे तोंड काळं केलं, त त्याचा पत्ताच नव्हता. पेरण्या धरायची पाळी आली तरी, वाटपाचं नाव घेयेना. कव्हा परमिटं देईल, खताचे औषिदाचे? अन् कसे, कव्हा आणावं मानसानं खतं, औषिदं पावसापाण्यात?

दुसऱ्या वाटपावाले न्यानबासारखेच पाच-सहा झणं गळाटले व्हते. त्यातनी वडाखालचा तिरमखच जरा खटपट्या व्हता. बाकीचे न्यानबासारखे डोळे असून आंधळे अन् कान असून बहिरे, नंदीबैलावाणी मान हलवणारे.

तिरमखच एक-दोनदा कारकुनाले त्याच्या गावाले जाऊन भेटून आला. "व्हा मव्हरं, येतोच उंद्या." असं दोनदाबी कारकून मनला. पण त्यो काही आला नाही.

न्यानबाले त्याचा लयच दिमाख येऊ लागला. न्यानबासारकेच बाकीचे बी कारकुनाले दहा रुपये शेकड्यानं इनाम देयाले तयार व्हते. तरी तो तयार होईना. आता का त्याले समदेच पेसे देवावं का काय मानसानं?

एऱ्ही हे नोकरशाहीवाले लयच माजल्यावाणी करायले. मंग त्यो पांडेबुवा असो का सोसायटीचा कारकून असो, ग्रामपंचायतचा ग्रामसेवक असो का कोण्या हापिसचा बाबू असो. समद्याह्यलेच कामाआंधी गठ्ठ्या खायाले पाह्यजे. काम व्हवो का न व्हवो, पह्यले माल लाव! जशी त्याह्यच्या मायची भाडच इथिसा जमा करून ठेवली.

पह्यले इंग्रजाच्या जमान्यात तरी बरं व्हतं. इतल्याभार नवकर्कीवाले लोक पैसा खात ना, तव्हा नोकरीले वाण्या-बामनासारख्या अडाण जातीचेच लोकं असत. त्याह्यनं चार-दोन पैसे खाल्ले त वाटे, खाऊ द्या खाल्ले त! ते का आपल्या रक्ताचे हयेत? पण आता? कोणत्याबी नवकरीवर समदे खेडेपाड्याचेच भरले ना! आदुगर असं वाटे की, हे समदे आपलेच मानसं, आता आपली कामं पटपट व्हतील. पण काहाचे हो? पह्यल्यापरीस हे बहाद्दर भरले. पह्यले त पैसाच खात. आपले

मनतामनता हे त मानसालेबी खायाले जोर करतात.

काय जमाना आला ह्यो? अशानं कसं व्हवावं या दुनयेचं?

पह्यल्या पावसानंच समदे रानं चिवरले. बोट बोट गवताचे हिरवेगार शेंडे वाऱ्यावर झळझळ हलू लागले. घरचे कामधाम सोडून समदेच लोकं रान ढाळू लागले. रान ढाळायचं मनजे वखराची पाळी देयाची. ही पाळी देल्यानं जे तणखज्याळ रान असते त्याचं एक निंदण वाचते. पाण्यानं निघालेले तणकटाचे समदे कोंब वखरानं पालथे पडतात अन् उन्हानं मरून जातात. तणकटाचा पह्यला दाटवाट पदर असा कोंबातच मरून पडते. उरलंसुरलं तणकट उगवते ते इतलं दाट नसते.

त्याच्याचसाटी न्यानबानं बी वखर धरला. या बारीनं बी त्याले शंकर पाटलाचेच दोन्ही बैलं आणायचं काम पडलं. सोबाच्या घरून आणलेला बैल आमासा दोन दिसात रुंगल्यावानी झाला व्हता. काही खायेना ना पियेना. इथीसा त्याले नवाडनवाडं वाटत असंल? तसा लय तरणाताठाबी नव्हता. मरूझरूच व्हता. पण औंदाच्या साल काम करण्याजोगा व्हता. अं, डंगऱ्याचं का व्हयेना. येळंवर बुवानं देला हेच लय झालं. नाही त साताठशाचा दुसरा इकत घेण्याचं काम पडलं असतं. नाही त आपलेच वावर कोणाले बटईनं, नाही त ठेक्यानं देयाचं काम पडलं असतं. आता लोकंतरी, तशी पाळी न्यानबावर आली नव्हती. त्योच आठ-दहा एकर कोणाचं तरी रान दरसाल बटईनं करे.

त्याले कारण बी व्हतं मना. न्यानबा अन् संबाचा बाप एका जागी व्हते तव्हा त बरं, कोणाच्या धुऱ्यावर जायाचं त्याले का आनसाले कव्हाच काम पडलं नव्हतं. अलग निघून दहा बारा वरसं झाले तरीबी, चुकून एकदाबी ते दोघं, कोणाच्या मजुरीनं गेले नाही. आता आपल्याजवडचं रान जर दुसऱ्याले वहाय देलं, त मंग घरी बसून दोघायनं काय करातं? लोकाच्या कामानं जायाचं मनलं त त्याची सवय नाही. त्याच्यानं लाजबी वाटते.

मनूनच न्यानबानं बैलाचा जोड केला. सोबाच्या सासऱ्याजवडे दोन अगाऊ बैलं व्हते, त्याह्यले त्याह्यचं काम नव्हतं. दोन्ही न्या मनत; पण न्यानबानं एकच आणला. दुसराबी आणला असता, पण त्यो लयच थकलेला व्हता. आखाड पण भागवला नसता त्यानं. एखांद्यादिशी पुचकून मरून गेला असता झडीत. मग उगाच आपल्यावर बोल– आमचा बैल नेला अन् मारून टाकला! मनून न्यानबानं एकच बैल आणला.

दिवस कलला. न्यानबा सरसर आऊत हाणत व्हता. यंधवा इतकं रान व्हयालेच पाह्यजे. उलुसंतिलुसं राह्यलं त बुवाचे बैलं उंद्या काही भेटणार नाहीत.

एका-दोन दमासाटी परवडत बी नाही ना. असे तसे बैलं असते त दोन दिवस लागले असते. पण शंकर पाटलाचे हे बैलं सुदे व्हते. सरसर चालत व्हते, काठी उचलायचं का हाकारायचं पण काम पडत नाही. मानसालेच दम लागते चालू चालू. पण हारीक बी वाटते. त्याच्यानं कटाळा येत नाही. तसा शंकर पाटलाचा बैलात लय जीव. सक्क्या भावानं कव्हाबव्हा बैलं मांघतले त देत नाही, आपण हाओ मनून बैलं देले. बुवाचे आणले त तसेच जिवाजतन संबाळा बी लागतात ना!

दिवस तिरपी लागला. सरसर आउत हाणण्यात न्यानबा गुंगला व्हता. रान किती झालं, किती राह्यलं हे पहायचं पण त्याल भान राह्यलं नाही.

एकाएकी बैलं थांबले. न्यानबाचा तोल रुमण्यावर गेला. फट्यात पडता पडता त्यो सावरला.

शावकाराचा रंगा बैलाच्या येसनी धरून औतामव्हरं उभा व्हता. त्याले पाहून न्यानबाच्या कपाळावर अढी पडली. काऊन धरल्या मनावं यानं बैलाच्या येसनी?

"काऊन?"

रंगानं येसनी सोडल्या. न्यानबाजवडे आला, मनला, "कुणीकडं चाल्लं आऊत?"

"कुणीकडं मनजे?" न्यानबानं रानाकडं पाह्यलं अन् त्याची चूक त्याले कळून आली. खुणा वलांडून आऊत शावकाराले मोजून देलेल्या रानात आलं, चार पाच मुल्डणं.

कशी भूल पडली बॉ!

"खुणाबी आमच्याकडे सरकवल्या?" रंगानं डोळं इंगळेपिंगळे केले.

"नाही बॉ!"

"काय नाही मनता. मी जर आलो नसतो त, चारालोक रान त वखरत व्हतेच पण खुणाबी चाराच्या बुडाले भिडत व्हत्या."

"नाही..." न्यानबाले काय बोलावं तेच समजेना.

"त्या दिशी वावर मोजतानीच तुमच्या मनात बेमानी आली व्हती." रंगा बोलू लागला. न्यानबा ते बोलणं ऐकून कावराबावरा व्हत व्हता. आपल्या मनात तसं काही नव्हतं, वखरतानी खुणावर ध्यान राह्यलं नाही. खरं त न्यानबाच्या मनाले वाटे की, खुणा चाराच्या बुडाशीच हायेत. त्याच्या मनात तेच पक्कं झालं व्हतं. त्याच्यानंच असा घोटाळा झाला.

"तव्हा पैसे नेयासाटी त लय घालण्या आला व्हता." रंगा आता अरेकारेवर आला, "नाही मनो त मंधांत्री मेव्हणा घातला. वावर देयाले मन दुखावते त मायच्या नवऱ्याचे पैसे हरामाचे व्हते का! का तुझ्या बायकोची भाड ठेवली व्हती..."

"ये चोट्ट्याऽ," न्यानबा चवताळून वरडला. त्यानं बायकोची भाड मनल्यावर

न्यानबाच्या मस्तकाच्या शिरा तटातट फुगल्या. एकाएकी समद्या अंगभर गरम रघत वाहायले लागलं. त्यानं आऊतकाठीवर मूठ आवळली अन् दातव्हट खाऊन मनला, "आगाऊचा एक शब्द नको बोलू. तुले काय करायचं ते मुकाट्यानं कर?"

न्यानबाचं बोलणं सरते का नाही त रंगानं न्यानबाले ढकलून देलं. न्यानबा खाली पडला. रंगानं त्याच्या हातची काठी हिसकावली अन् दोन्ही हातानं उचलून एक एक काठी दोही बैलाह्यच्या पाठीत घातली. कासऱ्याचा झटका सहन न व्हणारे बैल, एकदम पाठीत काठ्याचे रट्टे पडल्यान एकाएकी वाफडले. वखर घेऊन पळू लागले. रंगाबी त्याह्यच्या पाठीत काठ्या घालत पळू लागला.

"ये भोसडीच्या," असं रसातळ्या जाऊन मनत न्यानबा उठला.

"बैलाह्यले मारू नको." त्यो वरडत व्हता.

बैलं धुऱ्यावरची दगडाची पऊळ वलांडून आता रस्त्यानं गावाकडं पळत व्हते. रंगाच्या काठ्या मारणं चालूच व्हतं अन् न्यानबा रंगाले सेवा देत देत त्याच्यामांघं दमदाटंस्तोर पळत व्हता.

न्यानबा गावात आला, रस्त्यानं भेटणारे इचारत व्हते. रंगानं औतासगट बैलं काऊन हाणून आणले? वावरात काही भानगड झाली का काय? न्यानबानं पाह्यटं शंकर पाटलाच्या बैलाह्यवर आऊत नेलेलं ज्याह्यले ज्याह्यले ठाऊक, तेच रस्त्यानं आलेल्या न्यानबाले असं इचारत. ज्याह्यले हे माहीत नव्हतं त्याह्यले वाटे, काही तरी शावकाराची अन् शंकर पाटलाचीच भानगड हाये.

भानगडीच्या जागी गंमत पहायले लयच लवकर लोकं, पोऱ्हं जमा व्हतात. तसे आता बी झाले. न्यानबा शावकाराच्या दारी आला तव्हा, त्याच्या अंगणात माणूस मावेना.

न्यानबा माणसाह्यातून मव्हरं आला. संतोबा शावकार त्याच्या वट्यावर उभा राहून न्यानबाले बोलत व्हता, सेवा देत व्हता, "वावरात पोरगं एकलं पाहून त्याच्या टकुऱ्यात काडी घातली. त्या शंकऱ्याच्या माथं लय माजल्यावाणी करायला. अबे, अन् त्या शंकऱ्याले बी मरूस्तोर मारू एखांद्या दिशी."

न्यानबाले पाह्यल्यावर त त्यो आदिकीचाच चवताळून बोलू लागला.

न्यानबानं त्याच्यावर नदर टाकली. त्याच्या बाजूने रंगा अन् त्याचं दुसरं पोरगं याद्या उभे व्हते. खाऊ का गिहू अशा नदरंनं ते तिघं बापलेकं न्यानबाकडं पहात व्हते.

न्यानबाले पोटातून राग आला. किती लबाडाच्या पोटचे हायतं? याच्या पोराच्या टाळक्यात काडी हाणली मनते. त्याच्या पोरानं मले हांजाड-हिंजाड केलं

ते गेलं चुल्हीत, बुवाच्या बैलाह्यले...

त्याले बैलाच्या आठवणीनं कसं काजूनच झाले. गळ्यात निसतं शिवळाटं घेऊन बैलं उभे व्हते. न्यानबा सरका बैलाजवडे गेला. बैलाह्यकडं पाहून त्याच्या डोळ्यांत टचटच पाणी आलं.

बैलं फेसा आले व्हते, त्याह्यच्या पाठीवर काठ्या मारल्यानं जागजागचे कातडे निघाले व्हते. आतून वलं मास, रघत उघडं पडलं व्हतं. त्याच्यावर माशा बसत व्हत्या. त्याचं पायाकडं ध्यान गेलं बैलायचे पाय नख्याजवडे रक्तानं नाहून निघाले व्हते. टपटप त्याच्यातून रक्ताचे थेंब पडत व्हते. वखरासगट बैलं पळवल्यानं वखराची पास पायावर लागू लागू बयलाह्यच्या पायांवर जखमा झाल्या व्हत्या. त्याच्यावर बी माशा बसत व्हत्या. माशी बसली की, बैलं पाय झाडत व्हते. पाय झाडल्यानं रक्ताचे थेंब उडत व्हते.

न्यानबानं भरल्या डोळ्यांनं रंगाकडं पाह्यलं. त्याच्या नड्डीचा गट्‌कन घोटच घेवावं असे न्यानबाले वाटलं. पण...

समदं दुख, समदा राग पोटात गिळून न्यानबानं बैलाह्यच्या पाठीवरच्या जखमाऊन हात फिरवला. त्याचा हात बी रक्ताळला. डोळ्यामव्हरं धरून त्यानं त्या भरक्या हाताची तशीच गच् मूठ आवळली.

त्यानं बैल त्याच्या घराकडं धकवले. तसा शावकार त्याले आडवा आला.

"पोराले तुवा काऊन मारलं ते आदुगर सांग? मंग जाय." त्यानं न्यानबाचं मनगट धरलं.

न्यानबाले काय करावं ते सुसेना. त्याच्या पोराच्या अंगाले धक्का न लावूनबी त्यो मनते मारलं. सांगा. कुठीसा नेवावं ह्यो न्याय? त्या बुवाचे बैल याच्या पोरानं तोडून काढले त्याचं याले काहीच नाही. खरं त न्यानबाले शंकर पाटलाचं भेव वाटत व्हतं. आता कसं तोंड दाखवावं त्या बुवाले? काय सांगावं?

चोराच्या उलट्या बोंबा. आता ह्योच हिंगं मनगट धरायला.

"सोडा मनगट." न्यानबाले काही बोलावं असं बी वाटेना.

"सांग आदुगर काऊन मारलं ते? मंग सोडतो." त्यानं मनगट आवळलं.

"म्या मारलं नाही." न्यानबा शावकाराच्या डोळ्यांत डोळे घालून मनला.

"कोण मनते नाही मारलं?" त्यानं दटावून मनलं.

आता काय करावं? मारलं नाही तरी ही केवढी पंचाईत? त्यो पुन:पुन्हा – "काऊन मारलं, सांग? काऊन मारलं, सांग?" मनू लागला. त्यानं न्यानबाचा जीव कातावला.

"मारलं, जाय!" असं मनून त्यानं शावकाराच्या हाताले झटका देऊन हात सोडून घेतला अन् बैलं धकवले. तसा शावकार वरडला, "अरे, पाहता काय हाण

भोसडीच्याले.'' शावकारानं मनलं अन् डोळ्याचे पापन लवले न लवले त त्याचे दोन्ही पोऱ्हं न्यानबावर भिडले. पाह्यता पाह्यता त्याह्यनं न्यानबाले आडवं पाडलं अन् वऱ्हून लाता बुक्क्यांची चद्दर सुरू केली. खाली पडलेला न्यानबा ''मेलो, मेलो, वाचवा, वाचवा'' मनत व्हता, वरडत व्हता. पण भवतालच्या गंमत पाह्यणारायातून कोणच मव्हरं व्हवून त्याले सोडवलं नाही. शावकाराचे पोऱ्हं मारू मारू थकले, बगलंन झाले, तव्हा कुठीसा भवतालचे दोघं-चौघं मव्हरं आले.

''मेला त नाही!'' भेत भेत एका झणानं न्यानबाच्या नाकाजवडे हात नेला. सुवास चालू व्हता. ''अरे, पाणी आणा, धुकधुकी हाये.'' सुवास पाह्यणारा वरडला.

कोणीतरी पाणी आणाय पळालं. न्यानबाभवताल गर्दी जमा झाली. कोणी त्याले वारा घालू लागलं, कोणी त्याच्या व्हटातून गळणारं रघत पुसत व्हतं. कोणी त्याच्या कपाळावर आलेलं बेंड न्याहाळत व्हते.

''अरे, त्याच्या बायकोले तरी बलवा.''

माणसं बोलू लागले, माणसं हालू लागले, धावपळ करू लागले.

कालपसून न्यानबाले पहायसाठी समदा गाव उलटला. त्याच्या घरादाराले पापुडा राह्यला नाही. गावातलं मनलं त फक्त शावकाराच्या घरचं कोणी आलं नाही. येणारा पर्तेकझणं शावकारालेच भलंबुरं मनत जाये. समद्या गावालेच जणू न्यानबाची गाही व्हती. अन् त्याचा सबावबी व्हता तसाच, कव्हाच त्यानं कोण्या मानसाले का लेक्राले दोन शब्दानं दुखवलं नाही, मारणं त मंग लयच दूर राह्यलं.

अन् शावकार मनते की त्यानं रंगाले मारलं. कोणाचा तरी भरूसा बसल का?

जग असं असते, दुतोंड्या सरपावाणी. न्यानबाले कालपसून भेटाय येणारांतले कितीतरी झणं भांडणाच्या जागी व्हते, पण न्यानबाचा जीव जावंस्तोर कोणीच मधात पडलं नाही, का त्या राकेसाह्यच्या तावडीतून त्याले सोडवलं नाही. समदे गंमत पहात उभे व्हते अन् आता तेच न्यानबा असा अन् शावकार तसा, अशा लंब्या लंब्या गोष्टी सांगत व्हते.

मार बी तसाच बसला न्यानबाले. शावकाराच्या दारातून त्याले चार मानसाह्यनं उचलून नेलं. तव्हापसून त्याले जे सुद नव्हती, त पार अर्ध्या राती त्यानं हुंकार टाकला. तव्हरक शामा डाक्तर उशालेच बसून व्हता. त्यानं चार-पाच इंजेक्शनं देले.

आनसाचा, पर्कासचा लडायचा दणका सुरू व्हता. आनसा त लडूलडू अदमुशी व्हयाची पाळी आली. तव्हा, चार-चौघीझणीनं तिले उचलून घराबाहीर नेलं. पर्कास लडता लडता थकून जागच्या जागीच झोपी गेला.

न्यानबानं हुंकार टाकला तव्हा समद्यह्यच्या जिवात जीव आला.

तरीबी एकानी-दुकानी समद्यानं रात जागून काहाडलीच.

दारी नहाणीतल्या रांजणात खेप रिचवल्याचा आवाज आला, तशी आनसा न्यानबाच्या बाजंजवडून उठून दारात आली.

"वछिला, राहू दे माय आता. बस् झालं पाणी."

काल संध्याकाळपसून वछिला आनसाच्या घरीच व्हती. वछिला मनजे संबाची बायको. असंच काही दुखलं खुपलं की, ती आनसाचं घरचं-दारचं काम करे. तिची सासू कुरकुर करत जाये; पण तिच्या नवऱ्याची मातर सांगी व्हती. मनूनच ती अडल्याभिडल्या येळले आनसाच्या घरचं काम करत व्हती.

"इतली आणतो अन् ठेवून देतो." ती भरणं रिचवता रिचवता मनली.

"मी परसाकडं जात व्हती." आनसा गुरमळली.

"जा ना मंग. दार वढून घ्या. मामाले झोप लागली का?"

"काहाची झोप? दचकून उठतात..."

आनसाचं बोलणं मधातच बंद पडलं. तिनं मनायचा अवकास की, न्यानबा खरंच जोरानं चिरकला, "मेलो, मेलो... धावा, धावा."

दोघी बी तशाच घरात पळाल्या. घरात आल्यावर वछिलानं उभ्याउभ्याच घागर टेकवली.

"काय झालं, काऊन चिरकले?" दोघी बी त्याच्याजवडे आल्या.

त्यो उठून बसला व्हता. त्याचे हातपाय चळचळ कापत व्हते. समदं अंग थरथरत व्हतं. डोळ्यांत समदं भेव दाटलं व्हतं. त्यो भेदरल्यावाणी पहात व्हता.

एऱ्ही त्यो अथरुणातल्या अथरुणात दचकत व्हता. पण हे असं चिरकणं मातर पह्यल्यांदाच व्हतं. असं अंग चळचळा कापणं बी पह्यलंच.

"काय झालं?" आनसानं त्याच्या दंडाले धरून हलवल्यासारकं केलं.

"मामा, काऊन चिरकले तसे?" वछिलानं बी दुसरा दंड धरला.

"अं," न्यानबानं त्याह्यच्याहून भीरभीर नदर फिरवली.

"बैलाह्यले लय लागलं. पाटील, माहा काय दोस नाही त्यात... नका... नका... मले मारू नका..." त्यानं खरंच दोन्ही हात डोक्यावर घेतले. जसं खरंच कोणी त्याले मारायलं अन् त्यो मार चुकवायला.

"काऊन असं येड्यावाणी करता माय!" आनसानं हुंदका देला.

"फुई, तुम्ही धीर नका सोडू. त्याह्यले धीर देयाचा त तुम्हीच लडता? थांबा, मी आत्ता शामा डॉक्टरले बलावून आणतो." वछिला डाक्टरले बलवाय गेली.

आनसा हुंदके देऊन भकासल्यावाणी त्याच्याकड पहात व्हती. अन् त्यो? त्यो बडबडतच व्हता, "म्या नाही खुणा सर्कवल्या... अरे, मारू नको बैलाह्यले...

पाटील, माहा गुन्हा नाही हो... त्या राकेसानं...''

चार-पाच दिवस न्यानबाले असंच झालं. भलत्याच येळंले त्यो बडबडायचा, चिरकायचा, तट्‌कन उठून बसायचा. एका दिसी त बाजंऊन उठला अन् कनंकनं घराबाहीर पडला. वछिला तिच्या घरकडं गेली व्हती अन् आनसा काही कामासाठी बाहीर गेली व्हती. ती घराकडं वापस आली त ह्यो तिले आडवा रस्त्यात भेटला. तिचा जीव धडकला.

''कुठीसा धकले?'' तिनं त्याचा हात धरला.

तिच्याकडं त्यानं पाह्यलं. पण जशी ती कोण हाये ते त्याले वळखूच आली नाही.

''येतो पाटलाचे बैलं घेऊन.''

''कुठून!''

''त्या शावकाराच्याच दारी उभे हायेत.''

आता तिले त्याच्या अशा बोलण्याचं, चिरकण्याचं काही वाटेना, पह्यल्याबारीनं मातर ती भलतीच भेली व्हती.

''चला, आणले बैल.'' ती त्याले घराकडं वढत मनली.

''कोण आणले?'' त्यो तिचं मनगट सोडाय पाहू लागला; पण तिनं पक्कं धरल्यानं ते जमलं नाही. त्यो नाही मने तरी, तिनं त्याले घरी आणलं.

त्यो असा बडबडायला, आरबळून उठायला हे पाहून येणारे-जाणारे आनसाले धिरूसा देण्याऐवजी आदिकीचेच भेवाडून देत. कोणी मने, त्याच्या मेंदूवर परिणाम झाला. कोणी मने, त्याले टक बसली. कोणी काही, कोणी काही बोले. आपआपल्या परीनं खासगी झाडपाल्याचे आवषिदं बी सांगतल्यानं अनसाचा जीव आरबळे. खरंच मेंदूवर परिणाम झाला असंल काय? असं तिले वाटे. मनून ज्यानं जे जे सांगलं ते ते ती करून पाहे.

यसोदीचा गण्या एकादिसी आला अन् आल्या आल्या मनू लागला की, पाटलानं न्यानबाच्या नावानं कैफत दिली. न्यानबानं बैलं नेले मनूनच रंगानं बैलाह्यले मारलं. शावकाराच्याच नावांची कैफत देणार व्हता पण त्याचं भेव वाटलं, कैफत देल्यावर उगाच खेव आणंल शावकार मनून त्याच्या नावची कैफत देली नाही पाटलानं.

त एकानं निरोप आणला की, शावकारानं पण न्यानबाच्या नावाची कैफत देली. काठीनं रंगाचं डोक्सं फोडलं असं त्यानं ठेसणात लेहून दिलं. कैफत देयाची मनून रंगाले त्यानं हातानं डोक्सं फोडून घेया लावलं मनं. असं कोणी काही, कोणी

काही सांगत व्हते.

दुखणं राह्यलं दुखण्याच्या जागी अन् अशा वाऱ्यावरच्या गोष्टीनंच आनसाचा ऊर भरून येऊ लागला. खरं काय, खोटं काय ते बी कळत नव्हतं. सांगणारे त असं रंगवून सांगत की, जसे ते मनतात त्यातलं गुंजभर खोटं नाही.

आनसाले वाटे, असंच जावावं अन् शंकर पाटलाले, शावकाराले भेटावं. 'आमचं चुकलं, आम्हाले पदरात घ्या', मनावं. पण ह्ये दुखणं, तिले खिनभर पण कुळीसा फट्कनं व्हयेना.

एका दिसी दुपारचे शंकर पाटीलच घरी आले. त्याह्यले पाहून अनसाचा जीव लपकला. कशी नदर देवावं बुवाच्या नदरंले? तिनं मान खाली घातली.

"काय मनते न्यानबा? बरं हाये आता?" ते न्यानबाच्या बाजंवर जाऊन बसले.

ती बोलायच्या आदुगर वढिलाच सांगत सुटली, "आरबळतात, तुमच्या बैलाची आठवण काहाडतात," मनून.

"अरे, त्यात त्याचा काय दोस? व्हंतच असते कमीजास्त. एऱ्ही त्या शावकाराले माह्यासंगं भांडण करायची खुमखुमी हाये, मनून त्यो असे निमतं हुडकते. अशानं तरी पाटील भांडणास येईल, तशानं तरी येईल. पण आपल्याले त्याच्यासारखा अंग जोर दाखवायचाच नाही. त्या दिशी माहे बैलं व्हते मनून त्यानं न्यानबासंगं भांडण उकरून काहाडलं. त्याच जागी माहे बैलं नसते त गोष्ट या थरालोकं गेली नसती. पह्यल्यापसून माहा त्याले काट हाये अन् तुमचं त माझ्याबिगर व्हत नाही."

पाटील समदं आनसाच्याच मनातलं बोलत व्हतं. शावकाराले पाटलाचा वारा सहन व्हत नव्हता, अन् न्यानबाचं त त्याह्यच्या बिगर पान हलत नव्हतं. सोबाच्या मामानं समजाऊन सांगतल्यावर आनसानंबी घरातल्या घरात लय खेप न्यानबाले मनलं, "पाटलासंगं सालभर सबंध ठेवू नका," मनून, पण न्यानबा ऐकायले तयार नव्हता. 'जीव गेला त्या दिशी पाटलाले सोडीन' त्यो मनत व्हता. आखरीले हिंगं जीव जायाचीच पाळी आली व्हती. उलुशानं हुकलं मनून बरं झालं!

"आता तुमचाआमचा संबंदच तोडा लागते, तुमचं वावर वापस घेवस्तोर. नाही त त्यो शावकार कोणत्या दिशी काय कमी-जास्त करंल त्याचा नेमच नाही सांगता येत!"

पाटलाचं बोलणं ऐकून आनसाच्या अगावर सर्रकन काटाच आला. पाटील मनतात तेबी खरं हाये. तितल्याले कमीच नाही त्यो खाटकाच्या पोटचा.

पाटील उठले, "सांग त्याले मी येऊन गेलो. बैलाची काही काळजी करू नको मनावं. त्यो आरबळायला मनं बैलासाठी. मले समजलं मनून आलो त्याची समजूत घालाय."

“उठवू का मंग?” आनसा मव्हरं व्हत मनली.

“नाही, राहू दे, झोपू दे.”

पाटील निघाले. आनसाले कैफतीचं ध्यान आलं... मनू का नको? खिनभर तिले सुसलं नाही.

“ते कैफतीचं...” ती भस्कन अर्धवट बोलली.

पायात जोडा घालता घालता पाटलानं कपाळावर अढी चढवली.

“कशाले कैफत? मारू दे मारलं त! कैफतीनं तरी काय हलकं भारी व्हते? उलटे पोलीस चवकशीले आल्याचं नाटक करतील अन् तुमच्याकडून शंभरदोनशे उपटतील अन्...”

“तसं नाही... तुम्ही देली मनं ना कैफत याह्यच्यावर?”

“कोण? म्या?” पाटलाले अचंबा वाटला, ते हसले, “कोणं सांगतलं तुले?”

“येणारे जाणारेच मनू लागले.” आनसानं मान खाली घातली.

“हे पाहाय, येणाराजाणाराह्यचं काही ऐकू नका. कोणाचा कसा नास करावं तेच लोकाह्यले माहीत असते.” पाटील बाजंवर झोपलेल्या न्यानबाकडं पहात मनले, “न्यानबावर कैफत देयाले शंकर पाटील आजूक पिसाळला नाही. शंकर पाटील जिता हाये तव्हरक तरी, तशी गोष्ट व्हणार नाही. जातो मी.” अन् ते घराबाहीर पडले.

पाटलाच्या बोलण्यानं आनसाचं अर्धं मन हलकं झालं. अर्धं मातर शावकारात गुतलं व्हतं, त्यानंबी कैफत देली मनं.

न्यानबाले आता बराच तवाखा आला. त्यो घरादारात हिंडू-फिरू लागला. त्याचं बडबडणं बी कमी झालं. आनसानं त्याच्यासाठी अंगारेधुपारे, मंतरलेलं पाणी-बटा, नवससायास, दवापाणी, जडीबुट्टी... समदं केलं. शामाडाक्तरनं त उधडं घेतल्यावाणी पाच-पंधरा इंजिक्शनं देले असतील. त्यात आजूक संबानं बी त्याच्या जवळचे पैसे खर्च करून न्यानबाले दोन खेप वाशिमले दवायखान्यात नेलं. कशानं का व्हयेना पण त्याच्या तब्येतीत फरक पडला याच्यानं, आनसाले बिनघोरी वाटू लागली.

संबाचा तिले लय हारीक वाटू लागला. एऱ्ही त्याचा या दोघा नवराबायकोवर लय जीव हाये. तितली मया त्यो त्याच्या मायवर पण करत नाही. त्याच्या मायच्या आनसाले पह्यल्यापासूनच तिटकारा येते. आनसाचं लगन झालं तव्हापासून अलग व्हवस्तोर तिच्या हाताखाली आनसाले राबावं लागलं. सासूसासरे तिच्या लगनाआधीच गेले व्हते. संबाच्या बापानं सासरेपण कव्हाच गाजवलं नाही, पण या आडुनं मातर

आनसाच्या जिवाले चैन पडू देली नाही. आलग निघाल्यावरबी तिनं कावा सोडला नाही. कव्हा तोंड भरून बोलत नाही. संबाची बायको आनसाच्या घरी आडल्याबिडल्या येळंले येते त, तिलेच नसंनसं करते.

शावकाराच्या पोऱ्हायनं इतलं जीव जावंस्तोर न्यानबाले मारलं त ती जाऊ जगदेखलं पहायले आली. पण 'काऊन मारलं? कुठीसा लागलं?' असं काही तिनं इचार्लं नाही, उचल्यावाणी आली अन् शेजारपाजाऱ्यावाणी टुकूटुकू पाहून निघून गेली. अस्सा राग आला व्हता आनसाले तिचा! वाटलं, अस्संच उठावं झिपूर्ट्या धरावं अन् फरफर वढत घराबाहीर फेकून देवावं. माह्या सवतीची सवत मेली!

संबा मारत चार दिस झाले सुटी घेऊन घरी आला. आला त्या दिशी त न्यानबाची हालत पाहून त्याच्या डोळ्यांत टच्टच् पाणीच आलं. न्यानबानंच उलटं त्याले समजावून सांगतलं.

"जाय आता तू कामावर, कितीक दिवस पडीचे करतं? बरं वाटते आता मले!" न्यानबानं त्याले मनलं. तव्हा त्यो, "जाईन एक-दोन दिसानं." मनला. पण न्यानबानं त्याले पर्कासची आण घातली तव्हा त्यो जायाले राजी झाला.

जाता जाता आनसाजवडे त्यानं पाचपन्नास रुपये देले. ती नाही मने तरी जुलमं देले. वछिलाले मनला, "चार-आठ दिवस इकडंच राहाय. बोंबलूदे मायले बोंबलली त," अन् न्यानबाले धीराच्या चार गोष्टी सांगतल्या. वावराशिवराची काळजी करू नका मनला.

"कैफत-गैफत देली का शावकाराविरुद्ध?" त्यानं इचार्लं.

"नाही. देली असती पण आदिकीचाच डूख धरायला तशानं!" न्यानबाच्या आदुगर आनसाच मनली.

"पण भेत राह्यलं त लयच भेवाडंल ना त्यो? मंग घराबाहीर पडणंबी अवघड व्हईल."

"काय नाही व्हत. जाय तू बिनघोर. एकदाच व्हते कोणतीबी गोष्ट." न्यानबानं त्याची समजूत काढली.

"संबाळा, त्याच्या वाटी दुम्हार जाऊ नका." संबा जाता जाता मनला. उघड उघड त न्यानबा 'हो' मनला. पण मनातल्या मनात मनला, 'असं भेवून राह्यल्यानं त पांढरी सोडा सांगल एखांद्या दिशी!'

रोहणी सरतासरता दुसरा जोराचा पाऊस पडला अन् ज्याह्यचे काम गळाटले व्हते ते कामाला लागले. कोणाची वैरण मोडणं, वैरण गावात आणून झोपड्यात, घरात, कोठ्यात भरणं सुरू झालं. कोणाच्या व्हर्‍याच्या गाड्या जंगलाकडं जाऊ लागल्या.

कोणी तुऱ्हाट्या, पऱ्हाट्या, इंधन जमा करू लागले. झोपडं शिवतानी लाकडं-फाटे बांधायसाटी वाकाचे पट्टे पाण्यात भिजवू लागले, त कोणी केकतीचे पट्टे आणून त्याचे वाखपट्टे करू लागले. दिवस निघाला तसे माणसं कामात गुंतले व्हते. झोपडे शिवणारे, गवत-कडबा आणणारे, घरात भरणारे गडीमाणसं घामानं वलेगच व्हत व्हते.

शाळा सुरू न झाल्यानं बार्क्याचिर्क्या लेकराह्यले कामधंदे नव्हते. ते गावखरच्या बिघ्यात वल्ल्या मातीचे खोपे करण्यात गुंतले व्हते. खोपे करतानी पायावर वली माती वढून दोही हातानं माती बडवत व्हते. तोंडानं –

चिमणी चिमणी खोपा दे ऽऽ

हाल्या हाल्या दुधू दे ऽऽ

असं मनत व्हते. पायावरची माती सुदी दबली की, डोळे बंद करून मातीखालचा पाय आल्हादी माघं वढून घेत व्हते. मनासारखा मातीचा खोपा तयार झाला त मस्ताडल्यावाणी आडव्यातिडव्या उड्या मारत व्हते. खोपा विचकला त जवळ बसलेल्या एखांद्या पोरानं हाटकी लावली मनून त्याले सेवासराप देत व्हते. ज्याले सेवा देल्या ते पोरगं भांडणावर येत व्हतं. खोपे करणं जागच्या जागीच राहून पोरायच्या मारामाऱ्या व्हत व्हत्या. या मारामाऱ्यात एखांद्याचा जोर कमी झाला की, ते वल्ली मातीच फेकून मारत व्हतं. ती माती भांडणाराह्यपैकी एखांद्याच्या, नाही त भांडण पहात भवताल उभं राह्यलेल्या एखांद्याच्या डोळ्यात जात व्हती. त्यानं डोळ्याची आग व्हवून ते पोरगं तणतणत घराकडं पळत व्हतं. त्याचा कैवार घेण्यासाठी त्याची माय नाही त बाप हातचं काम टाकून बिघ्यात येत व्हते. भांडण करणाऱ्या पोऱ्हायले दटावत व्हते. कव्हाबव्हा कानसुलात देत व्हते. कव्हा कव्हा पोऱ्हं अशा मोठ्या माणसाले पण उलटून बोलून, सेवा देऊन त्याह्यची आब घेत व्हते.

पर्कास बी पोऱ्हायसंगं खेळत व्हता. देव्या खोपा करत व्हता. 'चिमणी चिमणी खोपा दे', मनता मनताच देव्यानं पर्कासच्या तोंडामव्हरं तळहात पसरून मधातलं बोट वाकडं केलं. वाकडं केलेलं बोट हलवू हलवू पर्कासकडं पाहून हसत मनू लागला, 'हाल्या हाल्या दुधू दे.'

पर्कासनं एक-दोनदा न आईकल्यावर नेलं. पण देव्यानं मातर तसं बोट करून मनाया कणकाच लावला, तसा पर्कास बेहेकला, "हे पहाय देव्या, मले तसं मनसील त मी..."

पण त्यानं देव्या भलताच पल्ल्यावर आला. आता त्यां पाहून दुसरे बी दोघंतिघं पोऱ्हं खोपे करता करता वटवट करत हाताच्या मधल्या बोटानं पर्कासले 'हाल्या हाल्या दुधू दे' मनत खिजवू लागले. हे पाहून पर्कास हुसळला.

"तुमच्या मायले मी, गद्धीचेहो, मी का हाल्या हाओ का?"

पण पोऱ्हं आदिकीचेच जोरावर आले.

"तुमच्या मायच्या मी, बापूले तसं मनतानी लाजा नाहीत वाटत?" पर्कास चवताळला.

पोऱ्हायनं अंगात आलेल्या माणसावाणी अंग झुलवत तसं मनायले सुरुवात केली.

आता पर्कास लयच भडकला, तोंडात येतील त्या सेवा देत त्यो उठला. अन् तावातावान् त्यानं पायानं समद्या पोऱ्हायचे खोपे मोडले. तसे ते पोऱ्हं बिथरले. तव्हरक पर्कासनं चड्डी सावरत घराकडं धूम ठोकली.

न्यानबा वट्यावर बसला व्हता, तव्हा हे पोऱ्हायचं लवकाळ पळत येतानी त्यानं पाह्यलं. काहीतरी कलागत झाली हे त्यानं वळकलं, तव्हरक पर्कास त्याच्याजवडे आला.

"अरे, काऊन रे?" त्यानं इचार्लं.

बाकीची पोऱ्हंबी आले. समदेच पळाल्यानं दमा दाटले व्हते.

"त्यानं आमचे खोपे मोडले अन् पळून आला." समदे पोऱ्हं एका दमात मनले.

"कारे? काऊन रे?" न्यानबानं पर्कासले दाटूमुटूचंच दटावलं. तसा त्यो लडकुंड्या येत मनला, "हे का नी, मले खिजवत व्हते. हाल्या हाल्या दुधू दे मनत व्हते." पोऱ्हं करत तसं बोट बी पर्कासनं करून दावलं.

"खरं का रे?" न्यानबाले हसू आलं.

हाल्यामव्हरं जाऊन तसं बोट केलं त हाल्या मांघच लानते असं मनतात. पण पोऱ्हंच या हाल्याच्या– मनजे पर्कासच्या मांघं लागले. पर्कास पळून आला. मनून न्यानबाले हसू आलं.

न्यानबानं पोऱ्हांच्या देकता दाटूनच आजूक एकदा पर्कासले दटावलं. पोऱ्हायची समजूत घातली अन् त्याह्यले वाटी लावलं.

पोऱ्हं गेलेले पाहून न्यानबा पर्कासकडं पाहून हसला. त्यो काही बोलणार व्हता पण त्याच्या आदुगर पर्कासनंच इचार्लं, "तसं काऊन मनतात, खोपे करतानी?"

"कोणाले माहीत!" खरंच न्यानबाले तसं काऊन मनतात ते माहीत नव्हतं. लहानपणी त्यानं बी मातीचे खोपे केले! तव्हा बी त्यो असंच मनत व्हता. त्याच्या आदुगर किती काळापसून लोकं असं मनत आले असतील, काय ठाऊक! कोण केलं असंल हे गाणं तयार? त्या कारणाले तरी हाल्यानं दूध देलं असंल का? का चिमणीनं खोपा देला असंल? पण हाल्या कव्हा दूध देत असते का! ह्येट, हे गाणं जोडणारा येडाच असला पाह्यजे. शहाण्यासुरत्या मानसाचं हे कामच नाही.

खरं त न्यानबानं या गाण्याबाबत इतले दिवस कव्हा इचारच केला नव्हता. लोकं मनतात मनून त्यांनं बी हे गाणं मनलं. पर्कासबी मनायला, पण पर्कासच्या मनात उठली तशी शंका न्यानबाच्या मनात कव्हाच उठली नाही. त्याले पर्कासचा हारीक आला.

"सांगा ना बा?" पर्कासनं नेट लावला.

"एव्हीच मनतात." पोराले काय सांगावं, तेच त्याले समजंना. "जाय, त्या राघोकाकाच्या घरी तुही माय गेली. तिले बलावून आण. चाल मनावं, आपल्या घरावरचे पत्रं फ्यारायचे. तुले लवकर बलवलं. कव्हाची जाऊन बसली ते?"

"जातो, पण मंग वापस आल्यावर सांगसाल का?" त्याच्या डोक्शातून ती गोष्ट जायेचना.

"हो. जाय, सांगतो. आण बलावून लवकर." न्यानबानं दटावलं.

पर्कास पळाला. न्यानबाबी उठून घरात आला, पण त्याच्या मनात पर्कासवाणीच इचार सुरू झाला– काऊन मनत असतील,

हाल्या हाल्या दुधू दे!

न्यानबानं आनसाले हाताशी धरुन कुच्याकुच्या भितीवरचं डाळण डाळून घेतलं. पत्रं बी फ्यारून घेतले. मांघल्ल्या पावसात समदं घर बदबद गळालं व्हतं. भितीवर बी पाण्याचे पाट उतरले व्हते.

आनसा नाही नाही मने तरीबी त्यानं बैलावरचं झोपडं शिवून काढलं. आनसाले वाटे, त्यो नेमकाच बिमारीतून उठला. असे नेटाचे काम केले त दुम्हाऱ्या अंग दुखंल. त्याच्यापरीस दोन-तीन गड्याची मजुरीच जाईल. न्यानबाच्या मातर निसतं बसून राह्यणं जिवावर आलं व्हतं. आपण बसून राह्यचं अन् फुकटात दुसऱ्याने मजूरी देयाची त्याले पसंत नव्हती. मनून त्यानं तिच्या मनचं आइकलं नाही.

शंकर पाटलाच्या बिघ्यात न्यानबाची वैरण व्हती. गवत कडबा मिळून गाडीभर वैरण असंल. त्यो दोघा नवराबायकोनं एका दिसी डोक्शावर भाऱ्याभाऱ्यानं आणून झोपड्यात एका बगलंनं भरला. वैरणीले लावलेले बेहेड्या-पळसाचे फरळं मोडून इंधनाच्या मोळ्या बी आणून टाकल्या.

आखरीची मोळी आणता आणता वाटंनं हायलीतला बळीराम भेटला.

"दोनदा घरून आलो तुमच्या! पण घर लावेलंच." त्यो मनला.

अँ! न्यानबाले नवल वाटलं. काहाले आला व्हता घराकडं? आजूक काही भानगड हाये का काय?

"काहाले? काही काम व्हतं?" डोक्शावर मोळी घेऊन न्यानबा उभा राह्यला.

"मनलं, काय पेरता औंदा वावरात?"

"काऊन?" न्यानबानं आदुगर कपाळावर पाडलेल्या आठ्या सैल केल्या. त्याले दुसरीच शंका आली व्हती.

"तुमच्या शेजारी आम्हाले हायब्रीडचा सीड-पलाट घेयाचा व्हता. पलाट घेतला त त्याच्या भवताल हायब्रीड जेवारी नसावं मनतात."

न्यानबाच्या वावराले भिडून त्याचं वावर व्हतं. औंदा न्यानबाले त्या वावरात समदी एच.फोरच लावायची व्हती, पण असं न सांगता न्यानबा खोटं बोलला, "आमचा त इचार व्हता हायब्रीड पेरायचाच."

ते ऐकून बळीराम न्यानबाची दाढी धरून मनला, "नाही, तसं करू नका. माहा पंधरा-वीस हजाराचं नुकसान व्हईल. समदा पैसा मातीत जाईल."

"मंग कसं करू? खायासाठी त पेराच लागंल!"

"मी देतो खायापुरतं; पोतं, दोन पोते, चार पोते – तसंच न्या. एक पैसा देऊ नका. कव्हा बी न्या. चला, आता नेता?"

न्यानबाले हसू आलं. मानसाची आटकली मनजे कसा माणूस सुईच्या भोकातून जाते. नाही त, याच बळीरामानं किती खेप न्यानबाचं उभं पिकं चारलं. मनाय गेलं तव्हा भांडणावर येते. अन् आता? "नाही बॉ, तुमचं दहा पोते माह्या काय कामी? माह्या वावरात एक पोतंभर झालं तरी माहा मले कामी हाये." न्यानबा मनला. पण बळीराम लयच दाढी धरू लागला, दादा बाप्पा करू लागला. लागंल तितकं हायब्रीड फुकट देतो मनला. मंग न्यानबानंबी लयशिक ताणून धरलं नाही. त्यानं बळीरामला शब्द देला अन् मोळी घेऊन घराकडं आला.

न्यानबानं पहिल्यांदा त्याच्यांच वावरात फुल्या पाडल्या.

परवाच्या दिशी अन् काल असा दोन दिवस झण्णाऊन पाऊस पडला. यंधवा गावात कुत्रंबी थांबलं नाही. समदे रानाह्यनं पळाले. पेरण्यात गुंतले. मूंग, उडीद, साळ, हायब्रीड बायापोऱ्हं सरकी लावू लागले. ज्याह्यले सरकी लावायचं, पेरायचं काम आलं नाही, त्याह्यले काडीकचऱ्याचे कामं लागले. एखांदं माणूस घरात मरत असंल त त्याच्याजवडे बी कोणी नव्हतं.

फुल्या पाडायसाटी आऊत घेऊन न्यानबा पाह्यटं जरा लवकरच आला व्हता. सरकी लावायसाटी आनसा, राघोची बायको अन् दुसऱ्या दोन बायका मजुरीनं सांगतल्या व्हत्या. त्या वावरात यायच्या येळंलोकं निदान एकेरी काकर मारणं तरी झाले पाह्यजे. मनून न्यानबा घरून बिगीनंच निंघाला व्हता.

त्यो मांगवाड्याजवडे आला तव्हा त्याले शावकाराचा गडी – नाऱ्या गोपाळ

भेटला, न्यानबा त्याले न बोलताच मव्हरं निंघाला. त्यो जराक्सा मव्हरं गेला की, गोपाळानं हाक मारली. न्यानबा बी थांबला. "आम्ही बी येयालो यंधवा तिकडंच, हायब्रीड पेरायचं मनत मालक."

"या ना, तुम्हाले कोण रोहोकलं?" न्यानबा जरा आडवा बोलला.

गोपाळानं एवढुक्सं तोंड केलं. किवल्यावाणी हसून मनला, "तसं नाही, पण राती आमच्या मालकाच्या गोष्टी चालल्या व्हत्या. आता सहज तुम्ही भेटले मनून मनलं..." त्यो बोलता बोलता थांबून मांघंमव्हरं पाहू लागला. मंग मनला, "माहा नाव नका सांगू कोणाले. हो, नाही त मले गरीबालेच खा लागतील गचाट्या!"

न्यानबानं कपाळावर आढी पाडली. अशी कोणती गोष्ट सांगते मनावं बाप्पा ह्यो! खरं त त्याले गोपाळावर तितला भरुसाबी नव्हता. कितीकय केलं त त्यो शावकाराचा गडी!

"सांग काय सांगतं ते पट्‌कन. माहा आऊत चाललं मव्हरं."

"मनलं, यंधवा पेरतानी रंगा तुमच्या हद्दीतून पेरणार हाये. मनून मनलं, हो, नाही त उगंच त्या दिसच्यावाणी तुम्ही अडवाय येसाल अन् ते त तसे आडमुठाच्या पोटचे! नाहक तुम्हाले आजूक मारहाण करंल."

त्याले काही न मनता बोलता न्यानबा मव्हरं धकला.

पण त्याच्या मनात खळबळ सुरू झाली व्हती. काय करावं? खरंच त्यानं खुणा वलांडून आपल्या हद्दीत आऊत धरलं त त्याले अडवावं, का पेरू देवावं? पण पेरू तरी कसं देवावं? अशानं त त्यो समद्याच रानात... त्याले वाटलं, आनसा वावरात आली की तिले सांगावं. पण नको, काहाले तिले सांगायचं, ती त तशी हरणकाळजी हाये! पाहून घेऊ, येळंच्या येळंवर.

न्यानबानं आऊत धरलं. साडेतीन पुटाचा सावा व्हता. शंकर पाटलाचंच आऊत त्यानं उचलून आणलं व्हतं. आऊत मांघतानी त त्याले शंकर पाटलाच्या नदरंले नदर देता आली नाही. त्याचा जीव बी धडधडू लागला. त्यो मांघतच नाही मने, पण आनसानंच त्याले नेट केला. 'पाटील काहीच मननार नाहीत' मनली, मनून त्यानं पाटलाच्या बयठकीची पायरी चढली. पाटलानंबी खरंच तसं काही मनलं नाही. 'ने' मनले. तव्हा न्यानबा मनातल्या मनात हसला. हं, चोराच्या मनात चांदनं! न्यानबाचं काकर पाडण्यात खरं त मनच नव्हतं. काकर बी सर्के येत ना. जसा का सरप चालला, असे वाकडे तिकडे, वाकडे तिकडे पडत व्हते. एऱ्ही नाही त न्यानबा तिफणीचं तास काढायले लयच बाका हाये. कितीकय लांब आऊड असला तरी, न्यानबानं काढलेल्या तासावर दोरी धरून घ्या, इतकं सर्कं तास. पण यंधवा त्याले तास सर्क काहाडताच आलं नाही. त्यो तरी काय करंल मना, त्याचं ध्यानच नव्हतं ना त्याच्यात!

त्याले त्या दिसंपसून कशी धडकीच भरली. मारलं बी तसंच बटक्याह्यनं, तरी बी धडकी बसणारंच नाही मानसाले? ते तरी बरं, न्यानबा जरा धडधाकड व्हता मनून त्याले मार सहन झाला. दुसरा एखांदा काडीमुडी जीवावाला असता त त्या जाग्याहून दुम्हारं उठलाबी नसता. पण एक गोष्ट झाली, त्या दिसपसून न्यानबाची भाकर तुटली. पह्यले दहा-पंधरा दिवस त त्यो बिमारच व्हता मना. तव्हा काही खावावं बी वाटेना त्याले, पण आता? आता त्यो भाकर खायाले बसला की, त्याले घास उचलावं वाटत नाही. भाकरीवर वासनाच व्हत नाही. भाकरच नाही, त दुसऱ्या बी कशावर वासना व्हत नाही. त्याच्यानं त्याचं शरीर हललं. हातपायाले गहाटपणा आला. कचंकचं पह्यल्यावाणी काम करायचा हुरूप बी वाटत नव्हता. काम केल्याबिगर इलाज नव्हता. त्यानंच जर करत नाही मनलं, त दुसरं कोण करणार हाये? अन् दिवस त पडले पेरणीचे – पाह्यटं उठल्यापासून त रातरशा बाजंवर अंग टाकस्तोर कामाची चोटच, त्याच्यानं रट्याखट्या कसंबी न्यानबाले करणं भाग व्हतं.

आनसा बाया घेऊन आली तव्हा, एकेरी काकर अर्ध्याच रानात पाडणं झाले व्हते. काय करावं? त्याचं चित जाग्यावर नव्हतं अन् बैलंबी तसेच झाले. सोबाच्या घरचा डंगऱ्या अन् राघोवालं पेटवणी गोऱ्हं. त्याच्यानं त्याह्यच्या सुतानंच घ्या लागत व्हतं. त्यात कालच्या पावसानं पाह्यटी पाह्यटी आवताच्या फणाले जरा वल्या मातीचे गोळेबी चिकटत. दिवस वऱ्ही आला तसा रानाचा वाफस झाला. आता सरसर आऊत चालत व्हतं.

आनसानं आल्या आल्या त्याले भाकर खा मनलं. पाह्यटंच त्यो चहा पेऊन आला व्हता.

चारदोन मुल्डणं कलल्यावर तिनं दुम्हार मनलं, पण त्याले भूकच नव्हती.

"भूक नाही मले सद्याच. इतले राहलेले एकेरी काकर पाडतो. मंग खाईन. तव्हरक तुम्ही काडीकचरा येचा."

त्यानं आऊत सुरूच ठेवलं, पण आता त्याचं ध्यान रस्त्यावर व्हतं. शावकाराचे औतं आले का नाही ते त्यो राहून राहून पाहू लागला. त्याचे एकेरी काकर झाले. दुहेरी फुल्या पाडायले त्यानं सुरुवात केली. पारगाची येळ झाली तरी त्यानं भाकर खाल्ली नाही. भूक बी लागली नाही. बाया पारग कराय बसल्या, पण त्यानं आऊत चालूच ठेवलं. आनसानं, राघोच्या बायकोनं अन् दुसऱ्या दोघानंबी त्याले 'भाकर खा' मनलं. तरी त्यानं खाल्ली नाही.

संध्याकाळ व्हत आली. न्यानबानं आऊत सोडलं. बायाबी धकल्या. एका दमाच्या फुल्या पाडायच्याच राह्यल्या, त दोन दमाचं सरकीचं लावगण बी राह्यलं. "आता राह्यलं ते उंद्या करू," न्यानबाजवडे येत आनसा मनली.

"हं, राघोची बायको अन् तू... दोघीच बस झाल्या. मजूरदारणीले सांगावं

व्हतं, उंद्या कोणाच्या बी जा मनून.''

''सांगतलं.''

बैलामांघं ते दोघं धकले.

''आऊत घेवावं व्हतं ना घराकडं?''

''राहू दे, कोण खाते त्याले?'' न्यानबा मनला.

''नाही, तसं करू नका. आपल्याले न्यायचा-आणायचाच तरास व्हईल. काय कोणाचा नेम सांगावं? कोणी चोरूनच नेईल, नाही त कुचिंदवाणी काही मोडूनच टाकंल! आजूक दादा आप्पाले काय सांगावं? उस गोड झाला मंग काय असा मुळासकट खावावं?''

तिचं मननं त्याले पटलं. त्यानं दुम्हारं बैल धरले अन् काढवणावर आऊत उलट बाहांदलं अन् घराकडं धकला.

ते वावरातून रस्त्यावर आले. न्यानबाची नदर चाराकडं गेली अन् त्याले गोपाळाच्या गोष्टीची आठवण झाली.

''मायले मांग लागो त्या गोपाळ्याच्या त.'' न्यानबा जरा मोठ्यानंच मनला.

''काऊन? कोणत्या गोपाळ्या?'' त्याच्या मांघून चालायलेल्या आनसानं इचार्लं.

''त्यो, त्या शावकाऱ्याच्या कामावरचा.''

''काय झालं?'' शावकाराचं नाव निघालं त्याच्यानं तिचा जीव धडधडला.

न्यानबा सांगू लागला. ते ऐकल्यावर आनसा मनली, ''त्या काळजीनंच तुम्ही जेवले नाही का काय यंधवा?''

''नाही, नाही,'' न्यानबानं खोटी खोटीच मान हलवली.

पण आनसा मनते तेच खरं व्हतं.

मंग घरालोकं दोघंजणं मुकाट्यानंच आले. मातर दोघायच्या मनात घरघर चालूच व्हती, काळजीची.

राघो दोनदा न्यानबाच्या घरी आला. लवकर आटपा मने. त्याचं आठ-नव एकर रान पेरायचं मनजे हाळ्या हाळ्या मनलं तरी तीन दिस तरी लागतील. हायब्रीड, मूग-जेवारी, उडीद-जेवारी, तीन-चार पायल्या एका डबरात साळं. असा समदा कालाकिच्याच व्हता. त्याच्या वावरात राह्यलं लय, निदान सालाभराची खायापुरती जेवारी-हायब्रीड झालं पाह्यजे असं न्यानबाले वाटे. तसं राघोचं रान बी सुदं व्हतं. हायब्रीड जर सुदं उतरलं त दोन थैल्याह्यले नाही मनलं तरी पंधरा-सोळा मणाले हार जाणारं नव्हतं. त्याच्या हिश्शावर येईल तितक्या जेवारीत त्याचं साल चैनीनं धकंल. हायतं तरी

किती झणं खाणारे? इनमीन तीन.

राघो तिसऱ्यांदा घराकडं आला. माणसं निंघायची येळ झाली व्हती. न्यानबा अंगणात बसून वखराले पाचरा मारत व्हता.

"झालं नाही का न्यानबादा?" राघोनं इचार्लं.

"माहा काही नाही राह्यलं, पण तुह्या भावजयीचाच पत्ता नाही ना घरी? कुठीसा जाऊन बसली, घंटा झाला ते!"

"अं, मी मंघा उडदाचं बी घेऊन चाललो व्हतो उत्तम पाटलाच्या घरून, तव्हा भाबीले म्या शावकाराच्या बयठकीत पाह्यलं व्हतं. काय काजून हात जोडू जोडू बोलणं चाललं व्हतं बॉ त्याह्यचं? आताबी तिथिसाच हायेत का..." आनसा लगलग येत व्हती. "आल्या भाबी!" त्यानं मनलं तसं न्यानबानं हातचं काम थांबवून तिच्याकडं पाह्यलं, कपाळावर आढी पाडून.

"झालं का नाही भाबी तुमचं? कुठीसा गेला व्हत्या बेल घालाय?" राघो थट्टा करत मनला.

ती हसली, मनली, "झालंच. मथारपणी बी दरोज अंग धुवा लागतेच का? नाही धुतलं एखांद्या दिशी त नाही जमत!"

"बेसरम कुठुल्ले!" ती लाजली, हसली, "तुम्ही त काहीबी मनसाल! तुमच्या जिभीले हाड तरी हाये?"

ती घरात गेली. राघो बी घराकडं धकत मनला, "आटपाय लावा न्यानबाला भाबीले. मी येतो गुंडाळून."

न्यानबानं मान हालवली.

आनसा नहाणीत गरम पाणी टाकून घरात जात मनली, "पाणी टाकलं. अंग धुवून घ्या."

आनसा दुम्हाऱ्या दारात आली, पण त्याची खटखट चालूच व्हती. ती वट्यावर उभी राहून मनली; जरा आवाज वाहाडवून, "पाणी टाकलं मनलं अंग गुंडायले, अदुगर अंग धुवा अन् मंग बसा दिवसभर पाचरा मारत. मले अंग धुऊन धुणं धुवाय जायाचं. एव्हीच उशीर झाला!" ती जरा वैतागल्यावाणी बोलली, "काम, काम, काम! काम त आपल्यासंगंच येते काजून माय? उलुसं कुठीसा तोंड काढाय जरासी फुरसत भेटत नाही."

त्यानं आताबी तिच्याकडं ध्यान देलं नाही. आता तिले त्याचा आमाकसा रागच आला. ती वट्याऊन खाली उतरून तरंतरं चालत त्याच्याजवडे आली. अन् त्याच्या हातची कुऱ्हाड हिसकून घेत मनली, "अंग गुंडा मनलं अदुगर."

त्यानं वऱ्ही पाह्यलं. आनसानं त्याले दटावून बोलताना वासले त्याच्यापरीस जास्त न्यानबाचे डोळे वटारले व्हते. ते पाहून आनसा मनातल्या मनात चरकली.

तिनं वळखलं, काही तरी बिनसलं. त्याच्याबिगर त्यो असे डोळे कव्हाच वासत नाही. तिले याचा लय खेपेचा अनुभव व्हता. तिले वाटलं, आपल्याले बाह्यरून येयाले उशीर झाला मनून त्यो रागं भरला.

"उठा ना अंग धुयाले, एऱ्हीच उशीर झाला. माहा आटपलं पाह्यजे येळंच्या आंधी." आनसा नरम व्हवून बोलली.

"नाही, तू जाय आजूक हेल पाडायले." त्यो ताड्कन उठला. ती मांघं सरकली, "कुठीसा गेली व्हती इतक्या वाढोळ?" त्यानं दटावून इचार्लं. तिचा जीव धडकला. मान खाली घालून ती मुकीच उभी राह्यली.

"मी इचारयलो, तू कोणाच्या घरी गेली व्हती?" त्यानं आणखी जोरानं इचार्लं.

"कुठीसा नाही!" कावरंबावरं व्हवून ती चाचरत बोलली.

तिच्या अशा बोलण्यानं तो पिसाळला. दातव्हट खात वरडला, "शावकाराच्या घरी गेली नव्हती तू?"

"कोण मने?" आता मातर त्याच्या इतक्याच जोरानं ती बी मनली.

त्याले तिच्या उलट्या बोलण्याचा लयच दिमाख आला. त्यानं डोळे इंगळेपिंगळे केले. "थांब, तुले पुरावा देतो." मनत एक नाही, दोन नाही त्यानं तिच्या मनगटाले धरलं. टरटर वढत मनला, "चाल, तुले पुरावा देतो."

त्याच्या अशा वहडण्यानं आनसा भेदरली. त्याच्या हातून सुटायसाठी ती त्याले हेलपाटे देऊ लागली. "काऊन येड्यासारके करायले, सोडा मले?" मनत व्हती. त्यो मातर तोंडानं बडबड करत व्हता आणि तिले मेलेल्या ढोरावाणी वढत व्हता. या गडबडीत तिचा डोक्शावरचा पदर खाली पडून तिच्या पायात, पायाखाली भोईवर लाळू लागला. ती पदर सावरायसाटी धडपडू लागली, त्याच्या हातातून सुटायसाटी बी धडपडू लागली.

रस्त्यानं येणारे जाणारे उभं राहून गंमत पहात व्हते. त बायामाणसं घरातून दारात येत व्हते. दहा-पंधरा लेकरं त्याह्यच्या मांघं उड्या मारत चालत व्हते. आनसाले लाज वाटत व्हती. याच्यापरीस घरात नेऊन जीव घेतला असा त परवडला असता, पण ह्यो तमाशा नको असं तिले वाटे. इतल्याभार पिसाटपणा त्यो कव्हा करत नाही. लयच राग आला त आडवातिडवा बोलते अन् घरातून निघून जाते. ती नांदाय आली तशी त्यानं कव्हाच तिले थापड हाणली नाही. एका जागी रहात व्हते तव्हा मोठ्या जाऊदेकता अन् भावादेकता कव्हा सादंसुदं बोलला त नाही... पण यंधवा?

खरं त तिचं बी चुकलं. तिनं बी सांगा लागत व्हतं, शावकाराच्या घरी गेली व्हती मनून; पण तिले भेव वाटलं. तिले वाटलं, आपण शावकाराच्या घरी गेलो

हे जर न्यानबाले सांगतलं त त्यो रागं भरायचा. ती त्याले काही न सांगता सवरता गेली व्हती. मग याले कोणं सांगतलं असंल? अन् ह्यो कुठीसा घेऊन चालला मले? तिचे इचार बी सुरू व्हते.

"राघोऽऽऽ," राघोच्या दारात आल्यावर त्यो थांबला. त्यानं मोठ्यानं राघोले हाक मारली. त्या हाकेनं राघो, त्याची बायको दारी आले. पाह्यतात त ह्यो तमाशा! राघोले कळेना, काऊन वहडत आणलं भाबीले? त्याच्या मनात फट्कन मघाची दिल्लगी आली. नाहकच आपण टिंगल केली भाबीची? पण टिंगल का आजचीच करतो का? मंग यंधवाच काऊन...?

"काय हाये हे न्यानबा दा?" त्यो मव्हरं आला.

"राघो, सांग ही शावकाराच्या घरी गेली व्हती का नाही?" न्यानबानं कडकावून इचार्लं. राघोनं दम टाकला. त्याले इतक्या वाढोळ भलतंच वाटलं! त्यो गालांतल्या गालांत हसला, "तिल्यासाटीच एव्हडी मोठी दिंडी काहाडली का?" त्यो त्याह्यच्या जवडे आला. त्यानं आनसाकडं पाह्यलं. तिच्या डोळ्यांतून आसू गळत व्हते. तिच्या खांद्यावर पदर नव्हता. त्यानं न्यानबाच्या हातातून तिचं मनगट सोडवलं. भुईवर लोळायलेला पदर उचलला, झटकल्यावाणी करून तिच्या हाती देला. तिच्याच पायात अटकून दोन जागी त्यो फाटला. रस्त्याने मोरीच्या बेंदाडानं भरला बी.

"भाबीले घरात ने व!" त्यानं बायकोला मनलं. त्याची बायको मव्हरं आली. "चला बाई," मनत तिच्या पाठीवरून खांद्यावर हात ठेवून तिने तिले घरात नेलं. घरात गेल्यावर आनसा तिच्या गळ्यात पडून हमसू हमसू लडू लागली.

राघोनं जमा झालेल्या पोऱ्हायच्या हावळीकडं पहात त्याह्यले दटावलं, "कारे, पळता का नाही इथून?" त्यो दाटून दगड उचलायला मनून खाली वाकला. तसे पोऱ्हं धूम पळाले.

राघोनं न्यानबाचा हात धरला. "चला घरात," मनत त्याले घरात नेलं. घरात आनसाचं हुंदके देणं चालूच व्हतं.

"इच्या बहीणची लडून सिंदळकी जिरवते? माह्यासंगं खोटं बोलते?" तिले पाहून त्यो हुसळला.

तसा राघोनं त्याच्या तोंडावर हात ठेवला, अन् मनला, "मुके रहा, माह्या घरात हा तुम्ही. इतले मथारे व्हयाले आले अन् चाल्ले गावातल्या लोकाह्यले तमाशा दाखवाय! भांडण करायले का घर भांडलं व्हतं?" राघो बोलत व्हता. न्यानबा मधात बोलायसाटी तोंड उघडे, पण राघो त्याले बोलू देयेना.

बोलणं सरल्यावर राघो बायकोला मनला, "भाबीले अन् न्यानबाले गुळूना करायले पाणी दे अन् चहा ठेव चुल्हीवर."

त्याच्या बायकोनं न्यानबाच्या हाती तांब्या भरून देला. तोंड धुवायसाटी त्यो

दारी आला. त्यानं रस्त्यावर नजर आकली. आजूक बी पोऱ्हंसोऱ्हं दूर उभे राहून पहात व्हते. न्यानबाले कसंकान्नूच वाटलं, आपण इतक्या वाढोळ केलेल्या तमाशाची त्याले लाज वाटू लागली. त्याले बाहीर तोंड काढावं वाटेना, त्यानं हातावरच तांब्या उबडला अन् त्यो तोंड न धुताच घरात आला.

त्या दिशी न्यानबा राघोच्या घरून उठला अन् घरी काहीच न सांगता त्यो सरका वासमाले आला.

घरून निघाला वैतागानं, पण इथिसा आल्यावर त्याले काम सुसलं. चवकात एका हाटेलीमव्हरं कारकून उभा व्हता. त्याच्यासंगं आजूक दोघंचौघं व्हते. न्यानबानं त्याले पाहून मनातल्या मनात सेव देली. अन् जवडे येऊन हात जोडून राम राम केला. कारकुनानं त्याच्याकडं ध्यान असून बी नसल्यासारकं केलं अन् संगंच्या मानसाह्यले बोलू लागला.

न्यानबा लय वाढोह त्याच्या बगलंनं उभा राह्यला. जसजसा कारकून त्याच्याकडं ढुंगण करून बोले, तसतसा न्यानबाले भलताच राग येऊ लागला. सोसायटीच्या थकीत बाकीचे पैसे देऊन, भरून बी या कारकुन्याच्या वंजूळीनं पाणी पेयाचं काम पडायलं अन् ह्यो त हुंगायले बी तयार नाही.

त्याह्यचं बोलणं सरलं. त्या मानसाह्यले, ''बरं येतो मंग उंद्या,'' मनत कारकून जाऊ लागला. तसा न्यानबा मव्हरं झाला, ''अहो सायेब?'' त्यानं हाक मारली.

कारकून त्याच्याकडं कलून पहात थांबला.

''मनलं ते आमचं पेडीचं जमवा ना जरा?'' त्यानं मनलं.

''कुठल्ले तुम्ही? काय तुमचं नाव?'' कारकूनानं कपाळावर आढी पाडून इचार्लं.

न्यानबाले आता त त्याचा लयच राग आला. एक-दीड मह्यण्यात ह्यो वळख इसरला? न्यानबानं त्याले नाव, गाव सांगतलं, कामबी सांगतलं.

''हं हं, आलं ध्यानात, तुमचा दुसरा वाटप हाये ना?''

न्यानबानं मान हलवली.

''पण तुमच्या पेरेपत्रकाच्या नकला नाही देल्या?''

नकला? न्यानबाच्या कपाळावर आढी पडली. देईल पांडेबुवा? त्याचं त मोजणीच्या वक्ती आपल्या संगं भांडण झालं. तव्हाच त आडवातिडवा बोलला व्हता.

''त्याच्या बिगर नाही जमत?''

न्यानबानं एव्हडुक्सं तोंड करून इचार्लं. कारकुनानं ''नाही,'' मनून मान

हलवली. त्यो धकला. तसा न्यानबाबी त्याच्या मांघं चार-पाच पावलं गेला.

"बरं मंग कुठीसा भेटसाल?" पण कारकून काहीच न बोलता मुकाट्यानंच मव्हरं गेला. तशी न्यानबाले खताच्या परमिटाची आठवण झाली. न्यानबा पळतच कारकुनामांघं गेला.

"अहो सायेब," कारकून थांबला. "सोसायटी भेटंल तव्हा भेटू द्या, पण ते खताचं परमिट त द्या. खत तरी नेतो?"

कारकुनानं न्यानबाकडं पाह्यलं. "देईन, पण...?" कारकून अडखळत बोलला. पण काय? न्यानबाले कळेना.

"दहाक रुपयं हायंत खिशात?"

न्यानबा कोचमला. मायले मांग लागो याच्या! मुळासकट खातात भोसडीचे! पण आपलं काम अटकलं. नाही कसं मनावं? नाही मनलं त ह्यो काम करणार नाही.

"हायत का नाहीत?" कारकुनानं दुम्हार ईचार्लं.

"इतले त नाहीत. पण..." न्यानबानं खिशात हात घालून पाच रुपये काहाडले. कारकुनामव्हरं नोट धरायची दरकार, कारकुनानं नोटंवर झडप घातली. पट्‌कन खिशात कोचून हसत मनला, "आज संध्याकाळी या खोलीवर. परमिट देतो."

"कुठीसा खोली हाये?"

"माहूर येसीजवडं."

न्यानबाले इचार पडला. कुठीसा पहावं ही येस? आपल्याले त लयशिक माहीत नाही.

"बरं जातो." मनत कारकून गेला.

काम त झालंच नाही, उलटे पाच रुपये हातचे गेले. न्यानबाचा जीव तुटू लागला. माय मी त, घरून कडकड उपाशी आलो. दुपार व्हत आली तरी पोटात काही नाही. आलो तव्हापसून हाटेलात जाऊन काही खावावं, निदान कपभर चहा तरी ढोसावं असं किती खेप मनात आलं, पण त्यो तसाच राह्यला. अन् आता हिंगं राजरोस बुवाच्या हाती फुकट पच रुपये हावला करायचं काम पडलं.

या नवकर्कीवाल्या समद्या लोकाह्यचं असंच हाये. गरीबागुरीबाचा कोणी वालीच नाही.

काय करावं आता? पांडेबुवाले भेटून पहावं का? भेटलो त देईल का त्यो? का आजूक काही उलटं बोललं? काही झालं तरी पेरेपत्रकाच्या नकला आणल्या बिगर कारकून तरी वाटप कसा करंल?

पांडेबुवाचं घर राह्यलं कोसावर. पोटात त कचाकच तोडायलं. अदुगर काही तरी खाऊ, नाहीत त चहा तरी पेऊ. मनून त्यो हाटेलीत घुसला. त पांडेबुवा

हाटेलीत चहा पेयाला. न्यानबाले नवलच वाटलं. कारकून बी भेटला, आता पांडेबुवाबी. दोघायची नदरानदर झाली. न्यानबानं हात जोडले, रामराम केला. न्यानबाले वाटलं, पांडेबुवा रामराम करणार नाही;पण त्यानंबी राम राम केला.

न्यानबा त्याच्या मव्हरल्या खुर्चीत बसला. त्यानं हाटेलवाल्याले दोन चहा सांगतले. तसा पांडेबुवा मनला, "एकच सांगा तुमच्यापुरता. मी आताच पेलो."

न्यानबानं डोळे बारीक केले. "मंग काही खाता?"

"अहं." त्यानं मान हलवली. पांडेबुवा उठला तसा न्यानबा मनला, "ते आमच्या वावराच्या पेरेपत्रकाच्या नकला पाह्यजे व्हत्या."

पांडेबुवानं न्यानबाकडं आमाक्सं पाह्यलं, मंग मनला, "तुमचा उलाढाला झाला ना वावराचा? तशाच कशा देता येतील नकला?" न्यानबाले वाटलंच व्हतं, सुद्यामतीनं काम व्हणार नाही मनून. त खरंच हिंगं अशी पाचर मारलीच यान.

"पण..." न्यानबा अडखळला.

"नाही जमत. मव्हल्र्या साली खरेदी वापस घेतल्यावर जमल, औंदा नाही." अन् पांडेबुवा बाहीर निघून गेला.

मनजे? आता काहाची पेडीच भेटते! नाहक पाचशे रुपये देऊन बसलो कारकुनाले! त्यात यंधवा पाच रुपयेबी हातोहात फुकट गेले. चहा पेण्यात न्यानबाचा जीव लागेना.

त्यो बाहीर आला. आता त्यो पिसाळल्यावाणी झाला.

"काहो, रामराम."

न्यानबाच्या कानावर रामराम आला. इचाराच्या जाळ्यातून बाहीर पडत त्यानं बाजूले पाह्यलं. सोना काळ्या व्हता. न्यानबाले नवल वाटलं. ह्यो माणूस गावात्नी असा हाये की, याचं कोणांवाचून अटकत नाही. ह्यो कोणाले सुतळीचा तोडा मांघत नाही त कोणाले देत बी नाही. गावातल्या कोणाले चहा पाजतानी त्याले कव्हाच कोणं पाह्यलं नाही. त त्यो बी कोणाच्या घरी चहा पेला नसंल. ज्याचं कोणासंगं कामच पडत नाही, कोणावाचून अडतच नाही, त्याले दुसऱ्या संगं बोलायची बी गरज काय? सोना काळ्याचं तसंच व्हतं. म्हणूनच न्यानबाले नवल वाटलं.

न्यानबानं रामराम केला.

"माहा काम व्हतं उलुक्सं. पाहा बा करसाल त? तुमच्याच्यानं व्हते." त्यो काकुळत्या आला.

इतल्याभार काय अटकलं मनावं याचं? न्यानबाले कळेना.

"काय काम हाये, सांगसाल त?"

सोना काळ्या सांगू लागला. त्याले सोसायटीतून परमिटावर खत नेयाचं व्हतं, पण आठ दिवस झाले त्याच्या परमिटचा नंबरच लागत नव्हता. खताचा टरक

आला की कुठीसा गडप व्हत व्हता ते कळत नव्हतं. सोसायटीत गेलं की 'माल सरला' मनायचे. सोना काळ्या हैराण झाला व्हता. सोना काळ्याच काय, असे गावोगावचे कितीतरी लोक हैराण झाले व्हते. दरोज उठसूट सोसायटीत येत व्हते. इचारत व्हते अन् तोंडात मारल्यावानी वापस जात व्हते. पण लग्ग्यावाल्याह्मले, लीडर लोकाह्मले मातर मनला तितला माल मिळत व्हता. त्याह्मच्यावक्तीच इतला माल कुठून येत व्हता ते कळत नव्हतं. कोणाले इचारायची बी सोय नव्हती. लयशिक बोलाय जावावं त गचाटी धरून बाहीर काढून देतात. अशातशाले त सोसायटीत पाय टाकणं बी अवघड हाये. मनून ज्यो त्यो वळखपाळख काहाडते, एखांदा लीडर तरी हाती धरते. त्याच्याचसाटी सोना काळ्या बी मनू लागला.

सोबाचा भाया– तिच्या नवऱ्याचा मोठा भाऊ– सोसायटीत हाये. खताच्या वाटपाचं काम त्याच्याकडंच हाये. बी-बियाण्याच्या, फवारणीच्या आवशिदाचा वाटप बी त्येच करते. त्याच्यामुळं सोना काळ्या न्यानबाले 'चाला' मने.

आजोरोक त न्यानबानं पाव्हण्याले– सोबाच्या भायाले– ऑफिसात जाऊन काही मांघतलं नाही. मांघायले लाजबी वाटते. कसं जावावं अन् कसं मनावं आपण त्याह्मले? असलं त देतील अन् खरंच नसलं त कुठून देतील? न्यानबानं तसं सोना काळ्याले मनलं नाही. मनावं तरी कसं? मून त्यो नाइलाजानं त्याच्यासंगं सोसायटीत आला, पण पाव्हणा नव्हताच. त्यो गावाले गेला व्हता.

"काहो मंग? जातो मी." न्यानबा मनला.

"हो जा, आता त्याले काय इलाज हाये?" सोना काळ्या बी नाराज व्हवून मनला.

संध्याकाळी कारकुनाले भेटायचं व्हतं. परमिट देतो मने; पण पांडेबुवा त पेरेपत्रक देता येत नाहीत मने. मंग वाटप तरी कसा व्हईल आपला? वाटपच नाही मनल्यावर परमिट तरी कसं भेटंल? काय सोय लागंल ते लागो बॉ पळहाटीची! थैल्या त लावून बसलो. घरात खताचा, आवशिदाचा पत्ता नाही. कारकुनाने देलेल्या पैशात काही खत, काही अवशिद व्हतं नव्हतं! पण आपल्यालेच दम पडला नाही.

त्यो बँकेमव्हरं आला त तिथीसाच कारकून भेटला. त्याले पेरेपत्रकाचं तरी सांगावं मनून न्यानबा त्याच्याकडं गेला.

ते ऐकून कारकून मनला, "मंग तुमचा वाटप कसा व्हईल? त्याच्या बिगर वाटप व्हतच नाही."

आता आली का नाही पंचाईत? आंधळं उरावर घेऊन भवताल पाह्मचं काम झालं हे!

"बरं मंग ते पैसे?" न्यानबानं पैशाची गोष्ट काहाडली.

"कोणते?" कारकुनानं कपाळभर आठ्या पाडल्या.

न्यानबानं त्याले आठवण करून देली.

"हं, हं. ते व्हय? ते पैसे भरले म्या बँकेत. आता कसे वापस भेटतील?"

न्यानबा आरबळला. काय बोलावं ते त्याले सुसेना.

"पण पावती?" त्याच्यात जसा दम नव्हता, असा खोल आवाज त्यानं काहाडला.

"पावती हाये घरी. दुम्हार आलो मनजे मीच घेऊन येईन. जा तुम्ही."

अन् न्यानबा बी धकला, पण कसा? हातपायात जीव नसल्यावाणी.

पेरण्या सुरू व्हयाच्या आदुगर पंधराक दिवसापासून त पार लागे डवरे कानूडे व्हवस्तोर मनजे डवरण बंद व्हवस्तोवर सुताराचा हात चालूच असते. त्याच्या कामठ्यावर दिवसभर ठाकठोक ठाकठोक सुरूच असते. पेरण्याच्या वक्ती कोणाचा फराट, कोणाची तिफन, कोणाचं साळपेरणं, कोणाचा लहाना-मोठा वखर, कोणाचे शिवळाटे त कोणाचे पाते, कोणाची दांडी त कोणाचं फौंडच. असं पर्तेकाचं काही ना काही काम निघतेच. बरं गावात झाला एकच सुतार. पाह्यटंपासून याची त्याची समजूत घालता घालता त्याच्या नाकी नव येतात. मंधात कोणी वावरात हाणता हाणता मोडलेलं आऊत घेऊन येते त हातचं काम आकून ते काम करून देवावं लागते. ह्यो हंगाम सोडला त मंग दुम्हारची पेरणी येवस्तोवर सुतारामांघे लवशिक लेंझा नसते.

न्यानबानं बी असच मोंडलेला वखर कामठ्यावर आणून टाकला. रासनी करता करता आंब्याच्या मुळीले फण अटकून मोडला. कामच बंद पडलं. नाइलाजानं वखर घरी आणला.

फणासाठी लाकूड पाह्यजे व्हतं. न्यानबानं पर्कासले घरी लाकूड आणायले पाठवलं व्हतं. घरी आनसा व्हती. भांडण झालं त्या दिसपसून ती वावरात गेली नव्हती. घरच्या वावरातलं काडीकचरट येचाचंच राह्यलं व्हतं. वावरात काही काम नव्हतं असं नाही; पण रागारागानं ती दोन दिस झाले घरी व्हती.

त्याह्यचं बोलणं भाषण बी बंद व्हतं. भाकरटुकडा खायाची येळ झाली की त्यानं येऊन बसावं. तिनं मुकाट्यानं त्याच्यामव्हरं ताट मांडावं. अंग धुयाचं असलं की त्यानं अंगातलं आंगडं काहाडावं. तव्हा तिनं पाणी टाकावं. तिले काही मांघायचं असंल त आपल्या मनालेच पण मोठ्यानं मनावं. "इथीसा अमकं अमकं ठेवले व्हतं ना गड्या?" तिले माहीत असंल त तिनं काहाडून ठेवावं अन् माहीत नसलं त मुकंच राहावं.

कव्हाचा पर्कास घरी गेला. येधोळोक न्यानबा पाचखेप जाऊन आला असता.

कणगूल्याआडीच त लाकूड ठेवेल हाये. मंग सापडलं नाही मनावं का? का तिनं काहाडूनच देलं नाही मनावं?

"न्यानबामामा, येत नाही काजून तुमचं पोरगं?" सुतार मनला. त्याच्या मव्हरचं न्यानबाचं काम बगलंनं सारून त्यानं दुसरं घेतलं.

"येतेच इतल्यात," न्यानबा मनला. त्यो कामठ्यावरून रस्त्यावर आला. पर्कास हात हलवत पळत येत व्हता. न्यानबानं कपाळावर आढी पाडली.

"का रे? काऊन नाही आणलं?"

"सापडलं नाही मले." पर्कासले दम आला व्हता.

"मंग तिले मांघावं व्हतं ना!"

"म्या इचारलं तिले त ती मनाली, "मले ठाऊक नाही. इथिसा त्याह्याचे नवकर हायेत का? गरज असली त येऊन घेऊन जा मनावं." पर्कास मनला. अन् सुतारासगट कामठ्यावरचे समदे लोकं फिदिफिदि हसले. न्यानबानं मांघं कलून पाह्यलं. त्यो वरमला.

"पर्काशा, काय मनली रे माय?" वाड्यावरच्या कोंडू बुढ्यानं हसत इचार्लं. पर्कास मुकाच राह्यला.

"काय बाई आज्जाद हाये! नवऱ्याले अशी मनते?" सोकम्याचा यंका मनला.

"अबे, त काऊन नाही मननार ती? ह्योच तसा हाये ना? तुला माहीत हाये? त्या दिसी या बहाद्दरानं तिले समद्या गावातून टरंटरं वहाडत त्या राघोच्या घरालोकं नेलं व्हतं! तिले त्याचा राग नसंल? मनून मनली असंल तशी." लंगडा याद्या मनला. त्याच्या मनण्यावर कोंडू बुढा सोडून समद्याह्यनं माना हलवल्या.

कोंडू बुढा मनला, "काय लाज हाये रे याच्यात? बायको असं उलटून मनंल, दाभाड चिरलं असतं माह्यासारक्यानं टरंटरं. पण याच्यात ती रगच नाही. ह्येत लेका?" न्यानबाकडं पाहून हात झटकत त्यो मनला. तसे आणखी समदेझणं गदगद हसले.

न्यानबाले तिथीसा उभं रहावं वाटेना. त्याले आनसाचा भलताच राग आला. कुठीसा काय बोलावं ते कळते का तिले एवढी मोठी झाली तरी? पण... पण आपल्याले तरी त्या दिशी कुठींसा कळलं? तिले तसं वढत नेण्याऐवजी घरात घेऊन चार चापटा मारल्या असत्या त यंधवा हे असं आपलं हसं झालं असतं का?

वखर कामठ्यावरच आकून त्यो घराकडं निघाला. पर्कासबी त्याच्या पाठीमांघं धकला.

कामठ्यावरचे मानसं मात आजूक बी हसत व्हते. त्याह्यच्या हसण्याचा आवाज दूर जावस्तोर न्यानबाच्या कानावर पडत व्हता.

एच.फोर लावून यंधवा सहा-सात दिवस झाले व्हते. सरकीचे भवरे माती बगलंनं सारून जागजागी वऱ्ही येताना दिसत व्हते. काही काही फुल्यांवर काहीच नव्हतं. अशा एक-दोन जागच्या फुल्याह्यवरचा वल्ला मातूडा आल्हादी बोटानं बगलंनं करून न्यानबानं पाह्यला. त त्या जागी कुबीर फुटलेल्या सरक्या दिसल्या, पिवळ्या रंगाचे कुबीर. न्यानबाले जरा नवलच वाटलं. जमिनीत कुबीर असला की, पिवळा अन् जमिनीच्या वऱ्ही आला की हिरवा – काहानं व्हत असंल असं?

खालून डच वली व्हती. पाणी बी दोन दिवस झण्णावून पडला व्हता– पेरणीच्या अदुगरचा. त्याच्यानं मातीत पडलेलं बी सपाट्यानं वऱ्ही येत व्हतं. तसं न्यानबानं आणलेलं एच.फोरचं बी सुदं व्हतं. खात्रीचं व्हतं. सोबाच्या सासऱ्याचे दोन फौंडेशन पलाट व्हते. ईस हजाराचं बी त्याह्यनं इकलं व्हतं. त्याच्यानं बियाबद्दल काळजी करायचं काम नव्हतं.

खरी काळजी व्हती खताची अन् औषिदाची. तशी त्याचीबी काळजी नाही मना. यंधवा पाह्यटंच शंकर पाटलाच्या घरी न्यानबा गेला व्हता. पेडीची भानगड त्यायले त्यानं सांगली. तव्हा आपण व्हवूनच पाटील मनले, "काही इरमत बसू नको खतासाठी, तुले लागंल तितकं खत अन् अवषिदाचे डबे घेऊन जाय कव्हाबी." त्याच्यानं न्यानबाचा जीव जसा बिनघोर व्हता, पण त्याच्या मनाले वाटे, व्हता हईल तव्हरक आपलं आपण कसंयबी भागवावं, अन् जर नाहीच भागलं त मंग पाहून घेऊ. आणता येईल मग पाटलाच्या घरून.

तशी शंकर पाटलावजवडे खताले अन् अवषिदाले वाण नव्हती. त्याह्यनं त्या दिशी ट्रॅक्टरच भरून आणला. त्याह्यचा पसारा कमी हाये का! अन् कशाकशाले खत देत नसतील ते? पळहाटी, हायब्रीड, उडीद, मूंग, जेवारी, साळ... वावरात जे जे पेरलं असंल त्याले त्याले खत देतात. समदंच उधडं काम हाये त्याह्यनं. एका सोईनं एच.फोर, वरलक्षीमी, अन् एच.सिक्सच्या दहा दहा बॅगा, ए.के. ए.फोर, चारशे अडुसट. डी.एच.वाय.चा बी असाच अडमाप पेरा. पंचीस पंचीस थैल्या निऱ्हा एकासोईनं हायब्रीडच हायब्रीड. दीडशे एकर समदी जमीन. चार इहीरीवर चार चार मोटारी. खर्च जसा अडमाप, तसंच उत्पन्नबी अडमाप. त्याह्यच्या कामावरचे गडीमाणसं त सालभर निऱ्हा मातऱ्यावर जगतात. गड्यामानसाह्यनं काही घोळ केला तरीबी मालकाले कळायचं नाही. इतलं बारीक सारीक कोण ध्यान देते?

त्याह्यची बराबरी करंल असा कोणाचाच गावाज खटला नव्हता. मनूनच शावकारासारके त्याह्यचा रातदिवस खतेस करत.

न्यानबाच्या कानावर आवाज ऐकू आला. त्यानं रस्त्याकडं पायलं धुऱ्यावर उभा राहून पर्कास हाका मारत व्हता. त्याच्यामांघं आनसाबी व्हती. तिले पाहून न्यानबाले

हसू आलं. अं, बरीच आली वावरात! रागारागात वावरशिवर, घरदार समदं सोडून देते का काय असं वाटलं व्हतं त्याले.

न्यानबानं बी वव दिली. पर्कास पळतच न्यानबाकडं येऊ लागला. तव्हा न्यानबा वल्डून मनला, "अरे पळत नको येऊ. खाली पाहून ये. पळतानी पायाखाली सरकीचे भवरे तुडवशील."

पर्कास बी पळायचा थांबला. फट्याफट्यानं येऊ लागला. खाली खालीच पाहू लागला. आल्या आल्या कपाळावर आढ्या चढवून त्यानं इचार्लं, "बा, कुठीरा हायेत भवरे? मले त दिसले बी नाहीत? एखांदा द्याना मले खेळायले. मायाजवडे दोरीबी हाये भवऱ्याले गुंडाळाय." त्यानं खरंच इजारीच्या खिशातून हातदीड हात दोरी काहाडून त्याले दावली.

न्यानबा गद्‌गद हसला.

"द्यानं बा!" त्यो लाडात येऊन मनला.

"अरे येड्या, खेळायचा भवरा नव्हतो मनत मी."

"मंग कोणता?"

"सरकीचा भवरा."

पर्कासले काहीच कळलं नाही.

"बस खाली दावतो," मनत न्यानबानं त्याले दोन-चार जागच्या उगवलेल्या सरक्या दावल्या. काही कुबीराचे लालसर दांडे कमानीसारके वाकलेले, काहीचे डोक्शावर सरकीच्या टपराचे टोपणं घेऊन उभे राह्यलेले, त काहीचे पान नेमकेच वाऱ्यावर डोलायलेले.

"याले मनतात का भवरे?" त्यानं डोळे वासले.

"हं." न्यानबानं होकार देला.

मंग पर्कास आनसाकडं धकला. आनसा आंब्याखाली बसली व्हती, चार पाच पावलं गेल्यावर थांबून न्यानबाले मनला, "बा, तुमची पारगाची भाकर आणली तिनं. तीच मने सांग त्याह्यले."

"बरं." न्यानबा पर्कासले मनला, पण मंग मनला, "किती दिवस इचा राग पुरते काजून!"

न्यानबाले वाटे, चुकलं आपलं, पण तिनं त इतला राग धरू नाही. बाईच्या जातीले काय करायचा इतला राग! बाईच्या जातीनं राग करून तिची तट तरी शेल्यावर गेली पाह्यजे. कव्हा बव्हा त्याले असंबी वाटे की, तिच्यामव्हरं जाऊन आपण आपल्याच गालात मारून 'चुकलो' मनावं. 'आता याच्या मव्हरं असा गधेपणा कव्हाच करणार नाही' मनावं. असं निसतंच त्याच्या मनात येये; पण तसं मनायची मातर त्याची हिंमत व्हयेना. आपलं काय चुकलं? तिनं काहाले खोटं

बोलवं आपल्या संगं? आपल्याले सांगत नाही त मंग सांगते कोणाले ही? मनजे तिचा आपल्यावर भरुसा नाही? आपण मातर समदं हागलं-मुतलं तिले सांगतो, मग काऊन तिच्यामव्हरं 'चुकलो' मनायचं? नाहीच मनायचं. चालेना असंच मुक्या मुक्या. इथिसा कोणाचं काय अडते? ज्या दिशी अडेल त्या दिशी पाहून घेऊ.

असा इचार आला की, त्यो आनसाहूनबी जास्त तरटबाजपणा करायचा.

"बोव, हे पहा काय हाये इथिसा?" पर्कास चिरकला.

न्यानबा पळतच तिकडी गेला. पाह्यते त सरकीच्या भवऱ्यावर ढबू पैसा!

"यालेच भेला?" न्यानबानं त्याचे कान फुकले, "ए एऱ्ही किडा हाये. त्यो काय नाही करत."

त्यानं पर्कासची समजूत घातली. ढबू पैशाले हात लावला. न्यानबाचा हात लागल्याबरोबर ढबू गुंडाळून बसला. न्यानबानं त्याला हाती घेतलं. "पाहाय, काही करते का?" त्यानं पर्कासले इचार्लं. "धर, घे तुले खेळायले." त्यानं पर्कासमव्हरं धरला, पण तरी बी भेवून त्यो मांघं सरला. न्यानबा हसला. "येडाच हायेस!" मनत न्यानबानं ढबू पैसा फेकून देला. पण मंग आजूक त्याच्या मनात इचार आला, "मायले याच्या, याले असं सोडून देलं त ह्यो चारदोन भवरे खाल्ल्याबिगर राहात नाही. याच्या परीस..." न्यानबा त्या ढबूपैशाजवडे गेला. त्यानं बगलंत धरलेली कुऱ्हाड खाली ठेवली अन् खसखस दोही हातानं वला मातूडा वढून हातभर खड्डा केला. त्यात ढबूपैसा ठेवून त्याच्यावर दुम्हार माती वढली. मंग त्या मोकळ्या मातीवर उभं राहून त्यानं ती माती कचकच तुडवली. "आता येईल का बाहीर? आता खाय मनावं काय खातं ते!" न्यानबानं कुऱ्हाड उचलली.

"आजूक असलं का बा असा ढबूपैसा?" पर्कासनं इचार्लं.

तव्हा न्यानबाले इलक्टरीचा शाकच लागल्यावाणी झालं. खरंच किती येडे आपण? एक दिसला मनून त्याले हातभर गड्ड्यात पुरून टाकलं अन् आता बाकीच्याह्यचं काय? इतल्या मोठ्या वावरात का तितला एकच असंल का?

त्याले आठवलं, शंकर पाटलाच्या वसंतानं सांगतलं व्हतं. सरकी लावतानीच सरकीसंगं कोणतं कान्नू आवषिद – हं, हो, थिमीट टाका लागते. त्यानं असे ढबूपैसे पळ्हाटी खात नाहीत. पण आपल्याले त्यो आगाऊचा खर्सं वाटला. त ते हिंगं आता असं झालं! एका फुलीवरची पळ्हाटी जर ढबूनं खाल्ली तर सुताड्याइतकं रान मोकळं व्हते. असे पाचपन्नास झाडं खाल्ले त नाही अर्धा एकर रान तसंच पडायचं? मनजे मंग, इतल्या महागामोलाचं बी आणून फायदा काय? चुकलंच आपलं! आता काय करावं? असे किती येचून पुरून ठेवत बसावं? ते परवडते तरी का? संध्याकाळी घरी गेल्यावर वसंतालेच इचारा लागंल. त्याले समदं तोंडपाठ हाये.

तरी पण मंग न्यानबा येड्यावाणी वावरभर ढबूपैसेच पहात बसला. दहा-बारा त्यानं पुरले बी. मंग पुरायचा कटाळा आला. हिंडून हिंडून पहात बसायचा बी कटाळा आला.

"पर्कास, तिले मनावं..." त्यानं मागं कलून पाह्यलं. पर्कासचा पत्ता नव्हता. त्यानं आंब्याकडं पाह्यलं. पर्कास आंब्याखाली खेळत व्हता. आनसा मातर बसेल व्हती. तिले तसं बसेल पाहून न्यानबाले आमाक्सा दिमाखच आला. बस मनावं मावले! समदं वावर काडीकचऱ्यानं बंब सुजलं ते तिले दिसत नाही. उंद्या परवा पळ्हाटीच्या बुडात शेनखत टाका लागते. ते झालं की, रासायनिक खत द्या लागंल, ते सुटलं की, फवारणी, डवरणं... काय काम नसते वावरात? वावर कुणब्याले बोलत असते मनतात त काय खोटं हाये? ज्या कुणब्याले वावराची भाषा समजते त्यालेच ते कामं बी दिसतात अन् ज्याले वपावरावर मयाच नाही त्याले वावर काय बोलंल?

डोळे उघडे ठेवले की, वावरातले कामं मानसाले पटपट दिसतात. काहीकचरा, निंदन-खुरपण, बांध-बंधिस्ती, धुरे-बंधारे, कुंधा-काशा... एक झालं की दुसरं काम हात जोडून उभंच असते कुणब्याच्या मव्हरं. असं असल्यावर खरा कुणबी वावरात येऊन कपाळावर हात देऊन बसंल का? मंग ती बाई असो का बुवा असो.

अन् घंटा झाले, ही बिचारी वावरात आली अन् फतकल मारून बसली. तिले खरंच वावरातलं काहीकचरट दिसत नसंल का? उंद्या पळ्हाटीत वखर धरायचा मनल्यावर वखराच्या पासले लागलेलं वसान काहाडू काहाडू मरणार नाही माणूस?

"ते तरी बरं, भांडण झालं त्यादिसपसून घरीच बसेल व्हती इळन् माळ. यंधवा कशी तरी वावरात आली. यातच समाधान मानावं.

तसा एऱ्ही कामात कुचरपणा ती करत नाही. न्यानबाले तरी काम करता करता कंटाळा येईल, पण आनसा एकदा लवणी पडली त सांज व्हवस्तोर सर्की नाही व्हत. तशी कामाले डाक हाये ती. आता मनात राग हाये मनून चार दिवस करंल अडल्यावाणी. करू दया केलं त!

इचाराइचारात चालता चालता काही तरी टर्‌कन वाजलं. त्यानं खाली पाह्यलं. त्याचं धोतर चिल्हूरीच्या काटीत अटकून, काट्याच्या खोसाऱ्यानं जराक्सं फाटलं व्हतं.

न्यानबानं त्या काटीकडं पाह्यलं, अन् ती त्याच्या डोळ्यांत काट्यावाणीच सलली. यंधवा ईनं निसतं धोरच फाडलं, पण उंद्या हरेक डवरण पाळीले ही अशीच अडवत जाईल ना? इच्याजवडून आवतानं मुल्डण कलवायचं मनजे ही अशीच बैलाहयलेबी वरबडत जाईल. त्याच्यापरीस...

त्यो खाली बसला. कुऱ्हाडीचा दांडा उलटा करून त्यानं दांड्यानं चिल्होरीच्या

बुडातला कचरा बगलंनं केला. या दिसाचं भस्कन कुठीसा बी हात घलायचं भेवच वाटते.

दांड्यानंच न्यानबानं ते झुडूप एका बाजूले दाबल्यावाणी केलं. मंग उठून, वाकून जोड्याचा उजवा पाय बुडावर देला अन् कुऱ्हाडीचे रट्टे बुडावर देऊ लागला. एक-दोन रट्टे त्यानं देले. तिसऱ्याच्या वक्ती कुऱ्हाड उचलली; पण कसं त्याचं अंग ढिलं पडलं ते देव जाणे! कुऱ्हाड पालवीच्या बुडावर बसायची त त्याच्या पायावर, घोट्याच्या वऱ्हीच बसली. त्याच्या अंगाची आग आग झाली. हातातली कुऱ्हाड गळून पडली. त्यो जराक्सा बगलंनं झाला. खाली बसला. त्यानं जखम पाह्यली. कुऱ्हाड हाडात धसली व्हती. भवतालचं मासबी ढवळं शिप्पत दिसत व्हतं. जखमेतून भळभळ रघत वहात व्हतं. पायाऊन वघळलेलं रघत खाली जोड्यात गेलं व्हतं.

न्यानबानं जोडा काहाडला. वाटीक्सं रघत त्यात जमा झालं असंल. इतक्या लवकर इतलं रघत कसं वघळलं? शिरगीर तुटली का काय मनावं?

न्यानबाले काय करावं सुचेना. त्यानं धोतराच्या पदरानंच रघत पुसलं. तसं बुळकन रघत बाहीर येत व्हतं. त्यानं पक्कं हातात दाबून धरलं. मंग त्याले ध्यान आलं, त्यानं बसल्या बसल्या पर्कासले हाक मारली. दोन-तीन हाका मारायचं काम पडलं. तव्हा त्यो उड्या मारत आला.

"काय बा?" त्यानं इचार्लं.

"याच्यावर मूत बरं!" न्यानबानं जखमंवरचा हात बगलंनं केला. ती जखम पाहून पर्कासने डोळे वासले. भेदरून मनला, "बा, काय लागलं इतलं?"

न्यानबानं सांगतलं. मंग मनला, "मूत याच्यावर."

"मी नाही." मनत पर्कास लाजला, मांघं सरला.

"अरे लाजू नको, मूत."

पण त्यो तयार व्हयेना. न्यानबानं आणखी दोन-चार येळा मनलं तरी, त्यो नाहीच मने. आखरीले न्यानबा मनला, "बरं असं कर. मी माहे डोळे बंद करतो तू मूत."

एक-दोनदा असं मनल्यावर तयार झाला. न्यानबानं हातानं डोळे बंद केले. तरी पर्कास मनला, "पहा बरं का बा. मंधात डोळे उघडले त मी मुतणं थांबवीन."

न्यानबा हसला, "हो." मनला. खरंच पर्कासचं मुतणं व्हवस्तोवर त्यानं डोळे उघडले नाहीत.

त्याच्या मुताच्या धारंनं, गरमगरम मुतानं बरं वाटत व्हतं; पण मूत जरा जरा झोंबत बी व्हता.

"काय व्हते बा मुतण्यानं?" मुतणं झाल्यावर पर्कासनं इचार्लं.

"लागलेलं बरं व्हते."

"खरंच?" पर्कासले ते पटलंच नाही.

"हो. जाय, तिच्याजवडून याले बांधायले पालव आण."

"बरं." मनत त्यो धुम्मा पळत गेला. पालव घेऊन वापस आला बी.

त्याच्याजवडच्या पालवानं दुम्हार एकदा जखम पुसली. त्याच पालवाची चार बोटं धांदूटी काहाडून त्या धांदूटीची घडी करून, ती घडी जखमंवर ठेवली अन् उरलेल्या पालवानं जखम आवळून घेतली.

"काय मने रे ती?"

"काय नाही."

न्यानबाचं मन दुखावलं. त्याले वाटलं, ती इचारंल पर्कासले! काय लागलं? कसं लागलं? कुठीसा लागलं? अन् त्यानं लय लागलेलं सांगतल्यावर राग इसरून ती किती लागलं ते पहाय येईल. पण...

"जाय, तिच्याकडं खेळाय," मनत न्यानबा उठला. त्यानं खाली पडलेली कुऱ्हाड उचलली. कुऱ्हाडीच्या धारंवर समदं रघतच व्हतं. त्या रघतावर माती चिटकली व्हती.

इतली कुऱ्हाड लागून बी आता न्यानबाले तिचं काहीच वाटत नव्हतं. पायावरच्या परीस कितीतरी मोठी जखम त्याच्या मनात झाली व्हती, ती आनसानं केली व्हती. ती आता भळभळा वहात व्हती. त्यानंच न्यानबा बेजार झाला व्हता.

किती रात झाली तरी आनसाच्या डोळ्याले डोळा लागला नाही. झोपच काय, भांडण झालं त्या दिसापसून तिचं कशातच चित नव्हतं – ना खाण्यात, ना पिण्यात, ना कामधंद्यात. त्या दिशी त्यानं तिची तशी दशा केली. त्याच्यानं तिले घराबाहीर तोंड काहाडावं वाटेना. आपल्याच हातानं आपली इज्जत घालव्या धंदा झाला ह्यो. लोक धड तरी कसे मनतील?

तिचं त्या दिशी आमाक्सं चुकलंच व्हतं. त्यो इचारे, "कुठीसा गेली व्हती?" त तिनं सांगायले पाह्यजे व्हतं. पण तिले वाटलं, सांगतलं त त्यो कल्हमा करंल. मनून ती मुकी राह्यली व्हती. त त्यानं नसला त्योच तमाशा केला.

शावकारानं त्याले मारलं अन् त्याच्याउप्पर लोकं मनत की, शावकारानंच न्यानबाच्या नावानं ठेसनात जाऊन कैफत देली. न्यानबालेच मारूनचे मारून त्यानं कैफत देली हे ऐकल्यावर अनसा भलत्याच घोरात पडली व्हती. खरं काय, खोटं काय ते समजून घेण्यासाठी एखांद्या दिशी शावकारालेच जाऊन इचारायचं असं तिनं मनातल्या मनात ठरवलं. पण शावकाराच्या धरी जायाची तिले हिंमतच व्हयेना.

मंग ती भावाची वाट पाहू लागली. तिले वाटलं, न्यानबाले मारल्याचं कळल्यावर तरी त्यो येईलच, आल्याबिगर राहणार नाही. त्यो आला की, न्यानबाले न सांगता गपचूप भावसंगं जाऊन शावकाराले भेटता येईल. हो, तशीच ती एकली गेली त त्यो शावकार काही आडवंतिडवं बोलायचा. त्या आडमुठाचा काय भरुसा?

बरं न्यानबाले सांगून जावावं, त ते बी बरं नव्हतं. त्यो नाहाकच कल्हमा करायचा. तू काऊनच त्याच्या घरी गेली मनायचा. त्याचंबी बराबर व्हतं. त्या बोकड्याहयनं ढोरासारकं त्याले तुडवलं, तरी बी त्याह्यच्या दारात पाय टाकायचा? काऊन? भावकीत कोण कोणाले जुमानते? गरीब झाला मनजे का त्यानं हरदम लवूनच राहावं का मोठ्या मव्हरं? काऊन? त्याचे का साडेबारा खाल्ले? का कव्हा त्यानं फुकटात आपली सांज धकवली? पैसे देलेत, त काय आसन केलं? याजाच्या पोटी हज्जार रुपये घेतले अन् मव्हरं वावरातलं पीकबी खाईल. मंग?

आनसाले ते पटे. तरीबी तिला वाटे, की नाहाकच काहाले मोठ्यासंगं खेटा घेवावं? आपला जोर काय असा? शावकार चिल्डी पेटला तर त्याच्या एका झपाट्याले तरी आपण पुरू का? मंग त्यो कोर्टाचा असो का अंगबळाचा असो. कोर्टाची पायरी चढायची मनलं की, घराले उकरीच लागली मनावं. कामधंदा सोडून तारीख कराय लागते. कोर्टकचेरीचं सोडा, अंगबळाले तरी त्याले आपण पुरतो का? माजलेल्या हाल्यासारके त्यो पोऱ्हं आहेत. बरं आता दुम्हाऱ्या अंगावर हात बी टाकणार नाहीत. पण मनात आणलं त रानडावा कराय मांघंमव्हरं पाह्यणार नाहीत. गावात ज्याच्या ज्याच्याशी त्याह्यचं पटत नाही, त्याची त्याची ते कशी खतवतात ते समद्या गावाले ठाऊक हाये. त्याह्यच्या वावराशेजारच्या वावरवाल्याह्यले त त्याह्यचा बारोमास हाडोच हाये. कोणाच्या धुऱ्याचं गवतच कापतील, कोणाच्या वावरात रातरशा ढोरंच घालतील, कोणाची बाभूळच तोडतील, त कोणाचा कापूसच येचून आणतील. जे शेजारी न्यानबासारकेच गरीबेगुरीबे व्हते, त्यांच्यानं त्याह्यच्याकून त्याचं काही वाकडं व्हत नव्हतं. लयच झालं त घंटाक्सं टणन्टणन् करत व्हते. बरं त्याह्यच्या मंधात पडायची बी दुसऱ्या कोणाची गावात हिंमत नव्हती. ते असे इचीतर हायेत की, भांडाय आलेल्याले सोडून मंधात्र्यालेच कुटत बसतात. त्याच्यानंच गाव त्याह्यच्यापसून दूर राह्यते. इलेक्शन असल्यावर त्याच्या धाकानं त्याच्या घरातले लोकं त्याच्यामांघं राह्यतात. नाही राह्यलं त नाहाक एखांदी आफत येयाची. मांघं असंच झालं. एकदा एका इलेक्शनात त्याच्या घरातला नारायण, शंकर पाटलाकडून आला, त मव्हर्ल्या हंगामात शावकाराच्या लहान्या काट्ट्यानं नारायणची तुरीची सुडीच फुकून देली. नाही मनलं तरी दहा-बारा पोते तुरी झाल्या असत्या त्याले.

अशा खऊट माणसासंगं नसल्या त्या भानगडी इथून मव्हरं तरी नको असं

आनसाला वाटे. मांघं जे झालं ते झालं, मव्हरं तरी आपलं आपण संबाळून राह्यलेलं बरं. भांडणाचं तोंड काळं असते मनतात ते काही खोटं नाही.

मनून ती शावकाराच्या घरी गेली व्हती.

तिनं चार-आठ दिवस भावाची वाट पाह्यली, पण त्याचा पत्ता नव्हता. मांघं रखमीनं मनलेली गोष्ट बी तिले आठवली. बरं ते खरं जरी हाये मनलं, तरी आमच्यावर त्याचा राग काऊन? अरे भल्या मानसा, आम्हालेच तुवा फसवलं, खाटकाच्या सुरीखाली देलं, अन् तूच आम्हाले बोलेनास, भेटेनास, दुस्मान असला तरी सुका-दुकाले कोणी कोणाच्या दरवाजात जाते. तू त कसा मनलं... कसा काऊन, एकाच रक्ताचा भाऊ हायेस ना? अन् तरी आमच्याकडं पाठ फिरवतंस! खरं कोण रुसावं? आम्ही का त्यानं? आमचं रुसणं तरी साजंल, कोणाले बी पटंल.

ती असा भावाचा इचार करे, तेव्हा तिच्या डोळ्यांत पाणी येये. तिले तिच्या बापाचीच राहून राहून आठवण येये. बाप व्हता तव्हरक त्यानं तिले कव्हाच अंतर देलं नाही. व्हते तरी किती जण ते? ते दोघंच बहीणभाऊ. पण तव्हा तिचा बाप हमेशा मनायचा, "बाई, आनसा, तुला काय लागलसवरंल ते माह्या डोळ्या मव्हरंच माघून ने. मी मेल्यावर ह्यो काई तुले सुतळीचा तोडा देणार नाही." अन् खरंच झालं तिच्या बापाचं मननं. जवडचं काही देयाचं त त्यानं उलटं तिले असं फाशात पाडलं.

आताबी बातमी कळून त्यो येईल असं तिले वाटेना. मह्यनाभर वाट पाहिली तरी, त्यो येणार नाही अशी तिले जव्हा खात्री झाली, तव्हा ती एकटीच उठली अन् शावकाराच्या घरी गेली.

शावकार घरीच व्हता, तिले पाह्यल्यावर त्याले नवल वाटलं. "कशी आली?" मनला. तिनं बी साजातच रात न गमावता सरकं सरकं सांगतलं. "खरंच तुम्ही आमच्या नावाची कैफत देली का ते इचाराय आली."

"तुम्ही त देली मनं माह्या नावाची?" त्यानं उलट इचार्लं.

"आं! कोण मने?" तिनं तोंड वासलं.

"दोघाचौघायनं सांगतलं मले तसं."

ती मुकीच झाली. कोण सांगतलं मनावं? किती खोटं बोलतात लोकं? लोकं इझवायचं त त्यात चिडीचं तेल टाकून आदीकीचं पेटून देतात. न्यानबाले मारलं तव्हा, त्याले पहाय आलेल्यातल्या दहा-पाच झणाह्यनं तरी 'शावकाराच्या नावानं कैफत द्या' मनलं. तव्हा बी ती मुकीच राह्यली व्हती.

"तुले कोणं सांगलं, म्या तुमच्या नावाची कैफत देली मनून?" शावकारानं इचार्लं.

तिच्या व्हटावर त्या लोकाह्यचे नाव आले, पण ती इचार करून मनली, "तेच असतील, आम्ही कैफत देली असं तुम्हाले सांगणारे."

"मग देली नाही खरंच कैफत तुम्ही?"

तिनं मान हलवली. तरी शावकाराले तिचा भरुसा आला नाही.

"खरं सांगतंस तू हे?" त्यानं नदर रोखून इचार्लं.

तिनं पट्कन मान वऱ्ही करून त्याच्याकडं पाह्यलं. 'माह्या एकुलत्या एका पोराची शेपत हाये. मी जर खोटं बोलीन त रातंतून ते पट्कन मरंल." तिच्या डोळ्यांत टच्टच् पाणी आलं. ते पाहून शावकाराले कसं कान्नूच वाटलं.

मग त्यानं सरकं सरकं सांगतलं. शावकारानं बी न्यानबाच्या नावानं कैफत देली नव्हती. देयाचा इचार बी आदुगर त्याच्या मनात नव्हता; पण मंग जव्हा दोघा-चौघायनं, त्याले न्यानबानं कैफत देल्याची गोष्ट सांगतली तव्हा, त्याच्या मनात आलं व्हतं. त्यो पोलीस ठेसनात गेलाबी व्हता. पण तिथीसा गेल्यावर त्याच्या मनात एक इचार आला व्हता, की खरंच न्यानबानं कैफत देली का नाही याची आदुगर चौकशी करावं. मनून त्यानं वळखीच्या एका कानिस्टेबलाले इच्यार्लं, तव्हा त्यानं कागद चाळून पाह्यले अन् तशी कैफत आली नाही असं सांगतलं. मंग मातर त्यो बी तसाच वापस आला, कैफत न देताच.

त्यानं शंकर पाटलाची बी गोष्ट बोलता बोलता काहाडलीच. शंकर पाटलाची संगत सोडून द्या मनला. आनसानं ते मुकाट्यानंच ऐकून घेतलं.

"आता इथून मव्हरं आपण काहीच कुड्याळपणा करणार नाही, पण तुह्या नवऱ्यालेबी समजाऊन सांग." असं त्यानं तिले ती उठून जावस्तोर दोन-तीनदा सांगतलं. ती त्याले हात जोडत व्हती अन् त्यो असा मनत व्हता.

मंग ती निचित मनानं उठून घरी आली व्हती, त घरी आल्यावर तशी बोंब झाली व्हती.

याच्यात तिचं काय चुकलं व्हतं? कोणाच्या बऱ्यासाटी तिनं शावकाराचे पाय धरले? तिच्या एकट्याच्या?

मनूनच लय खेप मनात येऊनबी ती आपणमोत्या त्याले बोलली नाही. यंधवा वावरात कुऱ्हाड लागली तव्हा बी जाऊन पहावं असं तिले वाटलं, पण आजूक ती तशीच बसून राह्यली. तिचं मन कसं उदासल्यावाणीच झालं व्हतं.

त्याच्यानंच तिचं चित्त कशातच लागेना.

बाजंवर पडून पडून कटाळाबी आला व्हता. पापणी लवतच नव्हती. बगलंच्या बाजंवर झोपलेला न्यानबा कव्हाबव्हा कण्हत व्हता, "अरे बापरे, अवं माय वं" मनत व्हता. कुऱ्हाड लागल्याच्यानं त्याचं अंग कण्हारून आलं व्हतं.

आनसा बाजंऊन उठली, किती रात झाली असंल काय माहीत! ती दार उघडून

बाहीर आली. तिनं आभाळाकडं पाह्यलं. ढग गच भरले व्हते. त्याच्यानं एकबी चांदणी उघडी दिसत नव्हती.

नाहाणीत ती लग्गीले बसली. राजणातल्या पाण्यानं गुळूना केला अन् घरात आली. तिनं दाराले आतून कडी लावली.

ती बाजंजवडे आली. न्यानबाचा जखमंचा पाय उघडाच व्हता. पायावर बाहांदलेला पालव रक्तानं लाला झाला व्हता. ते पाहून आनसाचा जीव दडपला. असं किती लागलं मनावं माय?

तिनं देवळीतला दिवा हाती घेतला. ती खाली वाकली. तव्हाच न्यानबाजवडे झोपलेल्या पर्कासनं वळवळ केली अन् त्याची लात न्यानबाच्या त्याच पायावर पडली, "दुखवते काजून अशानं खावंद?" अस मनत तिनं त्याचा पाय उचलून बगलंनं केला.

ती खाली बसली अन् दिव्याच्या उजेडात जखम न्याहाळू लागली.

"कितीक लागलं अन् किती नाही ते देव जाणे! एऱ्ही बी कोणतंय काम धसलफसल करतात. कव्हाच ध्यानानं करणारा नाहीत." ती मोठ्यानं तिच्या मनालेच मनत व्हती.

तिनं डाव्या हाती दिवा घेऊन उजवा हात न्यानबाच्या पायाहून, जखमंऊन फिरवला, "काय लावलं असलं वावरात याच्यावर?"

"काहीच नाही."

ती दचकली, कोण बोललं? तिनं येड्यावाणी भवताल पाह्यलं. भवताल कोण असणार हाये?

तिच्या मनात शंका आली. न्यानबा त बोलला नसंल? ती उठली. दिवा मव्हरं धरून ती त्याच्या उशाजवडे आली. त्याचे डोळे टकटक उघडे व्हते. ते पाहून तिचा जीव धडकला. ती कावरीबावरी झाली. तिले वाटलं, त्याले झोप लागली काजून? पण त्यो जागीच व्हता.

आता काय बोलावं ते तिले सुसेना. ती तशीच उभी राह्यली.

त्यो बाजंवर उठून बसला. तिच्या हातचा दिवा घेऊन तिले 'बस' मनला. ती बसली.

"किती दिवस अबोला धरत व्हती?" त्यानं तिच्या डोळ्यांत डोळे खुपसून पाह्यलं.

"कोण धर्ला? म्या, का तुम्ही?" तिनं मान खाली घातली.

"बरं म्या धर्ला. मंग तू बोलू नव्हतं अदुगर?"

ती मुकीच राह्यली.

"काहाले गेली व्हती त्या शावकाराच्या घरी?" त्यानं आमाक्शानं इचार्लं.

तिनं अदुगर त मान चोळली. पण त्यानं लयच नेट करून इचार्लं, तव्हा कुठीसा ती सांगू लागली.

"तरी बी जाऊ नव्हतं तूवा त्याच्या घरी!" तिचं समदं सांगणं झाल्यावर त्यो मनला, "असा का वाघ हाये त्यो खायाले? अन् इतलंय करून खाललं त त्यातय बी आपलं नावच झालं असत!"

ती मुकाट्यानं ऐकू लागली, "तू मले न इचार्ता गेलीचे गेली बी अन् मी इचारो तव्हा काही सांगू लागली नव्हती, मनूनच मले तुव्हा राग आला." त्यो मनला.

"मंग तसं पिशावाणी करावं व्हतं का? लयच राग आला व्हता त घरात आणून चार थापडा हाणावं व्हत्या, नाही त जीव घेवावं व्हता. का समद्या गावातनं तसा तमाशा करावं? लोकाह्यनं मोठं धडच मनलं असंल तुम्हाले?" ती धुसफूस करत मनली.

"म्या तसं करू नव्हतं. मी चुकलो व्हतो. मंग इतले दिवस राग उराले कवटाळून धरावं का?"

"बरं मंग मी नाही बोलली, मी चुकली. तुम्हाले तरी बोलायले काय हरकत व्हती?" तिनं त्याले मुकं केलं. त्यो निसताच हसला.

"काय लावलं याले? लय लागलं का?" तिनं पट्टीऊन हात फिरवला.

त्यानं तिच्या हातावर हात ठेवला. तिचा हात... निसता हातावर हात ठेवल्यानं त्याले कसं काजून व्हवू लागलं.

"शेकू का जराक्सं तेल लावून?" ती उठू लागली. तसं त्यानं तिले तिचा दंड धरून बसवलं. त्यानं तिच्या तोंडाजवडे दिवा आणला अन् त्या उजेडात त्यो तिचं तोंड न्याहाळू लागला.

तीस-पस्तीस वर्षाची तिची उमर असंल, पण कशी मथाऱ्या माणसावाणी वाटत व्हती. डोळ्यांभवता समद्या वळ्याच व्हत्या. गालावरचे हाडकं ठसठस दिसत व्हते. तिथं मासाचा पत्ता नव्हता.

तिनं बी त्याच्याकडं पाह्यलं. त्याची हालत न तिच्याऊन बेजाच व्हती. पण आता त्याच्या डोळ्यांत तिले येगळंच पाणी खेळतानी दिसलं. असंच पाणी... तिले लगन झाल्यावरचे दिवस आठवले. तव्हा त्यो असाच तिच्याकडे पहायचा, हातात दिवा घेऊन.

त्यो तिचा दंड आवळत व्हता. त्याच्या दुसऱ्या हाताली चिडी थरथरत व्हती. ती बी ज्योतीवाणी थरथरली.

तिनं लाजून खाली मान घातली. तशी त्यानं हातातल्या चिडीवर फूक मारली. घरात गडप अंधार झाला.

"अं हं." अंधरात ती कण्हली.

पण मंग समदं सामसूम झालं.

घंटाभऱ्यानं दुम्हार घरातला दिवा लागला. अंधार पळून गेला. घरातला अन् त्या दोघायच्या मनातला बी!

न्यानबा बाह्यरून आला तव्हा, आनसा पाट्यावर चटणी वाटत व्हती. पर्कास तिच्या पाठीवर पडून घुमत व्हता.

''काय हारे रे? काऊन लडायला?'' न्यानबानं घरात आल्या आल्या इचार्लं.

''पयसे मांघायला.'' आनसानं वाटायचं थांबवलं.

''काहासाटी?''

''फी सांगतली मनते मास्तरनं.''

''मायले काय जात हाये ही मास्तराची? अरे, चार अक्षरं शिकव त अदुगर, का शाळा सुरू झाल्या झाल्या फीचे पयसेच मांघतं?'' त्यो मास्तरच्याच नावानं कुचकुच करू लागला.

एऱ्ही मास्तर मनला की, गावातल्या समद्या लोकायचं मन्नं असंच असते. ते बी खरंच हाये मना. चौथ्या वर्गातल्या पोराले अक्षर फुटत नाही, नाव काढता येत नाही. परीक्षा येवंस्तोर मास्तर शाळंत टेबलावर पाय ठेवून, खुर्सीले मान देऊन, ढाराढूर झोपतात अन् पोऱ्हं त्याह्यच्या उरावर धिंगाणा करतात. मंधातच मास्तरले चेव आला त टेबलावर छडी आपटून समद्या पोऱ्हायले गप बसवतात. मंग दुम्हार झोप सुरू. शाळा सुटली– तशी कव्हायबी चार वाजताच सुटते– की धकला मास्तर गोपाळवाड्यात दारू पेयाले. तिथून रस्त्यानं निघाला की, बोलणं सुसत नाही अन् चालणं बी सुसत नाही. रस्त्यानं कुठीसा नाही पडला त घरी जाते.

''नव्या मास्तरनं सांगतली मनते.''

''अं, नवीन बी मास्तर आला का एखांदा?''

पर्कासनं लडणं थांबवून नव्या मास्तरच्या गोष्टी सांगतल्या. त्यानं सांगतल्याऊन नवा मासतर पोरगाच हाये जणू! नेमकाच नवकरीवर लागला वाटते! ''त्योच का दिवा लावणार हाये? जाय, सांगतो मी त्याले भेटून.'' न्यानबानं असं मनल्यावर आनसा मनली, ''दोन-तीन दिवस झाले असंच चाललं याचं! दोन दिवस म्या कलून लावलं. पण यंधवा पैसेच दे मनते.''

''इच्या बह्यनी, ही झाली आता तुही हुब्बक सुरू.'' न्यानबा वैतागल्यावाणी बोलला.

''मंग फुकटातच व्हईल का शिकणं?'' तिनं चटणीच्या भरक्या हातानं मनगटानं डोळ्यांवर आलेली केसाची बट मांघं सारली.

"त मोठा उजेडच पाडणार हाये?"

"पयसा त लावा तुम्ही? मंग पाहा उजेड पाडते का नाही? तुम्हाले त आतापसूनच हीव येयालं."

"व्हो त, शेंबूड नाही पुसता येत बाबून्याले अन् चालला उजेड पाडायले!"

"दिल्लगी सोडा. आपला पर्कास खरंच हुशार हाये बरं! गेल्या वर्सी पह्यल्या वर्गात पह्यलाच नंबर आला. उगंच नाही माहा लेकरू धडंधडं पुस्तक वाचत. उजळणी त तोंडपाठ मनते." तिनं वाटायचं थांबवून भितीकडं बोट दाखवून मनलं, "ते पहा काय काजून लेहेलं त्यानं?"

न्यानबानं भितीकडं पाह्यलं अन् त्यो मोठ्यानं हसला.

"का वं?" तिनं कपाळावर अढी पाडली.

"वाचलं का तूवा, ते काय लेहेलं ते?"

"मी नाही लेहेणदाराच्या पोटची." तिनं तणक्यानं वळसा मारला अन् ते पाहून न्यानबा आदिकीचाच मोठ्यानं हसला.

आनसाले लेहेणं नव्हतं. तिच्या माहेरात तिच्या लहानपणी शाळाच नव्हती. गावातले लेकरं शेजारच्या गावाले शिकाय जात. तिले लेहेणं नाही मनून न्यानबा लगन झालं तव्हा तिची लयच टिंगल करायचा. तव्हा ती लडकुंड्या यायची. तो तो त्यो तिची खिल्लर उडवायचा. एका दिशी न्यानबाच्या बापानं न्यानबाले दटावलं. तव्हापासून त्यो तिले काही मनेना, पण अशी सहजनसार एखांदी गोष्ट निघाली की, तिले तनका येयाचा अन् तिचा तनका पाहून त्याले खदखद हसू येयाचं. मनूनच आताबी त्याले हसू आलं.

"ते बी खरंच हाये, माह्या ध्यानातच नाही आलं लेकाचं?"

"ध्यानात येऊन बी मले हिणवता तुम्ही, मले का माहीत नाही?"

"माह्यानं की बॉ हिणवलं नाही, तुझ्या गळ्याची आण!"

"राव्हू द्या हिडगेपणा तुमचा तुमच्याजवडे, मला नका बोलू!" ती दाटूमुटूच फुगली.

"मले नाही आयकायचं." तरी तिचा तनका कमी झालाच नाही.

आता काय बोलावं ते त्याले सुसेचना. पर्कास आजूक बी तिच्या पाठीवर पडून घुमतच व्हता.

"पर्कासच्यानं. दिल्लगी करत नाही."

"त्याची नका आण घालू! वाचा, काय लेहेलं ते." ती मनली.

त्यानं तिच्याकडं पाह्यलं. "राग गेला नाही जणू?"

"गेला... वाचा." ती हसली –

"आईक," मनत न्यानबा वाचू लागला, "हाल्या हाल्या दूधू दे."

''तसं काय माय?'' तिले काहीच कळलं नाही.

''एक्या बेक्या पोराची ती खाज हाये.'' न्यानबा पर्कासकडं पाहून हसला. तसे पर्कासनं तणतणत पाय झाडले. त्यानं घुमणं वाढवलं.

''कोण्या पोराची?'' आनसानं इचार्लं.

''हाये.'' न्यानबा मव्हरचं काही मनायच्या आतच पर्कास लडणं वाढवत रागारागात घराबाहीर पडला, तसा ''अरे थांब, जाऊ नको, हे तुझ्या फीचे पैसे घेऊन जाय,'' मनत न्यानबा दारात आला, पण पर्कास थांबला नाही.

न्यानबा मांघं कलला. त आनसा दारात उभी व्हती.

''काऊन? काय झालं त्याले?''

''चाल घरात सांगतो,'' मनत न्यानबा घरात आला. पर्कासची खीज पोऱ्हायनं कशी पाडली ते त्यानं बाईनवार सांगतलं. ते ऐकून आनसा गदबद हसत व्हती. त न्यानबाबी तिले सोबत करत व्हता.

मिर्गात पेरण्या झाल्या की, पीक सुदं येते मनतात. औंदाच्याबी पेरण्या आबकच – मनजे मिर्गातच झाल्या. पण पेरलं तेच वाळून कोळ व्हयची पाळी आली मनल्यावर पीक सुदं येईल तरी काहामाथं? पेरण्या झाल्यावर हिंगं मह्यना व्हयला, पावसाचा पता नाही. आघातानं – मनजे पिकानं तरी काहामाथं जीव धरून बसावं? नाही मनलं त आर्दडा सरता सरता एक शिपतसापत पावसाचा चिल्डोक आला व्हता.

पेरण्या झाल्या तव्हा भोईत सुदी वल व्हती. त्याच्यानं जे बी भोईत पडलं, ते टरटर निघून आलं. खालच्या वलीच्याच भरूशावर दोनाचे चार पानं केले. लयशिक कोणाचंच पेरणं बिघडलं नाही. पळ्हाटीच्या फुल्या लयशिक बाद नसल्यानं, तितलं सांदवनाचं काम बी कोणाले पडलं नाही. उगवलेल्या पळ्हाटीनं माथे फोडून दोनाचे चार पानं केले. हे समदं पाहून ज्याले त्याले वाटे की, खरंच औंदा मिर्गाची पेरणी सादली, बापदादे मनतात तसं पीक बी बदबद व्हईल.

पण लय दिसं ह्यो आनंद टिकला नाही.

आभाळ गच भरून येयाचं अन् पाऊस पडते पडते असं मनता मनता मव्हरं जायाचं. असं दरोज व्हवू लागलं. आता नाही पडला त दोन नखीत्राच्या जोडावर तरी पडलं असं लोक मनत. पण समदे जोडबी कोल्डेच गेले. आभाळ वऱ्हून निसतंच वाहत व्हतं. मायच्या थानातलं दूध आटल्यावाणी.

लोकाह्यचा जीव तुटू लागला. एवढे महागामोलाचे बी-बियाणे आणले, आता समदं वाया जायाची पाळी आली. आता हे वाळून गेले त दुसरं बियाणं आणावं तरी कुठून? तालेवाराची गोष्ट अलग हाये, पण ज्याची यंधवा खायाची सोय नाही त्यानं का जीव देवावं? पह्यल्याबारचंच त याच्या त्याच्या पायापोटी आणून बराबरी केली.

आता दुम्हाऱ्या मनल्यावर शावकार, दुकानदारलोकं कडंकडं फोडूनच खातात. एऱ्हीच त गह्वीचे आढ्याच्या दिढ्या भाव लावतात, उधारीत देयाचा मनल्यावर रुपयाचे दोन रुपयेच वसूल करतात. त्यात जर दुम्हार असं झालं त त्याह्यची मेरच पिकली मनावं!

जव्हा एच.फोरच्या पळ्हाट्या सुकू लागल्या, तव्हा काही लोकाह्यनं चोहा टाकला. चोहा मनजे पळ्हाटीले वऱ्हून पाणी देणं. चोहा देणं तरी सोपं हाये का? मजूर लावा, डोक्शावर लांबलांबून इहीरीचं पाणी आणा अन् गिलास, तांब्या तांब्या पाणी झाडाच्या बुडात टाका. अशा टाकलेल्या पाण्यानं झाडाले सनताव बसते अन् झाड सपक्यानं सुकतेच. असे चोहा टाकलेले कितीतरी झाडं सुकले. मनजे एखांदं झाड चार दिवस आदिकीचं जगायचं त ते चार दिसानं अदुगरच मरते. अशा मुळं चोहा टाकणंबी काही लोकाह्यनं बंद केलं.

समदे लोकं हवालदिल झाले. कपाळाले हात लावून आभाळाकडे पहात राह्यले. पण आभाळाले काही दया-माया आली नाही.

माणसं घोळक्यानं बसत. चिमलेल्या तोंडानं गोष्टी करत. हमेस वाशिमले जाणारे, कव्हाबव्हा पेपर वाचणारे मनत, "अमेरिकेनं भारतावर बाम्ब टाकला. त्याच्यानं पाण्याची वाफ व्हवून ढग तयार झाले तरी बी पाऊस पडेना." अंगठाबहाद्दराह्यले ते पटे. ते मेंढारावाणी माना हलवत.

मथारे मनत, "दुनव्यात पाप लय झालं, पोऱ्हं अन् पोऱ्ही वळखू येयेनात. मायबह्यनीची वळख राह्यली नाही, मनून असं व्हयालं. अशानं जगबुडी व्हईल." ते बी लोकाह्यले पटलं.

शिकलेसवरलेले मनत, "लोकाह्यनं झाडं तोडले, जंगल तोडले, त्याच्यानं ढगाह्यले थंड हवा भेटत नाही. थंड हवा भेटली नाही त वाफंचं पाणी व्हत नाही. मनून पाणी पडत नाही." या गोष्टीले मारत लोकं हसत. झाडाचा अन् पाण्याचा काय संबंध? वाफ राह्यली आभाळात, झाडं राह्यले भोईवर. मनून त्याह्यले हे मननं पटेना. पह्यले दोन कारणं मातर पटत त्यातल्या त्यात दुसरं त लयच पटे.

यावर उपाय काय? गरिबागुरीबाले काम मिळेना. घरात उपाशी मरायची पाळी. कोणाले उसनंपासनं मांघावं त ज्याची त्यालेच पडली. कोण देते उसनंपासनं? आखरी सरकारनं जागोजाग कामं काहाडले. धरणाचे, पाटाचे, गिटीखदाणीचे, रस्त्याचे.

गावोगावचे मजूर कामावर जाऊ लागले.

इथिसा बी रोडचं काम सुरू झालं. पावसाळ्यामुळं हे काम अर्धवट पडलं व्हतं.

मजूराह्यचा प्रश्न मिटल; पण वावरवाल्याह्यचा? वावरातल्या पिकाले त पाणीच पाह्यजे व्हतं. सरकार कुठून देईल आणून इतलं?

मग लोकाह्यनं खटपट सुरू केली. देवाळदेवाळात भागवत, पुराणं, पोथी, उपासतापास, जपं-पारायणं सुरू झाले. बाया-पोऱ्ही वल्या पडदणीनं – मनजे वल्या अंगानं महादेवाले, मारोतीले पाणी घालू लागले.

पोऱ्हंसोऱ्हं बेंडकुळ्या धरू लागले. मुसळाले लिंबाचा पाला बाहादून, त्याले बेंडकुळी बांधू लागले. कमरभवती लिंबाचा पाला बाहादलेल्या पोऱ्हायच्या खांद्यावर मुसळ देऊन 'धोंडीचं दिवस, पाणी मोठं हिवसं' 'धोंडी धोंडी पाणी दे' मनत घरोघर फिरत व्हते. बायका पोऱ्ही बेंडकुळीच्या पोऱ्हाच्या अंगावर पाणी टाकून, त्याह्यले कुखू लावत व्हते. पोऱ्हायले जेवारीचे दाणे घुगरी मनून वाढत व्हते. जमा झालेल्या घुगरीच्या कण्या भरडून पोऱ्हं कण्या शिजवून येटाळातल्या, गावातल्या वारक्याचिरक्या पोऱ्हायले जेऊ घालत व्हते.

पाऊस पडावं मनून ज्यो त्यो त्याच्या परीनं नेट करत व्हता.

असेच आनसा अन् न्यानबा हवालदिल व्हवून आंब्याखाली बसले व्हते. पाऊस कव्हा येईल? नाही आला त कसं व्हईल? हे पीक वाळून गेलं त दुम्हारचं बी कसं आणावं? असे इचार चालू व्हते.

न्यानबानं कटाळून आंब्याच्या बुडाले मुंडकं टेकवलं अन् त्यानं अंग टाकलं. आनसा मातर इकडी तिकडी हुरूळतुरूळ पहात व्हती. न्यानबाशी बोलत बी व्हती.

अंग टाकल्यानं न्यानबाचे डोळे लागू लागले. आनसा बोलत व्हती. त्यो हूं हूं करत व्हता. काही येळानं त्याचं हूं हूं करणं बी कमी कमी व्हत व्हत लगेच थांबलं. तव्हा आनसानं वळखलं, याले गुंगी आली मनून ती बी बोलायची थांबली.

आमाक्शानं तिले मानसाह्यच्या बोलण्याचा चहाळ आला. तिनं बसल्या बसल्या मान उचलून पाह्यलं. आजनाच्या धुऱ्यानं दोघं तिघं चालले व्हते. आनसा सावसूद झाली. तिनं ध्यान देऊन पाह्यलं, रंगा अन् त्याचे गडी होते.

तिले वाटलं, काही काम असंल त्याचं. त्याच भागाचं रान न्यानबानं शावकाराले लेहून देलं व्हतं ना!

न्यानबाले उठवावं असं तिच्या मनात आलं, पण मंग अजूक इचार आला, काहाले उठवायचं? त्याले देलेल्या रानात त्याचं त्यो काहीबी करो.

त्ये बाभळीच्या बांडाखाली आले. रंगा हात खालीवऱ्ही करून गड्याह्यले काय काजून सांगू लागला. बाभळीचा बांड तोडते का काय? न्यानबानं त्यो मोठ्या जिवाजतन राखला व्हता. लय दिसाची, गाडी तयार करायची त्याची इच्छा व्हती. अन् त्या बांडावर एका गाडीचा रेट माल निघत व्हता. तीच बाभूळ तोडायसाठी रंगा गड्याले सांगत व्हता.

तिचा जीव धडकला. तिनं न्यानबाले हाक मारली. पह्यल्या दोन-तीन हाका तशाच वाया गेल्या. मंग तिनं त्याले हलवून जागं केलं. 'अं'करत त्यानं आडोंग बदलला.

"अवं, उठा ना! त्यो पहा रंग्या बांड तोडते काजून?"

ती मनली, अन् न्यानबा तट्कन उठून बसला. "कुठीसा हाये?" मनत पटका सावरून उभा राह्यला. आनसा बी उभी राह्यली.

तव्हरक रंगाच्या गड्याह्यानं खरंच बाभूळ तोडायले सुरवात केली. तसा न्यानबा वरडला, "ये, तुमच्या मायले..." अन् त्यो सपाट्यानं धकला. तशी बावरून आनसा त्याच्या मव्हरं आडवी झाली. हात पसरून मनली, "तुम्ही कुठलीसा चालले?"

त्यो थांबला, तिच्या डोळ्यांत नदर बुडवत मनला, "कुठीसा मनजे बाभळीकडं. सरक, ते सोडायले!"

त्यानं हातानं तिले बगलंनं केलं. अन् त्यानं पाऊल उचललं.

तिच्या उरातली धडधड वाहाडली. न्यानबा बाभळीखाली गेला की, त्याचं अन् रंगाचं भांडण व्हतेच. न्यानबा त्याले 'बाभूळ तोडू नको' मनंल, अन् त्यो तोडल्याबिगर राहणार नाही. तू मी वाहाडली त गड्याच्या हातच्या कुऱ्हाडीनं... ती निसत्या इचारानंच भेली. तितक्याले रंगा कमी नव्हता. त्या सांड्याचा भरुसाच नव्हता. मनून ती लडकुंड्या आली. अन् सपाट्यानं चाललेल्या न्यानबाले मनली, "थांबा, तुम्ही जाऊ नका. तुम्हाले पर्कासची आण हाये."

ते शब्द आयकून न्यानबाचे जसे पायच खिळाटले. त्यो जागच्या जागीच उभा राह्यला. त्याले आनसाचा भलताच दिमाख आला. तिच्याकडं इंगळ्यापिंगळ्या डोळ्यानं पहात त्यो वरडला, "तुह्या मायची रांड, समदा तुवा खेळ मांडला ह्यो?" अन् त्यो तिच्या अंगावर मारायले धावला. ती आदिकीचीच भेदरली. आपलं काय चुकलं? आपण काहाचा खेळ मांडला ते तिले कळेना.

"त्या दिशी काहाले तुही झक माराय त्याच्या घरी गेली व्हती? तव्हा तुले त्यानं मनलं व्हतं ना, कुचिनपणा करणार नाही मनून? मंग यंधा कसा रंग्या बाभूळ तोडायला आला? वावराची खरेदी देली त काय झाडं बी लेहून देले का? वावरातलं पीक खायाचं सोडून त्यो बाभूळ काऊन तोडायला? मी... मी आडवाय चाललो त तूच पोराची आण घालतं? मंग जाय तू, त्याच्या पाया पड नाही त..." त्याले काहीतरी अमंगळ बोलायचं व्हतं, पण त्यानं जीभ आवरली, "बाभूळ जर त्यानं तोडली त याद राख, तुही बी गत मी बाभळीसारकीच करीन."

असं मनून त्यो तिच्या एकदम जवडे आला. तिच्या हाताले धरून त्यानं तिले 'जाय, मर तिथिसा, आडवी पड–" मनत जोराची गचाटी दिली. ती जोरानं पाच-

दहा पावलं मव्हरं गेली. अन् तोल जाऊन खाली पडली.

या धक्यानं तिच्या डोळ्यांत टचटच पाणीच आलं. भरल्या डोळ्यानं न्यानबाकडं पहात, हुंदका देत ती उठली, उभी राह्यली.

"जाय मर, लडून शिंदळकी जिरवू नको. मले जाऊ देलं नाही तशी आता तू जाय, जातं का नाही?" दात व्हट खाऊन त्यो तिच्या अंगावर चवताळला. ती भलतीच भेली अन् त्याच्या धाकं धाकं पदराचा बोळा तोंडात कोचून बाभळीकडं निघाली.

न्यानबा आंब्याच्या बुडाजवडे आला. त्याले संताप आवरत नव्हता. पोटच्या लेकरावाणी त्यानं बाभूळ वाढवली व्हती, लहानाची मोठी केली व्हती, अन् ह्यो रंग्या त्या बाभळीवर आयता डल्ला मारत व्हता. न्यानबाले ही गोष्ट सहनच व्हत नव्हती.

रंगाचे गडी कुऱ्हाडीचे रङ्घ्यावर रट्टे मारत व्हते, अन् ते रट्टे बाभळीकडं चाललेली आनसा अन् आंब्याखाली उभा राह्यलेला न्यानबा जणू वहरच्या वऱ्ही झेलत व्हते, मनातल्या मनात.

रोडचं काम सुरू झालं अन् मजुराह्यच्या पोटात दोन घास गेले.

अदुगर अदुगर निऱ्हा मजूरच कामावर गेले. पण मांघून मांघून आतल्या खांदी आलेले चार-चार बैलाचे धनी बी लाजागिजा गुंडाळून बायका-पोऱ्हायसंगं रोडच्या कामावर भिडले व्हते. न जाऊन काय करतील? पावसानं आतापासूनच असा कहर केला. किती दिवस येत नाही देव जाणे! घरात मण दोन मण जेवारी-हायब्रीड हाये. ते तरी किती दिवस पुरंल? ते झाल्यावर मंग कुठून आणावं? अशा दुष्काळात देवालं तरी हाये कोण? तसे देणारे देतील बी, पण आढ्याच्या दिढ्या, इस अन् पंचीस रुपये शेकड्यानं. ते पुरवल्या तरी येईल का?

त्याच्यापरीस लाज सोडून रोडच्या कामावर गेलं त मजुरीमजुरीवर. वहरच्या वऱ्ही समदा घरखर्स धकते. घरात असलं नसलं ते मव्हल्र्यासाठी जाबीत राह्यते.

वावरात तरी इतल्या झणाह्यनं काय करावं? वावरात करण्यासारके कामं बी नव्हते. पाऊस आला असता त मंग कामाले वाण राह्यली नसती. डवरणं-वखरणं, निंदणं-खुरपणं, फवारण्या करणं, खतं पेरणं, असं लय कायनू अन् बायनू. घडीभर दम खातो मनलं तरीबी जिवाले आब राह्यली नसती.

पण पावसानं समदा खेळच इचकाटून टाकला.

न्यानबाच्या घरचं बी का जगायेगळं व्हतं? भले त्याह्यचे तीनच तोंडं व्हते, तरी पण तिघाले काय काय लागत नव्हते? मीठ-मिरची, तेल, गूळ, पत्ती, कपडा-लत्ता. त्याह्यच्या गरिबीच्या मानानं त्याह्यची बी घाणच व्हती, औंदा त लयच व्हती.

सोबाच्या लगनाच्या वक्ती घरातल्या असल्या नसल्याचा इकाटिका केला. काय राह्यलं व्हतं शिल्लक? खाणारे तीन तोंडं. ते का आता भुके बसणार हायेत?

मनून आनसाच्या मनात इचार येत व्हता, रोडच्या कामावर जायचा. ती कामावर गेली असती त तिच्या मजुरीच्या पैशात तेलापाण्याची नड भागली असती. तितलेच कुठून येतील? न्यानबा राहील मोकळा, त त्याले बैलं राखा लागतील, वावर राखा लागंल. वावराकडं ध्यान न देलं त मोकाटं ढोरं शिल्लक हायतं ते पळ्हाटीचे कोंबं बी येचल्याबिगर राहणार नाहीत. त्याच्यानं, कोणाले एका झणाले वावराकडं ध्यान देणं भाग व्हतं.

बैलं चारायचं तरी का अवघड व्हतं? पावसाळ्यासाठी राखून ठेवलेली ज्याह्यची ज्याह्यची वैरण सरली व्हती, ते बैलाह्यले, गाईढोराह्यले आंब्याच्या, लिंबांच्या लहान लहान डांग्या तोडून टाकत व्हते. ढोरंबी समजून चुकल्यावाणी कडंकडं खात व्हते. न खाऊन करतील तरी काय? जंगलात तरी काय हाये खायाले?

न्यानबा बी तसंच करीत व्हता. आंब्याखाली बैलं बांधत व्हता. त्याह्यच्यामव्हरं पाला टाकत व्हता. ते काम झालं की, वावराची राखणदारी करण्याबिगर दुसरं काही नव्हतं.

मनूनच आनसाले वाटे, न्यानबा वावर राखंल अन् ती रोडच्या कामावर जाईल, पन त्याले इचारावं कसं?

न्यानबाचं मननं व्हतं की, आपण कोणाच्या धुऱ्यावर मजुरीसाठी पाय ठेवायचा नाही. या ठसनपायीच त्यानं आठ-दहा एकरामाथं इतके दिवस बैलजोडी संबाळली व्हती. घरच्या वावरावर भागत नाही मनून मंग, कोणाचंबी आठदहा एकर रान त्यो बटईनं, ठेक्यानं करायचा. तसं त्याचं घरचंच रान जरा कमी व्हतं तरी, त्याले त्याच्यातच पोटभर माल व्हत व्हता. पण या चारपाच वर्सांत पाणी असा भलकव्हाच चाट मारत व्हता. हातातोंडाशी आलेला घास असा डोळ्यामव्हरं वाया जात व्हता. त्याच्यानं पुरवल्या येत नव्हतं.

भेतभेत राती आनसानं त्याले इचार्लं, त घंटाभर त्यो मुकाच राह्यला. तिले वाटलं, त्यो मनल, "राव्हू दे, काहाले जायाचं? असे का आपल्याले सत्रा जगवा लागतात?" पन त्यो 'जाय' मनला. त्याचं 'जाय' मननं बी मंग कसं तिच्या जिवाले लागल्यावाणी झालं.

ती पाह्यटंच रखमीच्या घरी जाऊन आली. खरं तर, रखमीनंच तिले कामावर चाल मनलं व्हतं. तव्हा ती 'कसं माय? काय माय?' करू लागली. तिचं मन वळखून मंग रखमीच मनली, "आवं, सोडा ना फुई मोठेपनाच्या गोष्टी. तुम्ही आम्ही मोठेपणासाठी बैलाह्यचे धनी हयेत, ज्याहले खायापियाले वाण नाही,

आपल्यासारके पाच पाच मानसं ज्याह्मच्या घरी बारोमास पडेल राह्यतात ते तं मोठेपनाचं घोंगडं झटकून हिंगं तुमच्या आमच्या आदुगर रोडच्या कामावर पवाडले. सांगा मंग? आपणच कितीक दिवस घरातल्या घरात मरता मंग?'' रखमीचं मननं तिले पटलं. पण तसं न्यानबाले न पुसता कसं जा? अन् त्याले इचारा तरी कसं?

पण त्याने 'हो' मनल्यानं तिले कसं काजूनच झालं. न्यानबानं मनाले इचार केला, ''जाऊ द्या, इतली टेक करून कसं जगावं या जमान्यात? ज्याह्मनं टेकी करायच्या ते गरिबाच्या मव्हरं कामावर भिडले. आपणच कुठोरलोकं रावसायेबकी करावं? घरात नाही दाणा अन् बाजीराव मना, मनून त्यो 'जाय' मनला. तसं मनायले त्यानं जरा टाइम लावला काऊन? त पट्‌कन हो मनलं तं तिले वाटलं की, आपल्या मनातबी आदुगरपसून तेच व्हतं. काम त झालं पाह्यजे अन् तिचा जीव बी हलला नाही पाह्यजे.''

रखमीची अन् आनसाची सांगड बसली. रखमीच्या नवऱ्यानं खंटी खतायची, रखमीनं माती भरायची अन् आनसानं टोपले नेऊन टाकायचे. आनसानं माती भरली असती, पण तिले खोरच धरता येत नाही. असं अवघड काम करायची तिले सवय नव्हती ना! रखमी अन् तिचा नवरा पह्यल्यापसूनच मजुरीच्या कामावर जात व्हता. आनसाले बी तिनं 'चाल' मनलं, न्यानबानं 'हो' मनलं, तव्हा रखमीनं अशी कामाची वाटणी केली.

'बिगिनंच आटपा' रखमा मनली. मनून तिन घरी येऊन पटपट धंदा आटपला. कसंबसं सारवलं, सडा शिपला. भडभड चारसहा खेपा पाणी आनलं. पर्कासले आंग धू घातलं, तिनंबी धुतलं. न्यानबा बाहीर गेला व्हता. त्यो येवस्तोर भाकरी करावं या इचारानं ती चुल्हीजवडे बसली. उलुसं चूण हाटलं, अन् भाकरी टाकू लागली.

तिच्या भाकरी सरत आल्या तव्हा, न्यानबा बाह्यरून आला. संगं गावकामदार व्हता.

''तुम्ही अंगाऊन पाणी घ्या बरं पट्‌कन. भाकरी झाल्यावर मी धुणं पिळून आणतो.'' ती मनली.

''त्यातले इस रुपये दे बरं आदुगर'' न्यानबा मनला.

''काहाले?'' तिनं कपाळावर अढी पडली. घरातला पैसा काहाडून देयाचा मनलं की तिच्या जिवावर येते. काळ पडला असा अन् जवळचा पैसा गमावून बसा.

''घरपट्टी भरायची.''

''या दिसात?''

''हं.'' गावकामगार मनला. त्यो आनसाले समजावून सांगू लागला.

सरकारनं कमी उत्पन्नावाल्या शेतकऱ्याह्मले, शेतमजुराह्मले कर्ज देयाचं ठरवलं.

कोणाले इहीरीसाठी, कोणाले बांधबंदिस्तीसाठी, कोणाले शेळ्या, मसीसाटी, कोणाले गाडीसाटी, कोणाले पंपासाटी. ज्याले जे जे घ्यायचं असंल त्याच्यासाठी सरकार कर्ज देते. अशा लोकाह्यची ग्रामसेवकानं मांघं यादीच केली व्हती. त्या यादीत न्यानबाचंबी नाव व्हतं. काहासाटी कर्ज घेवावं ते बी त्याले सुसेना. ग्रामसेवकानंच मनलं 'इहीरीसाटी घ्या' मनून त्यानं तसं लेहून देले. न्यानबाले इतलं मोठं कर्ज कसं फेडावं याची बी चिंता व्हती. 'या कर्जात सरकार सूट देते, बाकीचं कर्ज खिस्तीनं वसूल करते,'' असं सरपंचानं मनलं, तव्हा त्याचा जीव बिनघोर झाला.

अशा लोकाह्यचे कार्ड वऱ्हून तयार व्हवून आले. ते कार्ड वाटायसाटी ग्रामसेवकानं गावकामदाराजवडे देले व्हते. ग्रामसेवक हुशार. त्यानं आयडिया केली. ज्याह्यच्या कडं ग्रामपंचायतीची दोन दोन, चार वर्साची घरपट्टी भरायची राह्यली व्हती, अशाह्यचे कार्ड घरपट्टी वसूल केल्याबिगर देयाचे नाहीत असं त्यानं गावकामगाराले सांगतलं. त्यानं लोकाह्यची बराबर नस पकडली. लोकं बी कुचकुच करत का व्हयेना, पण कार्डासाठी घरपट्टी देत व्हते.

"असे खेटरात पाय कापणारे लोकं हा तुम्ही, मले माहीत हाये पह्यल्यापासून." आनसा न्यानबाजवडे संदकाची किल्ली देत गावकामदाराले मनली. न्यानबाजवडून पैसे घेऊन गावकामगार घराबाहीर पडेस्तोर तिची कुरकुर चालूच व्हती.

न्यानबानं अंग धुयाले हातानंच पाणी घेतलं. अंग धुऊन घरात आल्यावर त्यो घरात येऊन धोतर नेसू लागला.

आनसानं धुणं भरले, "जेवून घ्या तुम्ही. मी आलीच आता!" ती झपाट्यानं बाहीर पडली.

ती घरी वापस आली त, न्यानबाचं जेवण चालू व्हतं. पर्कासबी जेवत व्हता. तिनं घरात धुणं वाळू घातलं.

"तुही भाकर गोईंदाच्या घरी ठेवतो रे! तुम्ही..." ती त्याले काही बोलणार तव्हाच, रखमी, "झालं का फुई तुमचं?" मनत घरात आली. तिच्या डोक्शावर टोपलं व्हतं.

"तुहा नवरा गेला मव्हरं?" आनसानं भाकर बाहांदता बाहांदता इचार्लं. ती "हो." मनली.

"का वं, रखमीसंगं कामावर चालली का काय तू?" न्यानबानं हात धुता धुता इचार्लं. त्यानं तसं इचार्ल्यावर कपाळावर अढी पाडत तिनं त्याच्याकडं पाह्यलं. मनली, "इसरले का काय? रातीच म्या इचार्लं तुम्हाले?"

"ते ध्यानात हाये माह्या, पण मंधातच एक काम निंघालं मनून मनतो." त्यो जाग्याऊन उठला.

तिच्या कपाळावर अढ्या दाट झाल्या.

"शंकर पाटलासंगं वाशिमले जायाचं."

"काहाले?"

"मांघं फवारणीसाटीच्या पंपासाठी अर्ज देला व्हता त्याह्यनं माह्या नावानं. त्यो मंजूर झाला. त त्यो पंप आणाय जायाचं. आताच चावडीवर भेटले त सांगू लागले."

नकटीच्या लग्नात सतराशे इघ्नं. तिचा रोडच्या कामावर जायाचा पह्यलाच दिवस. ते हे हिंगं असं फावंडं मंधात उभं राह्यलं.

"समदे घर बुडवायचे धंदे. आपला कामधंदा सोडा अन् लोकाह्यच्या फुकटात धुणी हाणा." ती कचकचली.

त्याले तिचा आमाक्सा दिमाख आला. त्यो मुकाच राह्यला. पण तिची टणन् टणन् वाहाडली, मनून त्यो मनला, "त्या बुवाचे केव्हडे उपकार हायेत आपल्यावर ते इतक्या लवकर इसर्ली वाटते?"

"जा, करा काय काळंपांढरं करायचं ते!" ती तणक्यानंच उठली.

"तुले वावरात जा लागंल ना? बैलं आंब्याखाली बांधून टाक अन्..." त्यो मुद्दामच मव्हरंच बोलला नाही.

"कावं रखमे, मंग कसं करतं माय?"

"कसं काय? तुम्ही नाही आल्या त मले थोडंच तुमच्यासारकं घरी राह्याले जमते? मी घरी राह्याले तालेवाराच्या पोटची थोडीच हाओ?" असं मनून रखमी झटक्यानंच घराबाहीर पडली.

दोघा नवराबायकोनं एकमेकांकडं पाह्यलं. "जागंजागी असे आपल्याच हातानं आपले दात पाडून घेयाची पाळी आणली माय त्या मेल्या देवानं!" मनत आनसा नहाणीत गेली.

न्यानबा गालांतल्या गालात हसला. रखमीनं आनसाचे दात पाडले अन् आनसानं आपले दात पाडले हे त्याले कळलं. पण कळूनबी काय फायदा व्हता?

आखाडी दोन तीन दिसावर राह्यली तव्हा, न्यानबा सोबाले नेयाले गेला. पह्यल्याबारीनंच ती नांदायले गेली अन् उणेपुरे अडीच तीन मह्यने राह्यली. नवाडं घर, नवाडे माणसं. तिचा जीव कटाळून गेला व्हता. पण कोण्ही नेयाले आल्याबिगर जावावं तरी कसं? अन् घरच्या माणसाह्यले मनावं तरी कसं 'मले करमत नाही, मले नेऊन घाला' मनून? बरं तर बरं 'नेतो' मनतील, नाही त 'करमत नव्हतं त लगनच काहाले कराय लावलं बापाले? बापाच्याच घरी राहावं व्हतं!' असं टोचून बी बोलतील. त्याच्यानं ती कोणाजवडे तशी बोललीच नाही. उलटं लवकर नेयाले काऊन येत नाहीत मनून ती मनातल्या मनात बापावर दाचावे.

पण इकडी न्यानबाच्या जिवाले तरी कुठीसा आब व्हती. लगन झालं की, नसत्या त्या भानगडी त्याच्या मांघं लागल्या. एक सरली की दुसरी मव्हरं उभीच. असंच चालू व्हतं. मनात असूनबी जायाचं जमत नव्हतं.

न्यानबाले शावकाराच्या पोऱ्हायनं एवढं मारलं, त्याचा त निरोप सोबाले त्याह्यनं पाठवला नाही. नाहकच लेकरू काळजी करत बसंल! निरोप देला त लेकराले घेऊन थोडेच येणार हायेत? काल न्यानबा न्यायले गेला तव्हा तिले कळलं. मंग ती डोळ्यांत पाणी आणू लागली.

तशी सोबाची काळजी बी नव्हती. तिचं घर बुरंबुरं व्हतं. न्यानबा त त्याह्यच्या एका अडोंगाले बी पुरत नाही. त्याह्यच्या आडतासाइतकीबी जमीन त्याच्याजवडे नाही. तेल-तूप, दूध-दुभतं, कपडा-लत्ता कश्शाकश्शाले वाण नव्हती. जे मनात आणलं ते मिळत व्हतं. न्यानबाच्या घरी त शिळ्या भाकरीले अन् चटणीले ढोसण्या मारा लागतात. मनूनच त्याह्यले सोबाची फिकीर वाटत नव्हती. अधामंधात खुशालीचा निरोप कळते. त्यात एकदा बैल आणायले न्यानबा गेला बी व्हता. तव्हा काही सोबा त्याले नेयाले येयाचं बोलली नव्हती त त्यो बी काही मनला नव्हता.

आताबी डोळ्यांवर कातडं वढून त्यानं सोबाले आणलं.

तिसरा पहाराच ते गावाऊन आले. आनसा वावरात गेली व्हती. पर्कास शाळंत गेला व्हता. किल्ली गोईंदाच्या घरी ठेवली व्हती.

हातपाय धुवून, पाणी पेऊन न्यानबा वावरात गेला. सोबा घरीच राह्यली.

तिनं घराची, अंगणाची झाडझुड केली दोन-चार खेपा पाणी आणलं. ती दिव्यात तेल भरू लागली. वात बराबर करू लागली. तव्हाच वछिला आली. अन् सोबाले पाहून मनली, "आत्ता माय, कव्हा आल्या वं?"सोबानं वऱ्ही पाह्यलं. वछिलाले पाहून ती हसली, मनली, "या भाबी, नेमकीच आली. तुम्ही नाही गेल्या आखाडीले?"

"आत्ता माय, तुमच्यासारखी नव्हाळी थोडीच हाये आमची आता?"

"बसा, त्यातनी काय नव्हाळी?" मनत सोबा उठली.

तिनं दिवा देवळीत ठेवला. तेलाची शिशी खुटीले अटकवली.

"हात धुतो," मनत ती नाहाणीत गेली. हात धुवून पदराले पुसत तिनं वछिलाकडं पाह्यलं. वछिला तिच्याकडं टक लावून पहात व्हती.

"काय पाहता माय इतलं टक लावून? दिठगीठ लावसाल!" सोबा हसली.

"दिठ लागण्याजोगंच पाह्याली." वछिलाबी हसली.

"काय?"

"माह्या भावाची करामत!" वछिलानं डोळे मिचकावले.

सोबाच्या अदुगर ध्यानातच आलं नाही. तिनं तसं इचार्लंबी, तव्हा वछिलानं

जरा जास्त उघडं करून मनली, "किती खेप जेऊ घालते आमचा भाऊ?"

वछिलानं तिच्या डोळ्यांत डोळे खुपसले व सोबानं लाजून खाली मान घातली. तशी वछिलानं तिची हनुवटी धरून मान वऱ्ही केली. तव्हा सोबा वछिलाचा हात झटकत मनली, "जाऊ द्या गड्या, भाबी!"

"तव्हा नस्साल मनत आमच्या भावाले, जाऊ द्या गड्या मनून..." खळखळ हसत वछिला मव्हरं मनली, "पाहा बरं. संबाळून खा. नाही त खदाडवाणी खातच बस्साल त ढेरी वऱ्ही येईल."

हे ऐकून त सोबा लडकुंड्या आली. वछिलाच्या पाठीत दाटूनच एक रपका देऊन मनली, "मंग तुम्ही जा माह्यावर्चं खायाले!"

सोबाचं हे उलट बोलणं तिच्या कामी आलं. त्या बोलण्यानं वछिलाच्या अंगावर पाल पडल्यासारकंच झालं. ती अंग झटकून मनली, "काय हावं चाहाटळ, काहीबी मनता?"

"तुम्ही काहीच नाही मनत मले चाहाटळवाणी?" सोबानं डोळे वासले.

"बरं, ते जाऊ द्या!" वछिला नरम व्हवून मनली, "एऱ्ही तुम्हाले कळसपाणी मानलं!"

"करा आजूक टिंगल."

"नाही, माह्यानं टिंगल नाही करत. आता हेच पाहाना..." वछिलानं भसकन हात मव्हरं करून सोबाच्या पोटाजवडे झंपरात बोट खुपसलं.

"पहा किती रुतून बसलं झंपर तुमच्या अंगात? इकून गेल्या तव्हा, काडीवाणी व्हत्या, तिकून आल्या त हिंडं माडीवाणी ठोकर झाल्या."

सोबानं तिच्या हाताले झटका देला. तिचे बोटं त निंघालं, पण टरकन वाजलं.

"फाटलं काजून झंपर?" सोबा कुठीसा झंपर फाटलं ते पहात मनली.

"माह्या निसत्या बोट घातल्यानं झंपर फाटायले आजूकबी तुम्ही सकवारच राह्यल्या का काय! फाटाफाटीची नव्हाळी आदुगरचे दोन-तीन दिवसच, झालं मंग तं..." ती सोबाकडं पाहून हसली. सोबाले बी राहावलं नाही, दोघीबी हसू लागल्या.

मंग दोघीच्या समद्या त्याच गोष्टी सुरू झाल्या. इतल्या वाढोळ उभ्या व्हत्या त्या खाली बसल्या. वछिला तिच्या तव्हाच्या गोष्टी सांगत व्हती. तिले मंधातच अडवून सोबा मनली, "तुम्ही काय मनता भाबी तुमची एकच बांगडी फुटली असंल? पण माह्या पह्यल्या बारीनंच चार बांगड्या फुटल्या!"

"मंग?" वछिलानं आसुसल्यावाणी इचार्लं.

"मंग काय बसलो खेळत, कोणाले किती मया हाये ते? तुमच्या भावानं बांगडीचा फुटका काच घेऊन तो दोनदा माह्या हातावर मोडला, तव्हा दोनदाबी साजरा गव्हाइतला तुकडा माह्या हातावर पडला. मंग म्या काच फोडून पाह्यले,

काय सांगू भाबी, पाचदा काच फोडून पाह्यले, पण एकदा त त्याह्यच्या हातावर एखांदा तिळाइतला तुकडा पडावं व्हता? नाव नका घेऊ! मी त आखरीले लडकुंड्या आली. काय भाबी काऊन झालं असंल व तसं? तुमचा भाऊ तव्हापसून मनते की, तुही मह्यावर मायाच नाही.'' सांगता सांगताच तिचे डोळे भरून आले.

''ह्येट! तसं काही नाही, उगा मनवा हाये त्यो बायाचा! काच फोडल्यानं का कुठीसा मया कळत असते?'' वछिला तिची मनसमजावणी करायसाठी मनली.

''तव्हापसूनकानी भाबी, मले कसं काजूनच वाटते. वाटते, याच्यापरीस जीव देवावं!''

सोबानं तसं मनलं. अन् वछिलानंच धसका घेतला. किती भोळी हाये? मामुली गोष्टीचा केव्हडा बाऊ करून घेते? मंग तिनं तिले लय वाढोळ समजावलं. त्यानं सोबाची बी समजूत पटली.

मंग त्याह्यच्या गोष्टी काही रंगात आल्या नाही. वछिला घराकडं जायाले उठली.

''कशा काय आल्या व्हत्या?'' सोबानं उठत इचार्लं.

''तुम्हाले भेटाय. वावरात जाताजाता मामा मले भेटले. म्या इचार्लं, ''सोबाबाई आल्या का?'' त ते ''हो' मनले. मंग मले करमलंच नाही. मनूनच आली. बरं, जातो मी.'' वछिला दोन पावलं धकली. मंग मांघं कलून आली, ''का वं सोबाबाई, यंधवा रातरशा कसं?'' न हसता तिनं उलट इचार्लं.

सोबाले कळलं नाही, ''कशाचं कसं?'' तिनं उलट इचार्लं.

''नाही मनलं, इतले दिसाची तुम्हाले सवय पडली, अन् यंधवा काही आमचा भाऊ नाही. एकलीले झोप येईल तुम्हाले?''

''हॅत तुमची! तुम्हाले काय मनूतं?'' सोबा हुसळली. ''म्या मनलं माय, काय दुसरंच काही मनतात!''

दोघी खळखळ हसल्या. हसता हसता सोबा मनली, ''ज्या दिशी लगेच झोप नाही आली त्या दिशी तुम्हाले निरोप देईन.''

आता सोबाच गदबद हसली. वछिला 'मी नाही माय, मी नाही' मनत कान कातरत तिच्या घराकडं पळाली.

आखाडीचा दिवस उगवला त्यो पावसानं वलागच्च व्हवूनच.

पेरण्या झाल्यावर पाऊस नाही पडला की समदे लोकं मनतात, ''आता आखाडीलेच पाणी येते. पंढरीची जत्रा कलल्याबिगर पाणी येत नाही.''

असा कव्हाबव्हा पाऊस आला की, लोकाह्यचे हे अंदाज खरे ठरतात अन् मंग

हे अंदाज जसे पावसापाण्याचे नियमच होऊन बसतात.

अर्धी रात टळली अन् पावसानं जोरात पडायला सुरुवात केली. गारा पडल्यावाणी टप्‌टप् थेंब पत्र्याह्यवर पडत. रप्‌रप् पाणी पडल्यानं पत्र्याच्या नळ्याह्यनं पाणी मावलं नाही. समदे घरं गळाले. भितीऊन पाण्याचे पाट उतरले. ह्यो तरास लोकाह्यले मामूली वाटला. इतले दिसाची उघाड जाऊन पाऊस आला या गोष्टीचंच समद्याह्यले अप्रूप व्हतं.

अन् काऊन नाही वाटणार अप्रूप? इतले दिस पाणी न आल्यानं समद्याह्यच्या तोंडचं पाणी पळालं व्हतं. त्यातून ढोरंवासरं, चिलूटपाखरंबी वाचले नाहीत. पिकं त बरं, चारदोन आणे वायाच गेले व्हते. त्याह्याच्यापरीस मानसाह्यची सत्यानव-अठ्यानव झाली व्हती. मव्हरं पिकाह्यचं कसं व्हवो! यंधवा पाणी पडला, अमृत भेटलं. एऱ्ही कोल्ड्या दुष्काळापरिस वला दुष्काळ लय सुदा. लय पाऊस झाल्यानं भले पिकं बुडतील, पण पाखराह्यले, ढोराह्यले चारा पाणी त भेटते!

मनून मथाकोथाऱ्यापसून पोऱ्हासोऱ्हायलोकं समद्याह्यले उग्गा पोटभर आनंद झाला.

दिवस पार माथ्यावर येवस्तोर त पाण्यानं एकसारकी चद्दर लावली व्हती. माणसाह्यले का ढोराह्यले त्यानं तोंड बाहीर काहाडू देलं नाही.

बाया, पोऱ्हीसोऱ्ही पहाटपसून तुळतुळ करत व्हत्या. त्याह्यचे भाताचे बोने भिजून बसले व्हते. देवाच्या पुंजंचे ताटं बी तयार केले व्हते. मसूबाले अन् आसराले फोडायच्या नारळाच्या बटा काहाडल्या व्हत्या.

देव बी का जवडं जवडं व्हते? गावातले, गावाभवतालचे अन् गावशिवारातले समदेच देव यंधवा पूंजा लागतात. एक देव वर्तं त दुसरा नीट खालतं, एखादा गंगंकडं त दुसरा डोंगराकडं, काही वावराह्यनं, काही आयचनाह्यनं.

त्यातल्या त्यात समद्यात अवघड देवायन मनजे आसरा. त्याह्यले गावाभवताल राह्याले जसा कोणं आसराच देला नाही. मनून त्या मावल्या रुसून दूर अवघड डोंगरात जाऊन बसल्या. धड तिथीसा मानसाले जाता येयेना, ना ढोराले, समदा नीट उताराचा रस्ता. पाय घसरला त माणूस सर्कं तीस-पस्तीस हात खोल दरीत. रस्त्यानं काट्याकुपाट्या, झाडी, त्याच्यानं एकट्यादुकट्या मानसाले भेव वाटते. आता पह्यल्यासारके जनावरं नाहीत. जुन्या काळात हरहमेश एकदोन जनावरं आसराजवडच्या येलमुरीच्या जाळीत पडून राह्याचं. आखाडीच्या दिशी ताशे, डफडे घेऊन पाचपन्नास माणसाह्यनं हाकारा केला तव्हा कुठीसा ते जाळी सोडून निंघून जायचे.

आता तसं भेव नाही, पण एकल्या दुकट्या बाईले जायाची आता बी हिंमत झाली नसती. मनून आताबी आखाडीच्या दिशी दहापाचझणं आसराजवडं बसेल असतात.

तसंच, आसराचं पह्यलं सत बी फार व्हतं. आसराच्या डाव्या अंगाले बारव हाये. आता ती समदी पडायली. तिची फक्त कमान शाबूत हाये. पायऱ्या शाबूत हायेत तसं त्या गाळलेल्या, पडक्या बारवंत कव्हायबी टोंगळामांड पाणी असते. पण पाणी आणणं मोठं अवघड, पण तेच पाणी पुंजले पाह्यजे मनून आणणं भाग.

त्या बारवंचीबी एक कहाणी हाये. जुन्या काळी आखाडीले या आसराची मोठी जत्रा भरे. गावोगावचे लोकं नवस फेडायले येयाचे. येतानी तेल, आटा, पीठकुटं संगं आणायचे. भांडे संगं आणत नसत. भांड्याची सोय इथिसाच लागे.

ज्याचा कोणाचा नवस असेल त्यानं, बारवंत पायऱ्या उतरून बारवंच्या पाण्यानंच अंघोळ करावं अन् तशाच वल्या पडदणीनंच वारवंची पूजा करून 'बारवंमाय भांडे दे' मनलं की, बारवंतून समदे भांडेच भांडे पाण्यावर तरंगत. मंग त्यातले आपल्याले जितके लागले तितके घेवावं. बाकीचे आपोआप बुडत जात.

असाच एक जत्रंत काहीतरी भ्रष्टाकार झाला. ज्याचा नवस व्हता त्याच्या बायकोलेच हात लावायचा नव्हता. झालं, समद्या गोष्टीले बाटाबाटी झाली. झालं मंग, त्यो बुवा वल्या पडदणीनं भांडे मांघाय उभा राह्यला त तसाच त्याचा पाय घसरला अन् वल्हायच्या आतच त्यो बारवंत पडला. पडला असा की, दुम्हारं दिसलाच नाही.

ती गोष्ट त्याच्या बायकोले सहन झाली नाही. ती पागल झाली. भेटंल त्याले इचारू लागली, ''माहे मालक दिसले का?''

ती बाई तिच्या गावच्या मानसाहयसंगं गावाकडं वापस गेली नाही. तिथिसाच ती जंगलात भटकत व्हती. मव्हरं तिचं काय झालं कोणालेच ठाऊक नाही. बहुतेक एखाद्या जनावरानं तिले फाडून खाल्लं असेल. पण मव्हरं अजाबच झालं. बारवंचं सत राह्यलं नाही. मव्हरं तिचं 'भांड्याची बारव' असं निसतं नावच राह्यलं.

पण ती बाई मातर आताबी आखाडीच्या तशात कोणाकोणाले भेटते. माणसाले बलवते. दर दोन-चार वर्सानं आखाडीच्या दिशी एखांद्यातरी बाईचा, पोऱ्ही-सोऱ्हीचा बारवंत पडून जीव जाते. त्याच्यानं आताबी आसरा मनलं की, बायाह्यच्या अंगावर काटा उभा राह्यते.

बरं, आसरानं जायाचंच कशाले असं जर मनलं तर, तेबी जमत नाही. जुन्या काळात त्या बाईचा नवरा बारवंत पडून मेल्याच्या दुसऱ्या की तिसऱ्या सालची गोष्ट– गावातले मथारे मानसं आताबी सांगतात, त्याह्यले त्याह्यच्या आजा पणज्यानं ह्या गोष्टी सांगतल्या व्हत्या मनं – आखाडीच्या दिशी अशाच बाया आसराले बोणं घेऊन गेल्या अन् गावच्या पाटलाची सून बारवंत पडून मेली. कोणी मने की, पाटलाच्या सुनेले त्या बाईनं अन् तिच्या नवऱ्यानंच बारवंत वहडलं. खरं-खोटं देव जाणे, पण पाटलाची जानजवान, औंदाच लगन झालेली सून बारवत पडली त

तिचा मुडदाबी हाती लागला नाही. त्या गोष्टीनं समद्या गावात भेव पसरलं. गावाले अवकळा आल्यावाणी झालं.

अन् समद्या गावकऱ्याह्यनं ठरवलं की, आसराचं बोणं बंद. खरंच, दुसऱ्या साली आसराकडं एक बाई फिरकली नाही. अन् मव्हरं गावात मरी आली. माशावाणी माणसं पटपट मरू लागले. एकाएका घरताले चारचार, सहासहा माणसं, आठ-पंधरा दिसांत निम्म्याऊन जास्त गाव रिकामं झालं. समदे हवालदिल झाले. ह्यो मरीचा कोप कसा झाला? काय चुकलं आपलं? ते त्याह्यले कळेना, एका दिशी पाटलाच्या सपनात आसरा आल्या. मनल्या, "माहा मान मले दे, मी तुहे माणसं सोडतो, नाही त बियाले माणूस ठेवणार नाही गावात."

पाटलाची हातभर तरारली. तितल्या रातीच त्यो उठला. हातात टेंबा घेतला अन् गावात घरोघर फिरला. माणसं चावडीवर जमा झाले. पाटलानं समद्याह्यले सपन सांगितलं. समद्याह्यच्याच अंगावर काटे उभे राह्यले.

दुसऱ्या दिशी आसराजवडं बोण्याचा ढीग पडला.

तव्हापसून पाऊस असो, पाणी असो, आसराचं बोणं चुकलं नाही अन् दर चार-दोन वर्साले बारवंतल्या नवरा-बायकोनं बळी घेणं सोडलं नाही. बळी बी असा, बहुतेक नवं लगन झालेल्या पोरीचा.

आता पह्यला जमाना राह्यला नाही. लोकाह्यचा पह्यल्यावाणी भरुसा राह्यला नाही. भवतालच्या जंगलाची समदी तोड झाली. तितली दाटवाट झाडी राह्यली नाही. जनावराचं बी भेव नव्हतं. जनावरं शिकारीवाल्याह्यनं मारले व्हते, राह्यले सुह्यले दाट जंगलात पळून गेले व्हते.

हे भेव कमी झालं व्हतं, पण वारवंतल्या जोडप्याचं भेव, इतले वर्सं झाले तरी काही कमी झालं नव्हतं.

तशी बारव समदी खसली व्हती. गाळली बी व्हती. आता माणूस पडलं त गाळात फसूनच मरत व्हतं.

पाऊस जरा हलका पडला अन् बायकापोऱ्ही बोणं घेऊन घराबाहीर पडल्या.

समद्या शिवारात नवे कपडे घातलेल्या, नवे लुगडे नेसलेल्या बायापोऱ्ही चिखलात भरणारे फडक्या-लुगड्याह्यचे घोळ सावरत वावराह्यनं धान तुडवत, आडव्या तिडव्या पळत व्हत्या. वावरवाला त्याह्यच्या नावानं बोंबलत व्हता, तरी त्या ऐकत नव्हत्या.

सोबाबी हातातलं ताट सावरत, तांब्या सावरत, लग्नातल्या नव्या शालूचे घोळ सावरत पोऱ्हीसंगं पळू लागली.

आनसा जाऊ नको मने तरी बी तिनं ऐकलं नाही.

सोबतीणीसंगं ती आसराले आली. येता येता चिल्होऱ्यात शालूचा पदर अटकून साजरा इतभर फटाला. तव्हा मनातल्या मनात 'जळ्ळ्या माय या आसरा, माहा शालू बी फाटला' असं तिनं मनलं. पण मंग तिले तिचंच भेव वाटलं, आपल्या बोलण्याचा आसराले राग आला त? तिच्या अंगभर सरसर काटा आला.

आसरापशी समदी झुंबडच व्हती. बाया, पोऱ्ही बोणं वहायसाठी रेटारेटी करत व्हत्या. तिथीसा पाचसहा झणं तरणेबांड पोऱ्हं व्हते, ते बायापोऱ्हीच्या हातचे नारळ हिसकून घेयासाठी एकच गोंडी करत व्हते. ज्याच्या हाती नारळ पडंल त्यो नारळ फोडे, त्यातले चिचुक्याइतले एक-दोन लहान कुटके आसरामव्हरं फेके अन् एकदोन कुटका जिचं नारळ असंल तिले देये अन् बाकीचं समदं घोळात, तोंडात घाले. दिसभरात इसपंचीस नारळं एकेकाले भेटत.

याच एका लालचीनं पोऱ्हं पहाटपासून झाक पडेस्तोर आसराजवडे राहात. त्याच्यानं बायापोऱ्हीले आधार वाटे.

आसराची पूजा करायसाटी बारवंचंच पाणी पाह्यजे ही बी एक भानगडच हाये. एका बाईनं मनं– त्यालेबी लय वरसं झाले– बारवंच पाणी आणायचा कटाळा केला. तशीच पूजा केली, बोणं वाह्यलं. घरी आली, पाह्यते त मरीनं नवरा लागला, पोरगं बी लागलं, झाक पडायच्या आत दोघंबी लांबले – तव्हापासून कोणी कटाळा करत नाही.

पाणी आणायचं काय नाही, पण पाणी आणायसाठी पायऱ्या उतरायच्या मनलं की, अंगावर काटाच येतो. वाटते, भस्कन ती बाई नाही त् तिचा नवरा पाण्याखालून तंगडं त नाहीत वहडणार? पाणी घेऊन वऱ्ही येवस्तोर जीव जाग्यावर राहेना.

सोबाचंबी तसंच झालं. त्यात सोबा नव्यानं लगन झालेली. तिले त लयच धाकधूक वाटू लागली. ती बाई अन् तिचा नवरा जसे... तिनं आखरीच्या पायरीवर पाय ठेवला. तिचा जीव लयच धडधडू लागला. शालूचा पदर सावरून ती खाली वाकली त तिले कशी चक्कर आल्यावाणीच झाली. ती पट्कन उभी राह्यली. तिनं भिंतीचा आधार घेतला.

''भर न वं तांब्या?'' सोबाच्या मांघंच देवबा काळ्याची जमना व्हती. तिचं आजूक लगन बी झालं नव्हतं.

''भेवच वाटायलं व मले!'' सोबा जागच्या जागून मनली.

''काय भेव हाये? मी हाओ तुह्या मांघं उभी, घे तांब्या भरून.''

जमनानं धीरुसा देला मनून सोबानं दुम्हाऱ्या मन धट केलं. घोळ सावरून ती वाकली. आताच्या बारीनं तिनं तांब्याबी भरला. तव्हाच तिच्या मनात इचार आला, ''ती बाई असाच तांब्या त नाही घेणार हातातला?'' इचारासरशी ती झट्कन उभी

राह्यली. गर्रकन मांघं कलली. झपझप पायऱ्या येंघून जावावं मनून तिनं पाच उचलला. पण कसा तिचा पाय घोळात अडकला देव जाणे? ती अडखळली, तिचा मांघं तोल गेला. ती मोठ्यानं चिरकली, मांघं बारवंत पडता पडता तिनं जीव वाचवण्यासाठी हातपाय पसरले. ती भत्कन पाण्यात पडली. पण पडता पडता तिच्या हातात बारवंच्या चिऱ्यातून उगवलेल्या पिपरणीच्या झुडपाची फांदी आली.

तिचा तोल गेलेला पाहून, तिच्या मांघं जमना बी मोठ्यानं चिरकली. त्या दोघींचंबी चिरकणं आयकून आसरामव्हरले समदे पोऱ्हं, पोऱ्ही, बाया, लेकरं पळतच बारवंवर आले.

"अरे ती पहा, न्यानबा काळ्याची सोबा पाण्यात पडली. धावा धावा, काढा तिले वऱ्ही!" बायका बोंबलल्या.

दोन पोऱ्हं पटपट पायऱ्या उतरले. एकानं जमनाले दंडाले धरून वऱ्ही आणलं, तं दुसऱ्यानं खालच्या पायरीवर उभं राहून सोबाच्या हाताले धरून तिले पाण्याबाहीर वहडलं. आणखी एक दोघंझणं खाली आले. त्याह्यनं, सगळ्याह्यनं मिळून सोबाले वऱ्ही आणलं. सोबा लय भेदरली व्हती. जमना तिच्यानपरीस कमी भेली व्हती.

"नसीब माय बिचारीचं. वाचली, नाही त या बारवंत एकदा पडलेलं माणूस जितेपणी काही वऱ्ही आलं नाही." एक बाई मनली.

"काहाचं माय, एकदा आसराच्या फेऱ्यात पडून सुटलं तरी, दुम्हारं कव्हा त्यास येढा घालतील त्याचा भरुसाच नाही." एक भादवी बाई बोलली.

अशा समद्याच झणी काहीबाही मनत व्हत्या. सोबाले त्यातलं काहीच कळत नव्हतं.

तिथल्या समद्याह्यनं सोबाले अन् जमनाले त्याह्यच्या घरी आणून सोडलं. हे समदं आनसाले कळलं तव्हा तिचे धक्कन झालं. तिचा गळा भरून आला, डोळ्यांतून टचंटचं आसू आले.

"काय चुकलं माय माहा गरिबिनीचं? दरसाल तुले माह्या ऐपतीपरमानं बोणं, नारळ आणतो. त्यात कव्हाच कटाळा केला नाही. मंग काऊन रुसली माह्यावर? माय, माह्या लेकराले तुह्या कचट्यातून सोड, मी तुही खणानारळानं वटी भरीन." असं मनून आनसाचे आलमक हात जोडले गेले. तव्हाच तिच्या गालावरून आसू वघळले.

दळणाचं टोपलं घेऊन आनसा घंटा झाले चक्कीमव्हरं बसेल हाये. दळणाह्यची भलतीच दाटी व्हती. दुसऱ्या दिसचा सोमवार व्हता. सोमवारी लईन बंद राहते,

मनून मंग आदल्या दिशीच लोकं दळणं दळून घेत. त्यात दिनाईचे मजूरदाराह्यचे दळणं. त्याच्यानं चक्कीत एकच गोंडी झाली.

आनसाले बसाया कटाळा आला व्हता. सोबा एकटीच घरी व्हती. न्यानबा वावरातून आजूक आलाच नव्हता. पर्कास खेळायले गेला व्हता.

तशी सोबाची तब्येत आता बरी व्हती. बारवंत पडल्यावर घरी आणली तव्हापसून जे तिले ताप चहडली व्हती त एक सारकी तीन दिवस ताप चढावरच व्हती. तापाचं काय नाही, पण तापात ती बडबडत बी व्हती. काहीबाही मनत व्हती. खाटंऊन उठून बाहीर पळाय नेट करत व्हती. पह्यल्या दिसी त दोघा नवरा-बायकोनं तिले पक्की धरून ठेवलं. तरी त्याह्यच्या हातातून निसटायसाटी ती धडपडत करत व्हती.

आता जरा आराम पडला. ताप बी उतरली. तसं बडबडणं, उठून पळणं बी आता कमी झालं, पण तिच्या मनातलं भेव काही कमी झालं नाही. त्यात येणाऱ्या जाणाऱ्या आवा तिच्या मव्हरं काहीच्याबाही सांगतात, त्यानं आनसाचा जीव त फाकतेच, तिच्यापरीस सोबाचा आदीकीचा फाकते. नारू काळ्याची माय यंधवा पाह्यटं आली अन् बोलता बोलता मनली, ''माय आनसे, पण काही का मन नं? एकदा तुही पोरगी त्या आऊच्या सपाट्यातून सुटली, दुम्हाऱ्या जर का तिच्या सपाट्यात सापडली ना त तिले...

''मुक्या बसा बरं फुई, त्या फालतूच्या गोष्टी नका काहाडू. माहा लेकरू भेते.'' आनसा तिच्यावर कचकचली.

मथारी मुकी झाली अन् तणक्यानंच उठून बी गेली.

जराक्सं घर सोडून अगलबगलनं जायाचं मनलं की, आनसाचा जीवच व्हत नाही. हो, ती बाहीर जायाची अन् अकडे सोबाले आजूक झटका येयाचा, पळायची रस्त्यानं.

पण दळण दळून आणणं तर भाग व्हतं. तिले या वक्तीबी वछिलाची याद आली. तव्हा आठ-दहा दिवस तिनं आनसाले हात लावू देला नाही. या बारीनं ती घरीच नाही. तिच्या मायचं अंग दुखायलं मनून माहेराले गेली व्हती.

चट्कन दळण दळून नेवावं या इचारानं ती आली पण इथिसा त कोणाचं कोणाले तोंड दिसेना. बरं दळण ठेवून घराकडं जावावं, त उष्ट्या आवा दळण काहाडून घेतात.

''आवं आनसे, उतरू लाग व माहा दळणाचा पिपा.''

आनसानं वऱ्ही पाह्यलं, शावकारीन पिपा घेऊन तिच्या मव्हरं उभी व्हती. तिले पाह्यलं की, आनसाच्या मस्तकात सणकच उठली. खरकटली रांड! तोंड काहाडून बोलते बी. इच्या जिवाले लाज बी वाटत नाही जराक्सी. पण तिनं पिपा उतरवू लाग

मनल्यावर आपण नाही मननं ते बी सुदं नाही, मनून काही न मनता, बोलता ती उभी राह्यली.

दोघीयनं मिळून पिपा खाली ठेवला.

"माय, चक्कीत त पाय ठेवाचले जागा नाही जणू!" चक्कीत वाकून पहात शावकारीन मनली. आनसानं हूं का चूं नाही केलं.

"कसं काय हाये तुह्या पोरीचं?" आनसाजवडे बसत शावकारानीनं इचार्लं.

"बरं हाये!" ती तुटकवाणीच बोलली.

"माय, येईन मनलं तुह्या पोरीले पाह्याले, त कोपटातून बाहीर पाय काहाडणं व्हत नाही माय!"

'बरं झालं नाही आलीस ते,' आनसा मनातल्या मनात म्हणली.

शावकारनीनं चंची काहाडली. चिमूटभर तमाखू आनसामव्हरं धरला; पण 'म्या सोडून देला तमाखू' मनून आनसानं घेतला नाही. खरं तर तिनं तमाखू सोडला नव्हता. पण शावकाराचं कोणतं मानूस मनलं की, आनसाच्या कसं नाकातच बसलं.

"माय तुह्या पोरीचं असं अन् माह्या जोतीचं तसं! तुह्या भावानं आखाडीले त तिले पाठवावं व्हतं. रंगा आणाय गेला त त्याले वापस पाठवलं. अन् नाही नाही ते बोलला!" शावकारीन सांगून लागली. "तुह्या पोरीचे झाले माय दोनाचे चार हात अन् माह्या लेकराचं आलं मरण." मंग तिनं समदं गऱ्हाणं सांगतलं. आनसाले मांघं रखमीनं सांगतलं व्हतं तसं.

मातर आनसा खाली मान घालून निसतं ऐकत व्हती. तिच्या मनात येत व्हतं, दळण इथिसाच टाकून घराकडं पळून जावावं, पण... ती मुकाट्यानं बसून राह्यली.

आखाडीच्या दिसापसून पाण्यानं चार-पाच दिवस दण्णक लावली व्हती. दिवसा नाही आला तर रातरशा तरी येयेच. मांघं मह्यना-सव्वा मह्यना आली नाही तव्हा, 'आला नाही, येत नाही,' मनून त्याले समदे सेवा देत. आता चारच दिवस आला त ते बी कोणाले सहन व्हयेना.

आता वावरात कामाची वाण नव्हती. जिथिसा फुल्या बाद झाल्या, तिथिसा सांदवण करणं हे सगळ्यात मोठं काम. खतं देणं हे दुसरं काम. मंग बाकीच्या चिल्हर कामाले वाण नव्हती.

आनसा त सोबामुळं घरीच अडकून पडली व्हती. पाऊस उघडल्यावर न्यानबानंच मजुरदारणीच्या हातानं वावरातले कामं करून घेतले. सांदवनासाठी त्याच्याजवडे पह्यली पावशेरक्शी सरकी व्हती. जास्तीची अर्धा किलो लागली ती त्यानं शंकर

पाटलाजवडून आणली. चार पोते खताचे बी त्याह्यच्याच जवडचे आणले. जवडे साताठशे रुपये व्हते, पण मव्हरं पळहाटीच्या आवदि पाण्याले लागले असते. शंकर पाटलाले तरी काय काय मांघावं? उस गोड झाला मनून का मुळीसगटच खावावं का?

पाणी पडल्यानं पळ्हाट्या चार पानाहून टरटर सहा पानावर आल्या. सांदवलेल्या जागच्या बी निघाल्या.

लोकाह्यचे डवरे वखरं सुरू झाले. न्यानबानंबी एच फोरीत वखर धरला.

असाच एक दिशी त्यो वखर हाणत व्हता. आनसा बी वावरात आली व्हती. त दुपारच्या पाहारी एक सायेब रस्ता सोडून आडरानानं नामदेव काळ्याच्या वावरातून न्यानबाच्या औताकडं येत व्हता. न्यानबानं त्याच्याकडं पाह्यलं, मनातल्या मनात मनला, "रस्ता भुलला काजून बुवा?"

त्यो सायेब त्याच्या औताजवडे आला, तसं न्यानबानं इचार्लं, "काहो, रस्ता भुलले का काय? कोण्या गावाले जायाचं?"

त्यो सायेब गालांतल्या गालांत हसला. मनला, "रस्ता भुललो नाही, मुद्दाम आडरानानं आलो."

न्यानबाले कळलं नाही. काहाले आला असंल असा आडरानानं? काय काम असंल याचं? काही झाडपाल्याचं आवशिद-गिवशिद त नसंल पहात?

न्यानबाले इचारात पडलेलं पाहून सायेबच मनला, "मी तुम्हाला भेटायला आलो!"

"मले?" न्यानबाच्या कपाळावर समद्या आढ्या जमा झाल्या. आपल्याले भेटायले? काय काम हाये? काही कर्जाची वसुलीगिसुली त नाही? पण आपल्यावर त कशाचंच कर्ज नाही. सोसायटीचं व्हतं त मांघंच कारकुनाले पाचशे रुपये देऊन कर्ज फेडलं. मंग आता काहाचं खुसपट घेऊन आला ह्यो सायेब? या लोकाह्यचा काही भरुसा देता येत नाही. आजाच्या हातच्या कर्जाची वसुली नाताकून करायचे हे सरकारी लोकं!

"काय काम काहाडलं? काही कर्जपाणी?" न्यानबानं आता आऊत उभं केलं. सायेब दुम्हारं हसला. मंग त्यो समजाऊन सांगू लागला.

'सरकारनं बेनॉर नावाची एक योजना सुरू केली. त्या योजनेतून शेतकरी लोकाह्यले मार्गदर्शन करायचं. कोणत्या जमिनीत कोणतं पिक घेवावं, कोणतं बियाणं वापरावं, कोणतं खत वापरावं, कोणती आवषिदी वापरावं, वखराच्या, डवरणाच्या किती पाळ्या देवावं, कशा देवावं? असं सारं सारं शेतकऱ्याले समजावून सांगायचं. त्याच्यासाटी काही सायेब लोकाह्यची नेमणूक केली. एकेकाकडं पाचसहा, पाचसहा खेडे देले. त्याह्यनं हप्त्यातून एकदा, दोनदा त्या खेड्याह्यले

भेटी देयाच्या, शेतकऱ्याह्यले भेटायचं, त्याह्यच्या वावरात जाऊन त्याह्यचे पिकं पाह्याचे. त्याह्यले माहिती देयाची.'

त्या योजनेतला ह्यो बी एक सायेब. न्यानबाचं गाव त्याच्याकडं व्हतं. म्हणून तो न्यानबाच्या वावरात – न्यानबाच्याच नाही त समद्या शिवरातच फिरत आला.

"काहाकाहाच्या योजना सरकार काहाडते काजून? याले कर्ज, त्याले कर्ज असं करून लोकाह्यची समदी जमीन ताब्यात घेईल अन् बसा लागल आम्हाले बोंबलत. आता तुम्ही बी काम करता त काय फुकटात थोडेच करसाल? आमच्याकडून काही ना काही..."

"काहीच नाही, तुमच्याकडून आम्ही एक पैसा घेणार नाही. इतकंच काय, माणुसकी म्हणून जर तुम्ही चहापाणी केलं तरच घेऊ. सक्तीनं, जबरदस्तीनं आम्ही काहीच मागणार नाही." सायबानं हातातली बॅग खाली ठेवली.

सायबाचं हे बोलणं न्यानबाले पटलं नाही. सरकारी माणूस मनला की, शेतकऱ्याले फोडून खायासाटी हातभर तोंड वासून बसलेला असते. मंग त्यो एखांद्या ऑफिसातला चपराशी असो, का एखांदा मोठा सायेब असो. पाच-दहा रुपयापासून त काम पाहून हजारालोक हे लोकं पैसे खातात अन् ह्यो सायेब मनते – आमी तुमचा चहाबी पेणार नाही. असा सायेब अजूक त त्यानं पाह्यला नव्हता. असे सायेब, अन् असं सरकार सपनातच दिसंल, एऱ्ही...

"काहो, पटलं नाही?" न्यानबा मुकाच राह्यलेला पाहून त्यो सायेब मनला.

"हं." न्यानबानं मान हलवली.

"तुमचंही म्हणणं खरं आहे म्हणा. जो तो खाणाराच आहे आज. पण आमच्या खात्याचे लोक काही खाणार नाहीत." सायेबानं जोर देऊन मनलं.

"यंधवाच काय सांगावं!"

"बरोबर आहे. अनुभव आल्याशिवाय माणसाची पारख होत नाही." मंग सायेब त्याच्या कामाचं बोलू लागला. किती एच फोर लावली, कोणापासून बियाणं आणलं, किती फुटाचा सावा घेतला, कोणतं खत देले, आबादी कोणकोणती आणली. न्यानबानं त्यो जसाजसा इचारे तसं तसं सांगतलं.

कोणतं खत कव्हा देवावं, कोणता रोग असला मनजे कोणत्या आवशिदाची फवारणी करावं ते त्या सायबानं समजावून सांगतलं.

"तसा मी तुमच्या गावाला शनिवारी येत जाईन. काही अडचण आली तर, शनिवारी भेटत चला किंवा मधे काही अडचण आल्यास अनसिंगला या. माझी तिथे खोली आहे. हिरवेसाहेबांची खोली कोणती म्हटलं, की कोणीही सांगेल. बरं, चलतो मी. भेटू पुन्हा."

सायेब धकला. चार पावलं गेला. तव्हा न्यानबाच्या ध्यानात आलं, की आपण

त्याले सुपारीचं खांड बी देलं नाही.

"अहो सायेब, "खिशात हात घालत त्यानं हाक मारली. साहेब उभा राह्यला.

"काय म्हणता?"

"मनलं, सुपारी त घ्या."

"तुम्ही दिली तर घेऊ. जबरदस्ती नाही. नाहीतर म्हणाल, साहेबानं सुपारी मागितली.

"नाही नाही, मीच देतो. मह्या मनानं."

अन् ते दोघयबी खळखळ हसले, मोकळ्या मनानं.

यंधवा नागरपंचमी, नागोबाची पूंजा करायचा दिवस. माणसाह्यपरीस आखाडीवाणी बायाह्यचाच सण!

तसं काही माणसं बी नागरपंचमीच्या अदुगर आठा-पंधरा दिसापसून कामाले लागलेले. त्याह्यले आरबाडी मनतात, आरबाडी बाऱ्या मनतात, 'आरबाड्याच्या गळा घालो आरबाड्याच्या गळा.' मंधात हांडा ठेवतात. त्याच्यावर उबडी पराथ ठेवतात. अन् एक झण पराथीवर थाप मारून दुसऱ्या हातातल्या कडीनं पराथ वाजवते. त्याले सोबती दुसरा एकझण, हातात कडी घेऊन पराथ वाजवते. दोघायच्या कड्या पराथीवर एकदमच पडत असतात. पराथीवर थापा मारल्यानं पराथ झणाणते. कड्याह्यनं आवाज ठेक्यात उठते अन् दोघं पराथ वाजवणारे बारी मनतात. 'चंदनशेकमहाराज की जय', असा गजर करून –

नागोबाच्या गळा घालो, नागबाच्या गळा.

त्याह्यच्या मांघून बाकीचे आरबाडी साथ देतात. चंदनशेकमहाराजाची कथा सुरू व्हते. बारील रंग भरते. रात उताराले लागली तरी, बाऱ्या सुरूच राहतात. असं नागरपंचमीच्या दिवसालोकं.

आरबाड्याले उताऱ्याह्यची बी साथ असते. उताऱ्या मनजे सरप उतरवणारा. गावातल्या एखाद्या मानसाले सरप डसला की, उताऱ्याले लयच भाव येते. उताऱ्या देवावाणी वाटते. तांब्यात पाणी घेऊन त्यो मंतर मनते. ते भारलेलं पाणी सरप डसला त्याले पेयाले देतात. त्याच्या डोळ्याले लावतात. नागीलीच्या पानाचा इडा करून देतात. इडा रंगला की, त्याले पानढाळ झाला असं मनतात. मंग त्या मानसाले काही घोर नसते. काही उताऱ्याह्या सरप उतरवणं जरा इचितरच असते. एखांद्याले सरप डसल्यावर ती बातमी घेऊन दुसरा एखांदा माणूस उताऱ्याकडं गेला की, त्यो उताऱ्या त्या मानसाले त्याच्या नकळत जोरात फाटकन गालात थापडचा कडाका देते. त्या मानसाले झांज येते. याचा परिणाम मनून ज्याले सरप डसला

त्याचा आपोआप पानढाळ व्हते. कधी कधी माणूस मरते. तव्हा उतारे, दोस आपल्या अंगावर घेत नाहीत. ते मनतात, "त्यो सरपच एकलह्यऱ्या व्हता. एकलह्यऱ्या नसता तं म्या माणूस मरूच देलं नसतं." एकलह्यऱ्या मनजे, अस्सल डोम्या नाग. नागावर त्याह्यचा काहीच इलाज चालत नाही. सरप डसला त दवायखाण्यात इंजेक्शन भेटते, या गोष्टीवर उताऱ्याह्यचा इश्वास नसतो. सरकारी लोकं खोटं बोलून लोकाह्यले फसवतात असं त्याह्यचं मननं असते.

अशा उताऱ्याह्यचा उजळणीचा दिवस म्हणजे नागरपंचमी!

आरबाड्यातूनच मव्हरं उतारे तयार व्हतात. त्याह्यचा गुरू त्याह्यले मंत्र शिकवते. काही पथीबी सांगते. जसं उताऱ्या माणसाले भाकर भाजून चुल्हीवर उभी केली त ती खायाले जमत नाही. त्यो जेवता जेवता समजा दिवा इझला, त त्याले हात न धुता तसंच ताटाऊन उठा लागते. मंग दुसऱ्या दिशी त्याच येळंले जेवाय जमते. या गोष्टी उताऱ्याच्या बायकाह्यले मोठ्या तरास देतात, त्या काचकूच करतात.

आरबाडी अन् उतारे मिळून नागोबाची पालखी तयार करतात. येळवाच्या कामट्या बांधून त्याच्यावर रंगीबेरंगी, सोनेरी रंगाचे घोटीव कागद लावतात. पालखीले वऱ्हून नागोबाची फडी करतात. तिच्या शेंड्याले दोरा बाहादून त्या दोऱ्याले लिंबू अटकवतात. ही पालखी नागरपंचमीच्या आदुगर करून ठेवतात. नागरपंचमीच्या दिशी, पालखीत नागोबाची पूंजा मांडतात. धूप, उदबत्त्या, कापूर, गुलाल लावतात. पालखीची गावातून मिरवणूक काहाडतात. एकझण पालखी डोक्शावर घेते. आरबाडे पालखीमव्हरं बाऱ्या मनत चालतात. रस्त्यानं जागजागी पालखी उतरवतात. बाया-बापड्या पालखीची पूंजा करतात. पर्सादासाठी नारळ, लाह्या आणतात. पालखीवाले नारळ, लाह्या घेतात. त्याह्यच्या जवडच्या मूठभर बाईच्या ताटात टाकतात.

अशातच एखांद्या बाईच्या आंगात पान येते. पान येणं मनजे सर्पावाणी झुलणं. असं अंगात आलं की, उतारे मव्हरं व्हतात. तो बाईले भारून पाणी पियाले देतात. तिच्या अंगाऊन लिंबू उतरवतात, फेकून देतात, नारळ फोडतात. मग हळूहळू पान उतरते. पालखी मव्हरं धकते.

घरोघरच्या बाया झाकतच उठतात, घराच्या भितीवर जागजागी ढवळ्या मातीचे पोतरे घेतात. त्याच्यावर वल्ल्या बोटाह्यनं आडवेतिडवे नागोबे काहाडतात. दाराच्या दोन्ही बगलंनं, घरात पाचसहा जागी हे नागोबे काहाडतात. आंघोळीपांघोळी करून बाया या घरातल्या नागोबाह्यले हळदी कुखाचे बोटं लावतात. ढवढे दोरे हळदीनं पिवळे करतात. ते दोरे गुळानं, लाह्यानं नागोबाह्यले चिकटवतात. दुसऱ्या दिशी हे दोरे घरातले माणसं, पोऱ्हं पवते मनून बांधतात. मंग बाया समद्या घरभर

लाह्या फुटाणे फेकतात.

पालखीची पूंजा केल्यावर बाया, पोऱ्ही गावाबाहीर वारूळ पूंजाय जातात. कव्हा कव्हा एखांद्याबारीनं आरबाडी जिता सरप धरून आणतात. काचाच्या भरणीत घालून ती भरणी पालखीत ठेवतात. बाया, पोऱ्ही 'माय, माय' मनत भीत भीत त्याले हळद कुखू वाह्यतात.

पोऱ्हं-पोऱ्ही गावातल्या आंब्यालिंबाच्या, वडा-पिंपळाच्या झाडाले झोके बाहांदतात. पोऱ्हं एकेकल्यानं त पोऱ्ही जोडीजोडीनं झोके खेळतात. कव्हा कव्हा भादव्या बायाबी झोके खेळतात. त्या झोका खेळतानी एखांदं मोठं माणूस आलं की, त्याह्यची लय पंचाईत व्हते. लाजून त्या झोक्यावर बाहांदल्यावाणीच उभ्या राहतात. इतल्या वाढोळ, वाऱ्यावर मांड्यापस्तोर उडणारे त्याह्यचे लुगड्याचे घोळ, अंगावरचे पदर आता अंगाले चिटकल्यावाणी व्हतात. तव्हा झोक्याजवडे उभे राह्यलेले पोऱ्हं-पोऱ्ही त्या बायाह्यकडं पाहून फिदीफिदी हसतात.

संध्याकाळी पोटं फुटंस्तोर समदे पोळ्या खातात.

दुसऱ्या दिशी शिरवाळ निघतात. त्याची बी मिरणूक काहाडतात. ज्या बाईले लेकरूबाळ व्हत नाही ती लेकरू व्हयासाटी शिरवाळराजाले नवस करते, लेकरू झालं तं – एखांदीले पोऱ्हीच असल्या त ती पोरासाटी नवस करते – मी पाच वर्सं शिरवाळाची मिरवणूक काहाडते असं म्हनतात. असं नवसाचे शिरवाळ दरसाल दोन-चार तरी असतात.

काळ्या मातीच्या चिखलाचे हे शिरवाळ करतात. त्याले वऱ्ही देवळावाणी शिखर करतात. तिहीकून शिरवाळाले मोठमोठ्या खिडक्या असतात. शिरवाळाच्या शिखरावर नागोबाची फडी करतात. शिरवाळच्या गाभाऱ्यातबी चिखलाचा पाचाफड्याचा नागोबा करतात. या शिरवाळावर जागजागी नदीकाठच्या कसाडाच्या ढवळ्याशिप्पत बिया अन् लालजरद गुंजा चिकटवतात. गाभाऱ्यातल्या नागोबाची हळदकुखानं पूंजा करतात.

जिचा शिरवाळाचा नवस असंल ती सवाष्णी सांगते. बाया जमा व्हतात. मधात शिरवाळा मांडतात. समद्या बाया एकूणमेकीह्यच्या हातात हात घालून शिरवाळाभवताल घेर धरतात. शिरवाळाभवताल हळूहळू फिरत, हात मव्हरं मांघं करत बाया शिरवाळाचे गाणे मनतात. दोघी-चौघी मव्हरं मनतात. बाकीच्या मांधून मनतात –

खडे मनून खडे, परात परात खडे
याच वाटंनं गेले व माय, शिरवाळाचे घोडे
कवड्या मनून कवड्या, परात परात कवड्या
याच वाटनं गेल्या व माय, शिरवाळाच्या घोड्या

गुंजा मनून गुंजा, परात परात गुंजा
याच वाटंनं गेला व माय, शिरवाळाचा राजा.

गाणे रंगात येतात, तसा बायांचे हात बी जोरात हालतात. घेराले बी जोर येते. बायकाह्यचे पाय भराभर मांघंमव्हरं व्हतात. दिवस कव्हा बुडाला ते कळत नाही. आखरीले बाया दमतात. गाणे थांबतात. मंग गाणे मनत मनत शिरवाळाले पाण्यात नेऊन बुडवतात.

नागरपंचमीचा सण सरते, एका वर्सावर जाते.

दुपारी बैलं बाहांदून न्यानबा घरी आला. यंधवा नागरपंचमी असल्यानं त्याने आऊत धरलं नव्हतं. पाह्यटून बैलं चारले अन् भाकर खायाले घरी आला.

त्यानं हातातळी इळदंची काडी दाराच्या बाहुटीले टेकून उभी केली.

हातपाय धुयासाटी न्यानबा नाहाणीत गेला. टकरानं राजणातलं पाणी घेतलं. पाणी पायावर टाकायचं तसा फुस्कन आवाज आला. न्यानबा दचकला. त्यो उडी मारून बगलंनं झाला. हातातलं टकर तसंच खाली टेकवून त्यो नाहाळून पाहू लागला.

नाहाणीतलं पाणी बाहीर जायासाटी पानूळी केली व्हती. त्याचं ध्यान पानूळीत गलं, अन् 'बापरे!' मनत त्यानं उरावर हात मारून घेतला. तव्हाच आनसा घरातून दारात येत व्हती. तिनं इचार्लं, "का वं? काय झालं?"

"सरप." न्यानबा दबक्या आवाजात बोलला, "कल्हमा करू नको."

"कुठीसा हाये?"

"त्यो पानोळीत."

आनसानंबी वाकून पाह्यलं अन् तिनंबी उरावर हात हाणून घेतला.

"माय, नेमकीच मी इराक्तीले बसून गेली ना! बरंच झालं." तिच्या अंगावर सरसर काटा आला.

न्यानबानं हातात इळदंची काडी घेतली. एकट्याले काय करावं ते सुसेना. तव्हाच बेलदाराचा इस्नू रस्त्यानं चालला व्हता. न्यानबानं त्याले आवाज देला.

"काहो, काय हाये?"

"सरप हाये लेका भल्ला मोठ्ठा!"

"कुठीसा हाये?"

न्यानबानं त्याले दावला, त्योबी उरावर हात मारून मांघं सरला.

"ए घरातली काडी आण व इन्सूले दे." न्यानबा मनला.

"काय करता?" आनसा जागण्यावरच उभी व्हती.

"काय करायचं मनजे? मारायचा. जाय, आण काडी."

"नका, मारू नका, यंधवा पंचमी हाये!" आनसा मनली.

"आवं, त मुकी बस, मोठी आली पंचमीवाली! त्याच्या सपाट्यात पडली असती त त्यो मनला असता का यंधवा पंचमी हाये त मी डसत नाही?" त्याच्या आडव्या बोलण्यानं तिले त्याचा राग आला, "कसा माणूस असंल व ह्यो? याले देवगिव, सणवार बी समजत नाही?" ती मनातल्या मनात कुरकुरली.

न्यानबानं अजूक एकदोनदा तिले 'काडी आण' मनलं तरी ती जागीच उभी राह्यली. तव्हा तिले आणखी टोचून बोलत न्यानबाच घरात गेला. पत्राच्या गळीले खोसलेली दुसरी काडी घेऊन आला. इस्नूमव्हरं धरून मनला, "घे, व्हय पलीकून!"

पण इस्नूनं हाती काडी घेतली नाही.

"काऊन रे? तुलेबी पंचमीचं भेव वाट्टे का?"

"नाही हो, पण माह्या बायकोले दिवस हायतं!" त्यो लाजून मनला.

"होत् तुही," मनत न्यानबा खाली वाकून सरपाकडं पहात मनला,

"जाय, दोनचार झणाले बलवून तरी आण."

"बरं." मनून त्यो गेला अन् दहापाच झणाह्यले घेऊन आला. त्यात पालखीवाले, बाऱ्यावाले आरबाडी व्हते.

"थांबा कुटीसा हाये? आम्ही धरतो पूंजा करायसाटी!" एक आरबाडी मव्हरं आला.

"अबे, व्हय मांघं. त्यो काय तूव्हा मामा हाये का काका हाये?" दुसऱ्याच एका झणानं त्याले माघं सारलं, "केव्हडा हाये?" मनत त्यो पाहू लागला.

"कारे आनंदा, मारू लागतं?" न्यानबाने त्या पाहणाराले इचार्लं. "व्हो." त्यानं न्यानबाच्या हातची काडी घेतली. "मी व्हतो बाहीरून. तुम्ही आतून रहा. पहा, तुमच्याकून निसटू देऊ नका." त्यो बाहीरून झाला.

पाहता पाहता गर्दी जमली. त्यात पोऱ्हंसोऱ्हं, बायामानसं, मथारेकोथारे व्हते. जे ते 'साप यंधवा मारू नाही' असं मनत व्हते. पण न्यानबा अन् आनंदा जणू जिद्दीले पेटले. आतून न्यानबा सरपाले काडी टोचे त बाह्यरून आनंदा काडी टोचे. जशी जशी काडी टोचे तसा तसा साप फुसकारे टाके.

"अबे, जाऊद्या बे, काऊन पापाचे धनी व्हता रे?" सक्रू बुढा मनला.

"तुम्हीच मांघं व्हा आज्या! नाही त सरप बाहीर येईन अन् आमच्या अदुगर तुमचंच पाप तुमच्या मव्हरं उभं राहील." आनंदानं मथाऱ्याले मांघं लोटलं.

"अस्सल नाग हाये काजून?" बाह्यरून लवू लवू पाह्यणारे मनत व्हते.

"माय, यंधवा पंचमीची पूंजा तरी करू द्या मनावं दुस्मानोह्यले!" केरू काळ्याची बायको मनाली.

"थांबा जराक्शा, त्याच्या टाळक्यात काडी टाकतो मंग त्याची पूंजा करा!" आनंदा तिच्यावर वसकन धावला.

एकाएकी न्यानबा वरडला, "आला रे आनंदा, संबाळ."

आनंदा सावसूद झाला. खरंच सरप पानूळीतून सळ्कन बाहीर पडला. लांबसडक, वाव-दीड वाव, पिवळा जरद नाग व्हता. त्याच्या कचाट्यात कोणी सापडलं असतं त डोळ्याची पापणी लवस्तोर त्यानं लंबं केलं असतं.

आनंदानं काडी उचलली अन् मांघं सरकून टाकली बी, पण सरपावर पडायच्या ऐवजी ती भोईवर पडली. सरप मव्हरं निघून गेला. "पळाला, पळाला!" "आला, आला," मनता मनता पाह्यणारे समदं मांघं पळाले. ते पाहून आनंदाले हसू आलं. त्यो सरपामांधं पळायचं सोडून त्या दूर पळणाराह्यले मनला, "अरे, आता काऊन पळता दूर दूर? राहा ना उभे जागच्या जागीच! त्यो तुमचा देव हाये ना? त्यो काय करते तुम्हाले?"

न्यानबा बाहयरून आला. "कुठीसा हाये?" मनत त्यो मव्हरं धावला. "त्यो तुमच्या झोपड्यात घुसला," आनंदानं सांगितलं.

खरंच सरप झोपड्याच्या कुडात धसला व्हता.

"तुम्ही व्हा आतून, मी राह्यतो बाह्यरून!" आनंदानं घोळ सावरले.

"अबे, त आताच्या वाणी मोकळा सोडू नको, आताच एकसा झटक्यात मारता आला असता."

"अहो, काय करू? माहा निशाणा हुकला, नाही त एका रट्ट्यात आडवा पाडत व्हतो हो." आनंदा हळहळला.

न्यानबा आतून गेला. दूर उभं राहून तयानं कुडाणात काड्या खोसल्या. पण सरपाचा चाहाळ लागत नव्हता. "का रे, आला कारे? का रे, दिंसते का रे?" मनू मनू त्यानं किती खेप आनंदाले इचार्लं. पण आनंदाले बी दिसला नाही.

न्यानबानं समदं कुडाण इचकवाचक केलं, पण सरपाचा पत्ता लागला नाही. कुठीसा नळाबी दिसला नाही. देव जाणे कुटीसा गडप झाला ते! पाहून न्यानबा थकला. तव्हा 'जाऊ द्या' मनत त्यो झोपड्याबाहीर आला.

"बरं झालं माय, तुमच्या हातातून निसटला. नाही त पंचमीच्या दिशी नाहाक तुमच्या हातून पाप घडलं असते!"

"त्यात काय पाप हाये? सापडला असता त सोडलाच नसता.

समदे पांगले, न्यानबा, आनसाबी घरात आले.

या गोष्टीनं आनसाचं मन मातर उदास झालं.

सोबा नाहाणीत तोंड धुता धुताच मोठ्यानं चिरकली, 'आता मायऽऽऽ' अन् पळतच घरात आली. तिचं वरडणं आयकून चुलीजवडे बसलेले आनसा अन् न्यानबा तट्कन उठले अन् बाहीर धावले. पण तिची अन् त्याह्यची दरूज्यातच टक्कर झाली.

"काय झालं व? काऊन चिरकली?" आनसानं इचार्लं. तव्हरक न्यानबानं कोपऱ्यात उभी केलेली इळदाची काडी हाती घेतली.

"काय, सरप दिसला का?" न्यानबा बाहीर जात मनला. त्याले वाटलं, परवाच्या दिसचा सरप आजूक पानोळीत येऊन बसला असंल. त्याचा काय नेम सागावं?

सोबा मातर पार भेदरल्यावाणी झाली. तिचा एक हात डाव्या हातावर व्हता. तिनं हुंदका दिला.

"काय झालं? कालचा सरप दिसला का काय?" आनसानं दटावलं.

तशी ती मनली, "माहा एक टापूस?" अन् तिनं कानावरचा हात काहाडून घेतला. खरंच तिच्या उजव्या कानातच टापूस व्हतं. डावा कान मात्र भोंडाच व्हता.

"टापसासाठी वरडली? म्या मनलं का..." न्यानबानं सुस्कारा सोडला.

"असंल घरात, कुठीसा जाणार हाये? पडलं असल आंथरुणात, जाय, चहा गाळ तितला. मी पाहयतो तव्हरक आंथरून झटकून."

आनसानं समदी पाघरुनं, आंथरुनं झटकले, दोनदा-तिनदा झटकले, पण त्यात मेळ लागला नाही. आंथरुनाच्या फाटक्याजागी पक्कं अडकलं असंल मनून मंग तिनं एकएक आंथरून उलटून पालटून पाह्यलं, पण कुठीसाच पत्ता नव्हता.

"नाही माय याच्यात! कुठीसा पडलं ते?" आता आनसाले चिंता वाटू लागली. तिनं समदं घर धुंडाळालं. सांदीकोपरे, देवळ्या-कोनाडे, डबेडाबे समदे शोधले, तरी मेळ लागला नाही.

"कव्हा पडलं? तुव्हं ध्यान नाही का?" चहा पिता पिता न्यानबानं इचार्लं.

"नाही. आता तोंड धुता धुता माहा कानावर हात गेला. तव्हा कान भोंडाच लागला हाताले, मनून ध्यानात आलं." सोबा लडकुंड्या आली.

"कुठीसा पहावं माय? कुठीसा पडलं अन् कुठीसा नाही ते देव जाणे! हे काय झालं माय, ये घोरा अन् खंदाडी! एक सरते का नाही त दुसरं मव्हरं वाढून ठेवलेलंच!" आनसा बोलत व्हती, इथिसातिथिसा पहात व्हती.

खरं व्हतं तिचं बी. जसं सोबाचं लगन झालं, तसं एकामांघून एक काहीना काही उभं हायेच. एकाले तोंड देऊन जरासा दम खावावं का नाही त दुसऱ्यासाठी तैयार व्हा लागते. असं कुठोरोक चालते, देव जाणे!

अंगणात पडलं असंल का, नाहाणीत पडलं असंल का, झोपड्यात पडलं असंल का, परसाकडं गेली तवा हागणदरीत पडलं असंल का? पाण्याले गेली

तव्हा, धुण्याले गेली तव्हा, चक्कीवर गेली तव्हा, वछिलाले भेटाय गेली तव्हा, असं आठवू आठवू सांग असं करत समदं गाव पालथं घातलं. घरात पडलं असंल, ध्यान न राहून पुंजाण्यात लोटल्या गेलं असंल, पुंजान्यासंगं ऊकंड्यावर गेलं असंल या इचारानं तिनं समदा उकंडाच इचकून पाह्यला व्हता.

आता आता केवढा घोर झाला सोबाच्या जिवाले ह्यो? उंद्या नांदाय गेल्यावर सासू-सासऱ्यानं इचार्लं त काय सांगावं? हारपलं मनलं त त्याह्यले पटंल तरी का? तसं न सांगावं त खोटं तरी कसं अन् काय सांगावं? बरें, खोटं सांगून पटलं त पाह्यजे? तिले राहून राहून एकच भेव वाटे, तिच्या सासऱ्यानं न मनावं, 'तुह्या बापाची घाण हाये, त थकवायसाठी तुवाच त्याले मोडाय देलं असंल! अन् इथिसा चालली मनायले, हरपलं मनून?' खरंच असं जर त्याह्यलं मनलं त कसं व्हवावं? तिले या एकाच गोष्टीची लय मोठी काळजी वाटत व्हती.

सोबाले अवघड वाटले, मनून ती गळा काहाडून मोठ्यानं रडू लागली तसा न्यानबा मनला, 'हारपलं त हारपलं, त्याले काय करावं कोण आता?''

पण त्याच्या तशा मनण्यानं तिचं लडणं आदिकीचंच वाहाडलं. तिची समजूत घालायसाटी आनसा न्यानबाले दाटूनच दटावून मनली, ''तुम्हाले काय मानसाच्या जातीले? सुनवाह्यरीचं सुनवपाह्यरीलेच ठाऊक! घरचे माणसं उद्या काय मनतील याचा काय भरूसा? हे काय झालं माय? त्या दिशी तुम्ही सणासुदीचा सरप माराय धावले मनून असा आरसटा देला हिंगं देवानं!''

आनसाचं हे बोलणं ऐकून त न्यानबाले हसूच आलं. खरंच कशी येड्यावाणी बोलते? सरपाचा अन् टापूस हरपण्याचा काय संबंध? बाया वडाची साल पिंपळालेच त लावतात! तसं आनसाले मनावं असं त्याले वाटलं, पण तो मांघं सरला, मुकाच राह्यला.

पळ्हाटीवर फवारणी करणं भाग व्हतं. काही काही झाडाची पानं काळे पडली व्हती. पानं न्याहाळून पाह्यलं त त्याच्यावर मांघून बारीक बारीक काळे कीटक लिपाटन देल्यावाणी दिसत.

एकदोन दिसांत फवारणी न केली त पळ्हाटी कोकड्यानं कडक व्हयाची.

न्यानबानं अदुगर शंकर पाटलाच्या घरी जाऊन एखांदा पंप रिकामा हाये का ते पाह्यलं. त्याह्यले समदं पंप गुतले व्हते. मंग आजूक दोघा-चौघाह्यलेबी मांघून पाह्यले, पण कोणीच 'हो' मनलं नाही. आखरीले तुका माळ्याचा एक पंप भाड्यानं घेतला. आठ रुपये दिसभराचं भाडं. तुका माळ्याचा ह्यो धंदाच व्हता. त्यानं पाचसहा पंप इकत आणले व्हते. काही पाठीवरचे, हातपंप. त काही पायपंप.

त्यातला त्यात पाठीवरचा पंप खर्चाच्या बाबतीत परवडते. एकटाच माणूस फवारणी करू शकते. पाणीबी आणू शकते. तयाले लय माणसं गुतून पडत नाहीत, पण बकेट पंपाचं तसं नाही. हँडल मारायले एकझण, फवारणी करायले एक, नळी चालवली त एकझण, दोन नळ्या चालवल्या त दोघंझणं अन् पाणी आणून टाकायले एक झण. एक नळी चालवली त तीन माणसं लागतात, दोन नळ्या चालवल्या त चार माणसं लागतात.

न्यानबाले पाठीवरचाच पंप पाह्यजे व्हता, पण ते दुसऱ्या लोकाह्यनं न्यानबाच्या अदुगरच नेले व्हते. फक्त एक बकेट पंप राह्यला व्हता. त्यो नेला त न्यानबाले दोन गडी पहा लागले असते. आनसा धडधाकट असती त तिनं पाणी आणून देलं असतं. मंग हँडल मारायले एक गडी लागला असता, पण आनसाले चार दिसापसून ताप येत व्हती.

दोन गडी सांगायचे मनजे गेले एका दिसाचे बारा रुपये. एऱ्ही डवरणाचा, वखरणाचा रोज साडेचार रुपये व्हता, पण फवारणी मनलं, का सहा रुपयाच्या खाली कोणी गोष्टच करेना. गड्याह्यचे बारा रुपये, पंपाचं भाडं आठ रुपये, गडी, पंप मिळून एका दिसाचे ईस रुपये. कुटून देवावं इतले पैसे? न्यानबाचा जीवच धडकला.

त्यो एव्हडुक्सं तोंड करून घरी आला. समदा बारदाणा घरचा आसल्याबिगर लागवणीच्या भानगडी करू नाहीत हे त्याला पटलं. एऱ्हीबी ज्याह्यचे घरचे माणसं काम करणारे त्याह्यलेच या काळात शेती परवडते. ज्याह्यचे हागणंमुतणं गड्यामाथं, ते पटकन आतल्या खांदी आल्याशिवाय राहत नाहीत. गग शंकर पाटलावाणी मोठमोठे खटलेवाले का असेनात!

"कावं, काय झालं?" घरी आल्या आल्या आनसानं इचार्लं.

"पाठीवरचा पंप नाही भेटला." त्यो मेटं मोडून बसला

"शंकर पाटलाचा बी भेटला नाही?"

"त्याह्यचा रिकामा असता त काहाले समदा गाव पालथा घाला लागला असता?" त्यो जरा चिडल्यावाणी बोलला.

"आपल्या येळंवर कोणाचं काहीच आपल्या कामा नाही पडायचं!" आनसा कुरकुरली.

"नाही, लोकं आपल्यासाटी बंद ठेवतील त्याह्यचे काम अन् देतील आपल्यातलेच." त्यो आडवा बोलला. मंग ती मुकीच राह्यली. आमाक्शानं मंग त्योच सांगू लागला, भाड्याच्या पंपाची गोष्ट.

"गडी पहावं व्हते ना मंग? मुत्तामारी गेले असते बारा रुपये त?"

"तं, तुले काय लागते मुत्तामारी जाऊ द्या मनाय?"

“मंग, व्हवू देता पळ्हाटी खराब?”

“मंग, कसं करू? आणू पंप? दोन गडी पहा लागतात अदुगर.”

दोघायचं बोलणं चाललं तव्हा, सोबा घरात येऊन लुगडं नेसत व्हती. तिच्याकडं पाहून आनसा मनली, “कसं करावं माय, मी त झाली अशी! धडधाकट असती त तुम्हाले झांबलू देलं नसतं इतलं!” ती आमाक्शी मुकीच राह्यली. मग बाजंऊन उठत मनली, “जा आणा त्यो पंप, मी येतो, कुच्याकुच्या करीन कसं तरी! अंग दुखते मनू मनू त गोष्ट आदिकीचीच लाडका वायली, कचकच काम केल्याबिगर दुखणं जाणारच नाही अंगातलं.”

“पण मंग एक रोजदार...” न्यानबा उठत बोलला.

“काही पाहू नका रोजदार. मी बी येतो. पंप हाणता आला त पंप हाणीन, नाही त पाणी आणून देईन आपलं सोपंवोपं.”

सोबानं असं मनल्यावर दोघा नवराबायकोनं एकमेकाकडं पाह्यलं. मंग न्यानबा मनला, “नको, तू काहाले?”

“काय व्हते? घरी बसून बसून मले नाही करमत. वावरातनी इळ तरी कटल?” सोबा झंपर घालत मनली.

“बरं चाल.” आनसा न्यानबाले मनली, “जा मंग, उठा तुम्ही! जाऊ द्या पंपाचं भाडं गेलं त! एकदोन दिवस लांबणीवर पडलं त नाहाक पळ्हाटी वाया जायाची.”

न्यानबा बी उल्हासानं उठला. “आअपा तुमचं भाकर-कोल्ड्यास!” मनत न्यानबा घराबाहीर पडला.

सोबाचा सासरा तिले नेयाले आला त न्यानबाले बरं वाटलं. बरं, ज्याचं माणूस त्याच्या घरी. भली पोरगी आपल्या जिवाचा घड हाये, पण काय कामाची? आपलंच झालं थोडं अन् इव्हायानं धाडलं घोडं, तशी गत. या बारीनं आली त माहेरपण काही तिच्या अंगी लागलं नाही. पह्यल्यांदा आसराच्या बारवंत पडली. त्यात आठ-पंधरा दिवस गेले त मंग पंचमीच्या दुसऱ्या तिसऱ्या दिशी न तिच्या कानातलं टापूसच हरपावं! त्यात हिंगं आठदहा दिवस गेले.

मनूनच नागपंचमी व्हवून गेल्यावर बी पाव्हण्याले येयाले जसाजसा उशीर व्हवू लागला, तसतसा न्यानबाचा जीव उलुउलु व्हवू लागला. कव्हा पाव्हणा येते अन् कव्हा नाही असं त्याले वाटे. निरोप देऊ का नेऊन घालू असेबी इचार त्याच्या मनात येत.

आखरीले पाव्हणा आला अन् त्यो पाहून न्यानबाच्या मनावरचा ताण कमी झाला.

या वक्ती सोबाची काही बोळवण करा लागत नव्हती. एक झंपराचा पीस तितला न्यानबानं घेतला व्हता. बाकी लगनातला शालू नेसूनच तिले वाटी

लावायचं, असं त्या दोघा नवरा-बायकोचं ठरलं व्हतं.

सोबा पाव्हण्याच्या मव्हरी येयेना. आली तरी पदरानं पक्का कान झाकून घेत व्हती. ती मव्हरं आली की, पाव्हणा तिच्याकडं पाहायचा. त्यानं तिचा जीव आदिकीचाच धडधड करायचा. भस्कन पाव्हण्यानं इचार्लं त काय सांगावं? आता कितीकय लपवलं तरी कव्हा ना कव्हा त उघडकीले येणारच ना?

न्यानबाचं मत असं व्हतं की, आपण व्हवूनच पाव्हण्याले टापूस हरपल्याचं सांगावं. त्यानं तसं आनसाले मनलं बी, पण ती 'सांगू नका' मनली. इथिसा सांगतलं त नाहाक पाव्हणा आपल्यामव्हरं झिपल्या काढत बसायचा. त्याच्यापरीस त्याच्या घरी गेल्यावर काही व्हवो. यावर न्यानबाचं मननं व्हतं की, 'आपण आपल्या तोंडानं नाही सांगतलं त पाव्हणा पोरीले नसलं ते बोलायचा. तुह्या मायबापानं तव्हाच काऊन नाही सांगतलं, हारपलं नसंल, तुह्या बापानं मोडलं असंल. मनून त त्याले भेव वाटलं सांगायचं. तसं जर नसतं त त्यानं बिनधोक सांगतलं असतं. मंग असं आडवंतिडवं बोलून नाहाक पोरीले तरास देईल, त्याचा काय नेम हाये?''

''पहा माय तुमच्या मनानं! कसंय केलं तरी पोरीचे जिवाले घोरच.'' आनसाची काळजी काही कमी झाली नव्हती.

राती सांगावं मनलं त न्यानबाची हिंमत झाली नाही. यंधवा पाह्यटी बी तसंच. आपण उगंच भेयालो. पाव्हण्याले सांगतलं त त्यो मनलं, 'अं, हारपू द्या हारपलं त! त्याले काय करायचं?'

दुपारा न्यानबानं पाव्हण्याले वावरात नेलं. वावरभर फिरून पळ्हाटी दावली. हिरवेगार झोपाळलेले पळ्हाटीचे झाडं वाऱ्यासुती हलत व्हते.

''तुमचं बी मारत सुदं निघलं. पेरणी झाल्यावर मह्यना सव्वा मह्यना पाणी आलं नाही ना, पण लयशीक झाडं वाळले नाही तरी बी आम्ही एका एका फुलीवर एकएकच बी लावली. तरी बी लयमोठं सांदवायचं काम पडलं नाही.''

न्यानबाच बोलत व्हता. पाव्हणा मुकाच व्हता, हुं हुं बी करत नव्हता. काल पाव्हणा आला तव्हापसून असंच सुरू व्हतं. एऱ्ही पाव्हणा लय बोलका हाये. लगन झालं तव्हापसून एकदानेदा आला ना, त त्याच्या तोंडाले मट राहात नाही. ऐकणारानं नुसतं हूं हूंच करत राह्यचं काम. मंग या बारीनंच पाव्हण्याले काय झालं? का टापसाचं समजलं पाव्हण्याले?

सोबा बारवंत पडल्याची गोष्ट राती त्यानं पाव्हण्याले सांगतली त तव्हाबी तसंच. बरं का बुरं असं काहीच पाव्हणा मनला नाही.

वावर पाहून आंब्याखाली आल्यावर, न्यानबानं टापसाची गोष्ट सांगतली. तव्हा मातर पाव्हणा बोलला, ''समजलं मले कालच.''

"कोणं सांगतलं?" न्यानबाचा जीव दडपल्यावाणीच झाला.

"तुमच्या भावकीचाच माणूस व्हता. माह्या वळखीचा नव्हता.

"काय मने?"

"अं, काय मननार हाये?" पाव्हण्यानं गोष्ट टाळली.

न्यानबाले इचार पडला. कोण असंल? काय काय सांगतलं असंल त्यानं पाव्हण्याले? टापूस हरपल्याचंच सांगतलं, का आजूक काही भलतंच सांगतलं? आपलं भलं पाहणारा असंल त सुदं सांगतलं असंल, बुरं चितणारा असंल त...? पण आपल्या बुऱ्यावर कोण हाये या गावात? शावकार? न्यानबाले पट्कन नाव आठवलं.

"कसा व्हता बुवा त्यो? कुठोरलोकं तुमच्या संगं व्हता? कुठीसा कलला?" न्यानबानं इचार्लं मनून पाव्हण्यानं खाणाखुणा सांगतल्या. गावात आल्यावर कोण्या घरा गेला ते बी सांगतले. ते ऐकून न्यानबानं सुस्कारा टाकला. पाव्हण्यानं सांगतलेल्या खाणाखुणाह्यून त्यो माणूस मनजे शावकाराचा रंगाच व्हता.

अन् तव्हा पटकन न्यानबाले मांघल्ली आठवण झाली. एकदा निळा वारकानं गोष्ट काहाडली व्हती. आखाडी आल्यावरची गोष्ट होती ती. न्यानबा त्याच्याकडं डोक्शी कराय गेला व्हता. त्या जागी तिसरं कोणीच नव्हतं. ते दोघंच व्हते.

"एक गोष्ट सांगू तुम्हाले?" वारकानं हळूचकून मनलं.

"काय सांगतं बॉ!" न्यानबानं कपाळावर अढी चढवली.

"काल शावकाराचा रंगा आला व्हता कटिंग कराय. गावातले दहापाच गिऱ्हाइकं व्हते त त्यानं तुमच्या मेव्हण्याची गोष्ट काहाडली. त्याच्या वह्यनीले आनाय गेला व्हता त तुमचा मेव्हणा त्याले काही बोलला, पोरगी पाठवली नाही. मनून त्याच्या अंगाची आग झाली." वारीक फालतू लांबण लावू लागला. न्यानबाले त्या समद्या भानगडी माहीत व्हत्या. फक्त त्याच्यामव्हरं रंगानं काय मनलं तेच त्याले आयकायचं व्हतं.

"त त्यो मने, तुमच्या पोरीच्या लगनानं ह्या समद्या भानगडी सुरू झाल्या. त्याच्या वह्यनीले माहेर परखं झालं त मंग तुमची पोरगी कशी नांदते ते मी पाह्यतोच. नाही तिचं दिवाळीच्या आत वांधं पाडलं त नावाचा रंग्याच नाही."

तव्हा न्यानबाले वारकाची गोष्ट काही खरी वाटली नाही. एऱ्ही वारकाची जात बसल्या बसल्या लावालाव्या करणारी असते. रंग्यानं मनलं नसलं तरी, त्याच्यात आपल्यात आजूक भानगी व्हवावं म्हणूनच ही फुणगी टाकली असंल! अशी त्यानं मनाची समजूत केली.

पण आता पाव्हण्यानं ही गोष्ट कहाडली अन् वारकाचं मननं खरं व्हतं हे पट्कन न्यानबाच्या ध्यानात आलं. नक्कीच रंग्यानं पाव्हण्याले एकाच्या दोन गोष्टी

सांगतल्या असतील. त्याच्यानंच पाव्हणा आला तसा मोकळा बोलेना.

त्याले रंग्याचा लयच दिमाख आला. त्याची गच्ची धरून जीव जावस्तोर कच्कच् आवळावं असं त्याले वाटलं. इतले दिवस बटक्याह्यनं वावरासाटी भानगडी केल्या. आता ते बंद करून लेकराच्या मांघं लागले. मायले मांग लागो, ज्याची गांड नाही पाह्यची त्याचं तोंड पाह्यची येळ आली. अन् ह्या समद्या भानगडीचा मूळ पाया घातला सोबाच्या मामानं. असा कसा पद्मल्या जल्मीचा त्याचा अन् आपला दुश्मन दावा व्हता ते देव जाणे! पैशासाठी गू खाईल! पैशापरीस त्याले बहीण, मेव्हणा, भासी मोठी नाही. न्यानबाचा राग रसातळ्या जाऊ लागला.

मग न्यानबाबी लयशिक पाव्हण्याले बोलला नाही.

दुसऱ्या दिशी पाह्यटंच चहा पेल्यावर पाव्हणा गावाकडं धकला. न्यानबाले, आनसाले अजाबीच वाटलं. सोबाले संगं नेयाची गोष्ट बी पाव्हण्यानं काहाडली नव्हती. न्यानबानं पाव्हण्याले मनावं असं आनसाले वाटलं, पण न्यानबा मुकाच राह्यला.

पाव्हणा गेला अन् सोबाच्या डोळ्यांतला थेंब खंडेना. आनसाची, न्यानबाची पिशावाणी गत झाली.

त्या दिशी संद्याकाळी गोईंदा घरी येऊन सांगू लागला की, पाव्हणं मने, 'त्याह्यले मनावं, पोरीच्या अंगावरचं दुसरं टापूस बी मोडून खा. ते झाल्यावर कानातल्या मुडक्या, गळ्यातली एकदाणी, हातातले, पायातले कडे बी मोडा. इतलं मोडून बी पुरवण नाहीच झाली त पोरगी बी मोडा...'

''बस झालं गोईंदा. आता मव्हरं नको सांगू!'' न्यानबा मनला. त्यो उठला. दारात आला. त्याचा ऊरच भरून आला. खळकन डोळ्यांत पाणी आलं.

हे काय पाप डोक्शावर बसलं? पोरीसाटी घर खोरी घातलं, अर्ध वावर त्या कसायाच्या गळ्यात घातलं. बायको, पोराची, आपल्या जिवाची आबाळ केली त्याचं हे फळ?

न्यानबाचं चुकलं. पाव्हण्याले कालच वावरात समदं समजून सांगा लागत व्हतं, त्या रंग्याची आपल्यासाठी काऊन आग व्हते, मग गोष्टी इतक्या थरावर गेल्या नसत्या! चुकलंच आपलं. आपण पाव्हण्याले सांगायलेच पाह्यजे व्हतं.

न्यानबानं डोळ्यांतले आसू पुसले अन् तो अवतालभवताल पाहू लागला. जिकडं तिकडं समदा अंधारच व्हता, गुडूप, काळामिच्च!

ये घोरा अन् बस खंदाडी मनतात, तशी गत न्यानबाची झाली. वावराचा एक घोर,

एच फोरीचा दुसरा, तिसरा सोबाचा. आता हे समदं कोण्या शेल्यावर जाणार हाये ते देवाले माहीत.

पाव्हणा गेल्यावर तिसऱ्या दिशी न्यानबाच सोबाले घेऊन गेला. त्या दोघा नवरा-बायकोनं तसं ठरवलं व्हतं. जाऊन पाव्हण्याले समद्या भानगडी– पह्यल्यापासून– समजावून सांगायच्या. सोबाचं वांधं येवावं मनून रंग्यानं एकाचे दोन सांगतलं. पाव्हण्यालेबी ते खरं वाटंल.

ते गेले तव्हा सोबाचा सासरा घरी नव्हता. दुसऱ्या कोण्या गावाले गेला व्हता. कव्हा येईल घरी ते कोणालेच माहीत नव्हतं. कामाधंद्याचे दिवस, किती दिवस इथिसा बसून रहावं? आजूक एखाद्या दिशी येऊ अन् पाव्हण्याले समजावून सांगू असा न्यानबानं मनातल्या मनात इचार केला अन् दुसऱ्या दिशी पाह्यटीच गावाकडं आला. त्यो गावाकडं धकला तव्हा सोबा हुंदके देऊ लागली. न्यानबाले कसंतरी झालं, पण त्यानं मन कठोर केलं.

घरी आल्यावर आनसाले त्यानं कसं झालं ते सांगतलं, तव्हा ती तोंड चिंबवून मनली, "थांबावं व्हतं पाव्हणा येवस्तोर. एकदा त्या गोष्टीचा नीर लागला असता मनजे आपण बिनघोर झालो असतो. आता मनात धाकधूक राह्यलीच, कसं व्हते, का व्हते याची."

न्यानबाले ते पटलं, कळलं, पण कळून बी इलाज नव्हता. त्याच्या जिवाची समदी तांडगेतोड चालू व्हती. तिकडं दोन दिवस राहावं त इकडं बैलाह्या घोर, एच. फोरची फवारणी करायची, राघोच्या वावरातलं हायब्रीड डवरायचं. या दिसांत माणसाले मरायले त फुरसत भेटत नाही.

बरं राह्यलो असतो दोन दिवस, पण पाव्हणा आल्यावर त्यानं ऐकून न घेता 'तुमची पोरगी वापस घेऊन जा' मनलं असतं त काय करावं व्हतं? झाकल्या पाठीनं आपण पोरगी आणून घातली, अन् तशीच माघारी घेऊन जायाची मनजे मंग लोकं काय मनतील? त्याच्यापरीस ही झाकली मूठ बरी. आपल्या मांघारी पाव्हणा घरी आला त सोबाले पाहून चार दिवस कुरकुर करंल. मंग मुका बसंल. त्यो थोडाच दुम्हार सोबाले आणून घालणार हाये? अन् समजा त्यानं आणून घातलं बी त मव्हरचं मव्हरं पाहू, काय करायचं ते!

या घोरातून त्यानं नेमकीच मान वऱ्ही काहाडली त जेवारीचा घोर मांघं लागला.

"सरली घरातली समदी?" त्यानं कपाळावर अढ्या पाडून इचार्लं.

आता कोणाजवडून आणावं? शंकर पाटलाले मनावं का? त्याचा त्यालेच दिमाख आला. ऊठसूट शंकर पाटील! दुसऱ्या मव्हरं दाळ गळत नाही. त्यो बुवा देतो मनून त्याले तरास तरी कितीक देवावं?

'त्यो हायलीतला बळीराम देतो मनला व्हता ना?'' आनसानंच आठवण काहाडली. त्याले न्यानबाच्या शेजारच्या वावरात हायब्रीडचा पलाट घेयाचा व्हता मनून त्यानं जेवारी देयाची कबूल केली व्हती.

लगलग त्यो बहीरामले जाऊन भेटला त त्यो दातकाड उचकून मनला, ''आता असते का जेवारी? तव्हा मनलं त नाही मनले, सांगा, आता कुठून देऊ? माहीच संध्याकाळची सोय नाही.''

न्यानबाले त्याच्या लबाडकीचा असा दिमाख आला. तव्हा मने की, लागंल तव्हा पोतं, दोन पोते हायब्रीड न्या. अन् आता? अर्धीक थैली का व्हयेना पण तव्हाच हायब्रीड पेरा लागत व्हतं, मनजे मंग त्यानं झक मारून आपल्या घरात जेवारी आणून टाकली असती; पण आपल्याले त पह्यल्यापसूनच हायब्रीड पेरायचं नव्हतं. मंग त्याच्यावर जोरा तरी कसा करावं? त्यो एव्हडुक्सं तोंड घेऊन घरी वापस आला.

त्यानं आनसाले सांगतलं तव्हा, ती टणन् टणन् करत व्हती.

तव्हाच हायब्रीड पेरून त्याची नाकपुडी दाबा लागत व्हती साजरी! आपणच बैलखांदे, त्यानं मनलं तसं ऐकत बसलो. एव्ही कव्हा छाकटेपणा आला तुम्हाले? काय माय, लोकाह्यचे नवरे पाहावं त असे जातात अन् हातचलाखीनं काम करून घेतात. याह्यां त नेसतं धोतर कोणं सोडून घेयलं त हे मुकंच राहतील.''

तिनं बोलता बोलता गोष्ट काहाडली भिका काळ्याची, भिका काळ्यालेबी त्या बळीरामनं गेल्यासाली असंच केलं. तव्हा मळईत त्याचं हायब्रीडचं फौंडेशन व्हतं. त्याले भिकाचा शेजार व्हता. न्यानबासारकंच भिकालेबी त्यानं फसवलं. पण भिका त्याले सवासेर व्हता. त्यो जेवारी देत नाही मनला, त्याच्या दुसऱ्या दिवशी पाह्यटंच भिकानं सोताहाच्या वावरात– बळीरामच्या फौंडेशनले लागून पळ्हाटीच्या झाडाह्यले हायब्रीडचे फुलुऱ्यावर आलेले धांडे आणून बाहांदले. बळीरामनं ते पाह्यलं अन् त्याची एक गर्जा एक चंफोल फाटली. संध्याकाळी त्यानं दोन पोते हायब्रीड भिकाच्या घरी आणून टाकलं.

''आपणबी तसंच करावं. काय व्हते? त्यानं आपल्यासंगं लबाडकी केली ना? मंग आपण बी तसा हटकोरपणा करावं!'' आनसा मनली.

न्यानबाले मातर ते पटेना. भिका अन् बळीरामबी कसे हायेत ते समद्या गावाले माहीत हायेत. आपणबी त्याह्यच्या सारकं करतो मनलं त लोकं आपल्याच तोंडात गू घालतील. आपल्यालेच उलटं मनतील, 'तुम्ही तव्हाच त्याच्याजवडून जेवारी घेवावी व्हती ना? तुम्हाले माहीत नव्हता त्याचा सबाव? आता फसवलं त फसवलं, दुम्हारं हुशारी त येईल?'

पण बळीरामनं आपल्याले फसवलंच कुठीसा? आपल्याले जर हायब्रीड

पेरायचं असतं अन् तव्हा जर त्यानं पेरू नका मनलं असतं, त मंग फसवलं असं मनलं असतं. आपल्याले त मुळीराम पेरायचंच नव्हतं. खरं म्हणजे आपणच त्याले उलटं फसवायलो. खरं का खोटं? न्यानबानं त्याच्या मनालेच प्रश्न इचारला.

आनसाची किरकिर चालूच व्हती.

"चाला व सोबाबाई धुयाले?" रखमी डोक्शावर धुण्याचे टोपलं घेऊन घरात आली.

"माय, गेली व ती नांदायले." आनसा भाकरी करत व्हती. बसल्या बसल्या ती मनली.

"कव्हा व? माय, त्या सरकारी पलाटात राहाय गेली तव्हापसून इकडे कव्हा काय व्हते ते माहीत बी व्हत नाही!" रखमीनं धुण्याचं टोपलं खाली टेकवलं.

मंग हळूच तिनं आनसाले इचार्लं, "पुसलं मामाले तुम्ही?"

"काहाचं वं?" अदुगर आनसाच्या ध्यानातच आलं नाही. मंग ध्यानात आल्यावर मनली, "आवशिदाच्या डब्याचं?"

"नाही वं, मले ध्यानच राह्यलं नाही. आता येवू दे घरी मंग इचारतो."

"मी त डबा घेऊन बी आली." रखमीनं टोपल्यातलं धुणं बगलंनं केलं, बुडातला डबा वऱ्ही काहाडला.

"कोणता हाये वं?" आनसा उठून तिच्याजवडे आली.

"एन्डोसपान का काय मनतत त्यो हाये माय, अर्ध्या लिटरचा." तिनं आनसामव्हरं धरला.

"मलेच काय समजते त्याच्यात?"

"अं हं, ठेवा मनलं तुमच्या हातानं."

"माह्या? नको, मी भाकरी करायची ना!"

"मंग कुठीसा ठेवू?" डबा घेऊन रखमीच उठली.

"ठेवतं बी का? आवं, पण म्या इचार्लं बी नाही ना? नाही त मले नाहाक कल्हमा भेटंल माय!"

पण तरी रखमीनं डबा ठेवलाच. कसंय करून मामाजीले मनवं घ्याच, पैसे उडदामुंगावर द्या, आजूक बी आवषिद लागलं त आवषिद, एखांदं खत लागलं त खत, इतलंच काय, मव्हरं पेरायसाटी गव्हाचं बी, हरबाऱ्याचं बी, मसूरचं बी, जे मनले ते रखमी देतो मने. फक्त कोणाले सांगू नका मनली.

परवाच्या दिशी लावणावर धुणी धुतानी तिची आनसासंगं भेट झाली व्हती. त घराकडं येतानी तिनंच आनसाले आवषिदाचा डबा देतो मनलं व्हतं. बाजारातल्या

परीस पाच रुपयानं सस्ताबी, पैशाले बी दम व्हता. आनसाले तव्हाच त तिच्या बोलण्याचं नवल वाटलं व्हतं. इच्या घरी वावर ना शिवर, इनं आणलाच कुठून? अन् लागले तितके देतो मनते, का कोणाचे चोरत त नाही? मनून ती 'पाहीन, इचारीन त्याह्यले,' मनली व्हती. काऊन त कच्‌कन नाही मनायची हिंमत तिले झालीच नाही. तव्हा कच्‌कन नाही मनलं असतं, त हिंगं आता ती गळ्यात पडली नसती.

कालपासून तीनचारदा न्यानबाले इचारायचं तिच्या मनात आलं पण तिची हिंमतच व्हयेना. इचारलं अन् त्यानं जर मनलं की, तिनं कुठून आणला? त मंग काय सागावं? चोरीचपाटीचा त पह्यलाच त्याह्यले इटाळचंडाळ. ही समदी भानगड चोरीचीच दिसते. समजा त्याह्यनं घतला अन् मव्हरं जर रखमीची चोरी उघडकीस आली त ती आपलं नाव सांगतल्याबिगर राहील का! तसं झालं त किती फजितवाडा व्हईल? मान वऱ्ही करून चालता तरी येईल का? त्याच्यापरीस न्यानबाले इचारणं नको अन् त्या रखमीजवडचं आवषिद घेणं बी नको.

मनून आनसानं टाळाटाळ केली, पण ही आऊ त हिंगं डबा घेऊन पवाडली. आता कसं?

"नका ठेवू माय, घेऊन जाय हे इघीन!" आनसानं हात झाडले. त्याह्यनं 'कुटून आणलं रखमीनं?' असं इचार्लं त काय सांगू?"

"ते काहाले इचारतील? अन् इचार्लंच त सांग असं असं," मनत रखमीनं जे सांगतलं ते आयकून आनसाचे डोळेच वासले.

रखमीनं 'कोणाले सांगू नका' मनत आनसाले आनाशपता घातल्या. मंग ती सांगू लागली, तिचा भाया, शंकर पाटलाचा मुनीम मनून दहा वरसं काम करते. त्याच्यावर शंकर पाटलाचा लय भरुसा. एकाएकी पोरावर तितका नाही. त्यानं जे जे मनलं ते ते शंकर पाटील त्याले आणून देतात. मळ्यात कोठा हाये. शंकर पाटलाचे बैलं तिथिसाच असतात. तिथीसाच दोन खोल्याबी हायेत. एकीत त्याह्यचा मुनीम राह्यते, दुसरीत औतं फाटं, खतं, आवाषिद पडेल असते. त्यातलं जसं लागलं तसं तसं त्यो खरसते, कमी पडलं त आजूक आणाय लावते, शिल्लक राह्यलं त ठेवून देते. त्याले देलेल्या अशा मालाचा शंकर पाटील कव्हाच हिशोब इचारत नाहीत.

तसा मुनीमानं बी पाटलाले कव्हा हिशोब देला नाही.

अन् आता त्यानं हे धंदे सुरू केले.

रखमीच्या नवऱ्याले हाती धरून त्यो एन्ड्रीनचे डबे, खत, बी-बियाणं, डिझल जे जे हाती पडंल ते ते लांबवू लागला. रखमीचा नवरा व रखमी गिऱ्हायकं पाहू लागलं. राम जाणे, कव्हापसून त्याह्यचा ह्यो धंदा चालू हाये! ते तरी बरं, शंकर

पाटलाले काही वाण नव्हती. गोमंचा एक पाय मोडल्यावाणी मुनीमाच्या या चोरीचं त्याह्यले काही वाटलं नसंल! त्याह्यले माहीत असंल का यातलं काही? पण माहीत असतं त त्याह्यनं मुनीमाले कामाऊन काहाडून टाकलं नसतं?

रखमी उठली. "जातो, मी. सांगा मामाजीले!" मनत दरूजात आली. तव्हाच "काय सांगायचं?" मनत न्यानबाबी बाह्यरून दरूजात तिले आडवा आला.

त्याला पाहून रखमीची पाचरली. "काय नाही," मनत ती त्याच्या बगलंनं सटकली.

न्यानबा तिच्याकडं कपाळावर अढी चढवत पाहतच राह्यला. मांघं कलून न पाह्यता रखमी झपझप गेली.

न्यानबा घरात आला. त्यानं 'रखमी काहाले आली व्हती,' ते आनसाले इचार्लं. तिनंबी आडपडदा न ठेवता सांगतलं.

ते समदं आयकून न्यानबाले भलताच संताप आला.

त्यानं देवळीतला डबा हाती घेऊन आनसाले अन् रखमीलेबी मायच्यावर सेवा देल्या. "खाईन त्याच्या ताटात हागायची माही औलाद नाही. त्या रखमीच्या भायासारकी. तुले तरी डबा ठेवून घेतानी जरासी लाज वाटा लागत व्हती. यंधवा चोरीचा माल घेतला उंद्या..." त्यो मव्हरं बोललाच नाही.

अन् "दुम्हाऱ्या याद राख, हे असं काही मले घरात दिसलं न पाह्यजे..." मनत त्यानं झिरीरीरी डबा उभ्याउभ्याच अंगणात फेकला. डबा फेकला अन् बाह्यरून आवाज आला, "अरे, काऊन माजले रे? लोकाह्यले डोळ्यांत घालाय आवषिद भेटत नाही अन् तुम्ही सिलबंद डबे रस्त्यावर फेकता?" शंकर पाटील डबा घेऊन घरात आले. त्याह्यले पाहून न्यानबा थंडगार झाला. त्याचा राग एकाएकी गेला. त्यो कानकोंडा बी झाला.

"लागला त नाही तुम्हाले?" त्यानं मान खाली घालून इचार्लं.

"लागत व्हता मना. एका हाताचाच फरक पडला." पाटील मनले. त्याह्यनं डबा न्यानबामव्हरं केला. "धर, जहर असते ते, असं फेकाफेकी केली न पाह्यजे."

"हे जहर तुमच्याच घरचं हाये. ते आमच्या घरात नको मनूनच मी फेकून देऊ लागलो."

न्यानबानं तसं मनलं, पण पाटलाच्या ध्यानात नाही आलं. मग न्यानबानं त्याह्यले सारं समजावून सांगतलं. तव्हा आमाक्सा इचार करून पाटील मनले, "आता असं कर, तू ह्यो डबा ठेवून घे, आजूक तुले लागतील तितके घे. पर्तेक डब्याचे पैसे माह्याजवडून घेऊन त्याह्यले दे."

"पण... न्यानबा मधातच बोलला.

"माहा आयकून घे. मी मनतो तसं कर आता. ही गोष्ट मले समजली हे त्याह्यले अजिबात कळलं नाही पाह्यजे. मग मले काय करायचं ते, मी माहा मुकाट्यानं करतो. त्या रखमीले आणखी दहाबारा डबे मांघ. तुले वापरायचे तितके वापर. राह्यलेले गुपचूप मले आणून दे. जातो मी, ध्यानात आलं ना मी काय मनतो ते?"

अन् ते आले तसे वापस गेले. ते गेल्यावर 'ते काहासाटी आले?' याचा इचार न्यानबाच्या मनात आला. या भानगडीत त्याले ध्यानच राह्यलं नाही. एऱ्हीमेऱ्ही कव्हाच ते न्यानबाच्याच काय, गावात कोणाच्याच घरी जात नाहीत. तसंच काही काम असलं तरच जातात.

"नाहाकच ही भानगड मांघं लावून घेतली तुम्ही! आपल्याले पाह्यजे नव्हते त..." आनसा त्याच्याजवडे घेऊन मनली.

ती बोलता बोलता मंधात थांबली, तसा त्यो तिच्या अंगावर वस्कन पडला. "बस कर, तू मोधाड लांबवू नको. ह्यो समदा लेंझा तुवा मांघं लावून घेतला. आता फाटून येवो का तुटून येवो अन् तिले सांग उद्या आणखी तीन डबे दे मनावं, अर्ध्या-अर्ध्या लिटरचे."

न्यानबानं डबे सांगतल; पण ते आपण आपल्या वावरात वावरावंच कसे? न्यानबाले घोरच पडला. त्यानं मनातल्या मनात ठरवलं, जसजसे रखमी डबे आणून देईल तसतसे ते पाटलाले नेऊन द्याचे. बस्स!

न्यानबाचा गळा कसा मिळून आल्यावाणीच व्हवू लागला. दोन-चार दिवस त्यानं तसाच दम काहाडला. कोणी मने, गळसुट्या असतील, मनून त्याले इळातून दोनदा-तिनदा मूळ-चुना लावला. त्यो वाळला की, आमाक्सं आवळून धरल्यावाणी व्हये त बरं वाटे. असं यंधवा पहाटंपस्तोर चाललं, पण पाह्यटी एकाएकी आदिकीचंच झालं. तसा थुका त आदुगरच गिळू देयेना. आता मातर खालीवऱ्ही जाभाड पण करू देयेना. तापबी आली. समदं अंग गरम झालं व्हतं.

आनसानं पाह्यटंच शामा डाक्तरले बलावून आणलं, अन् त्याच्या हातानं त्याले इंजेक्शन देलं. शामा डाक्तर 'राहील' मनला.

या दोन-चार दिसांत आनसाच बैलं घेऊन चारायले जात व्हती. न्यानबाले करमलं त उठून बसे, दारात येऊन फिरे, काही बाहीरबी जाये. पण यंधवा मातर पहाटपसून त्यानं बाजच सोडली नाही, मनूनच आनसा बैलामांघं आली. त्यो त 'मीच' जातो मने, पण त्याचं दुखण्याचं अंग, काही कमी-जास्त झालं त कुठीसा पंचाईत करत बसावं? मनून तिनं त्याले जाऊ देलं नाही. तीच बैलं घेऊन वावरात गेली.

त्याच्या बीमार पडण्यानं वावरातल्या समद्या कामाचा रोंभा पडला व्हता. राघोबा वावरातल्या हायब्रीडाले डवऱ्याचा आखरीचा फेर देयाचा व्हता. त्याचा मूंग बी फुलावर येत व्हता. त्याले बी लदबद फूल झोंबायच्या अदुगर आखरीची डवरणपाळी द्याच लागते. घरच्या एच.फोरीत वखर धरा लागते. लवकरात लवकर एखादी फवारणीबी करा लागते.

अंगापरीस बोंगा मोठा अशी गत केली न्यानबानं, आनसा 'नका नका' मने तरी त्यानं घरच्या वावरात समदी एच.फोरच लावली. नाही नाही मनता पडीत सोडून ते पाच-साडेपाच एकर रान असंल. इतले दिवस झाडं लहान, त्याच्यानं काही वाटेना. एका लिटरात फवारणी व्हये. पण आता झाडं मोठे मोठे झाल्याच्यानं एका फवारणीले नाही मनलं, तरी दोन-अडीच लिटाराले मरणच नाही. इथून मव्हरं त झाडं वाहाडणारच हायेत, तव्हा मंग कितीकच आवषिद लागंल ते लागो. ना पंप घरचा ना आवषिदपाणी!

शंकर पाटलाच्या घरून आणलेलं चार पोते खत दोनदा देलं. त्याच्याउप्पर मंग खत इकत आणायचंच नाही, पळ्हाटीले काही धरो का न धरो असं न्यानबानं ठरवलं, पण खतासारकं फवारणीचं सोडून देता येत नाही ना! खतानं लयच झालं त झाडाह्यची वाढ न झाली त झाडं लहान राह्यतील, चार दोड्या लेकाच्या कमी धरतील. पण फवारणीच करत नाही मनलं त कसं बनावं? चार दिसांत रोगानं पळ्हाटीचा बेंडबाजाच वाजंल.

डवरणा-खुरपणापरीस आनसाचा जीव फवरणीसाटीच झुरणी लागला. पळ्हाटीच्या झाडावर पडणाऱ्या रोगाची तिले लयशिक माहिती नव्हती. तिचा ठोका एकच. मांगल्या हप्त्यापरीस या हप्त्यात पळ्हाटी जरा कशीकाजून वाटते. झालं तिचं गणित. या बारीनं बी पळ्हाटी तशीच जरा सुकल्यावाणी झाली असं आनसाले वाटे.

दुपारा बैलं बाहांदले की, समद्या रानभर पहात जाये. झाडं न झाडं हलवत जाये.

पारगं करून तिनं बैलं चराया सोडले. घंटाकृशे बैलं चरले असतील नसतील त एकाएकी गरगर आभाळ भरून आलं. टपटप बोरावाणी थेंब पडू लागले. आनसानं पोत्याचा घोंगता केला. त्यो डोक्शावर घेतला अन् बैलाच्या आडवी उभी राहू लागली. लुगड्याचे घोळ वऱ्ही खोसलेले व्हते. त्याच्यानं उघड्या पायांवर गवतावरच्या माशा बसून कचाकच डसू लागल्या. माशी डसली की, आनसा तण्कन उडी मारल्यासारकं करून माशी बसली त्या जागी हाताचा रट्टा देत व्हती.

बैलाकडं राह्याचं मनजे, एकसारकं दिवसभर उभं राहाणं अन् चिलटामाशाचा तरास सहन करणं हाये.

दिवस सरत आला तरी, पाऊस थांबला नाही. वावरात फट्याह्यनं पोटऱ्याइतलालं पाणी वाहू लागलं. पाऊस सुरू झाला तव्हाच कसं अंधारून आलं व्हतं. धांदभर अंतरावरचे झाडंझुडपं दिसेतना. पावसाचे थेंब झाडाच्या पानाह्यवर पडल्यानं जिकडे तिकडे निसता टपृटप टपृटप आवाज भरला व्हता. त्यात कव्हा बव्हा गरजत बी व्हतं. कडकड इजा बी चमकत व्हत्या. इज चमकली अन् गरजलं की, आनसाची लट्टावे. ती डोळे गच्च लावून घेये. मनातल्या मनात राम राम मने.

पाऊस थांबायचं नाव घेयेना. आदिकीचा जोरावर येऊ लागला.

आनसानं अवतालभवताल पाह्यलं अन् गावाकडं बैलं धकवले. बैलं धुऱ्यानं चालले व्हते अन् आनसा धुऱ्याच्या काठाकाठानं वावरातून. काळ्या मातीत तिचे पाय पोटऱ्यालोकं चिखलात रुतत व्हते.

आनसा बैलासंगं रस्त्याले लागली. रस्त्याच्या दोन्ही चाकूल्या टाच भरून चालल्या व्हत्या. कुठीसा कुठीसा आनसाच्या टोंगल्याइतलं पाणी त कुठीसा मांड्याइतलं.

गावखरच्या लवणालोकं येवस्तोर तिले काहीच वाटलं नाही, पण तिनं लवणाले आलेला पूर पाह्यला अन् तोंडच वासलं. पुराच्या पाण्याचा खळ्खळ् आवाज जिकडं तिकडं घुमत व्हता.

आनसानं अवताल भवताल पाह्यलं. तिथिसा ती एकलीच व्हती. तिच्या शिवारातले लोकं लवणाले पूर येयाच्या आदुगरच गावाकडे गेले. आनसाले या गोष्टीचं भानच राह्यलं नाही. एऱ्ही कव्हायबी संध्याकाळचा असा टिमीण्या पाऊस सुरू झाला तीत थांबत नसते. मनून लवणाले पूर येयाच्या अदुगरच, समदे वावरवाले घर गाठत असत. आनसाबी अशी लय खेप गेली व्हती ना! पण यंधवा ती कशी देहीभान हरपल्यावाणीच झाली. संध्याकाळ व्हवस्तोर वावरात बैलं राखत बसली.

आता काय करावं? आनसाले सुसेना.

न्यानबा घरी बीमार! नाही त त्यो दहापाच मानसं घेऊन तिले पुरातून वढून काढायले आला असता. आणखी काही बायामाणसं पुरात अडकले असते तरीबी, गावातले लोकं गावाकडल्या काठावर जमा झाले असते;पण आनसाले या काठावर अन् त्या बी काठावर कोणीच वाली नव्हतं.

बैलं आमाक्से पूर पाहून उभे राह्यले, पण मंग राघोच्या गोऱ्ह्यानं पुरात पाय टाकला. त्याचं पाहून सोबावाल्या बैलानंबी पाय उचलला. आनसाले सोबावाल्या बैलाचा घोरच वाटला. त्याच्या अंगात लयशिक तवाखा नव्हता. धारंत गेल्यावर जराक्सा हेलपाटा बसला त त्याले त्याचं अंग सावरलं नसतं. पुरात वाह्यला त नाहाक जास्तीचा जिवाले घोर. बुवाचा डंगऱ्या बैल मेला त... एऱ्हीच आपल्यामांघं

साडेसाती लागली. सोबाचं टापूस हरपलं त पाव्हणा मनला, तुम्हीच मोडलं. आता बैल वाहून गेला त मनाया, मेला नाही, तुम्ही खाटकाले इकला असंल पैशासाठी. मनजे नसल्या त्या पंचायती.

सोबावाल्या बैलाले कलवावं या इचारानं ती मव्हरं झाली. दिहोऽऽ, दि होऽऽ करत ती त्याच्यामांघं कमरंइतक्या पाण्यात गेली. पण बैल मव्हरं धकला व्हता. त्याचं शेपूट तिच्या हातात आलं. शेपूट हाती आल्याबरोबर तिच्या मनात आणखी इचार आला का, आपण जावावं पलीकडच्या काठावर असंच शेपूट धरून! पण बैलाले त्याचाच जीव सावरणार नाही, त आपला बी भार त्याच्यावर काहाले? त्याच्याबरोबर आपलाबी जीव जायाचा. आनसाच्या अंगावर सरकन काटा आला. तिनं शेपूट सोडून देलं. ती मांघं कलली.

काठावर येऊन ती बैलाह्यकडं पहात व्हती. राघोचं गोऱ्हं धार फोडून पलीकडं गेलं, त सोबावाला बैल धारंत घुसला व्हता. माय, काय व्हईल बैलाचं? जाईल का पलीकडल्या शेल्यावर? ती मनात मनतच व्हती त एकाएकी सोबावाला बैल हेडबाळला, पाण्यात आडवा पडला, त्याचे पाय वऱ्ही झाले.

"सोबा! आता माय!" मनत चिरकली. तिचा जीव धडकला.

ती पुरात डोळे वासून पाहू लागली, पण एकदोनदा बैलाचे पाय दिसले. मंग... बैल नदरं पडला नाही.

बैल आपल्या डोळ्यादेखत वाह्यला, आपल्याले काहीच करता आलं नाही, या गोष्टीनं आनसा लडकुंड्या आली. तिचे डोळे भरून आले.

मंग ती येड्यावाणी लवणाच्या काठाकाठानं बैल कुठीसा दिसते का ते पहात चालू लागली. चालतानी तिच्या पायात किती काटे मोडले असतील याची गणत नाही. चिल्होरी, बोरीच्या काट्या वरबडून जागजागी अंगावरचं लुगडं फाटलं, पायाले जागजागी काट्या वरबडून त्याच्यातून रघत निघालं. एकदोनदा चालता चालता भसकन पाय चिखलात रुतल्यानं तिचा तोल बी गेला. तिच्या अंगावरचा पोत्याचा घोंगता कव्हा अन् कुठीसा पडला ते बी तिले कळलं नाही. तसं तिचं मव्हरून अर्धं अंग अदुगरच वल्लं झालं व्हतं. आता त ती समदीच भिजली व्हती.

ती मेस्काईच्या लवणालोकं पूर पाहात पाहात आली अन् तिथिसा थांबली.

मेस्काईच्या लवण बी टाच भरून वहात व्हता. तिथिसा त्यो गावखरच्या लवणाले येऊन मिळाला व्हता. आता आनसाले मव्हरं जाऊ देयाले तयार नव्हता. आनसा तिथिसाच थांबली.

मंग दोही लवणाच्या पुराइतलाच पूर तिच्या दोही डोळ्यांहून सुरू झाला.

आनसा त्या दिसी रातभर घरी आली नाही.

आनसाले घरी येयाले जसजसा उशीर व्हवू लागला, तसतसा न्यानबा काळजी करू लागला. आभाळ वळलं अन् ठोक्या पाणी सुरू झाला की, हातातलं काम सोडून अदुगर घराकडं निघा लागते. नाही त मंग पूर उतंरस्तोर पलीकडल्या काठावर पाण्यापावसात, हिवादवात कुडकुडत बसा लागते. पह्यले पह्यले गावातले माणसं जाऊन पुरात अडकलेल्या बायामाणसाह्यले वढून काढत बी. पण गेल्या वर्सी असेच पुरात अडकलेले मानसं काहाडता काहाडता कुंभाराची गर्भार सून एका झणाच्या हातातून निसटली त दुम्हार तिचं नख दिसलं नाही. रातभर समद्या लोकाहयनं बॅटऱ्या, कंदील, टेंभे लावून लवणाचा काठ पार खटकाळीच्या धरणालोकं पाह्यला. पण काही फायदा झाला नाही. 'गेली धरणात' मनून लोकाह्यनं तिचा नाद सोडला. तिच्या घरचे माणसं मातर पिशावाणी दुसऱ्या दिनशी बी रात पडस्तोर पहात व्हते, ढसाढसा रडत व्हते.

तव्हापसून पुरातून कोणी, कोणाले काहाडेना. भलं मंग पुरात अडकलेलं माणूस रातभर पलीकडल्या काठावर का काकडेना!

आनसानं कसा येडेपणा केला? तिले पुराच्या अदुगर घरी याचं कसं सुसलं नाही? आता येईल, मंग येईल असं करून झाक पडाय आली तरी, तिचा पत्ताच नव्हता.

राघोचं गोऱ्हं दारी आलं. "बा, गोऱ्हं आलं," मनत पर्कास न्यानबाले सांगाय आला. न्यानबाले उठावं वाटेना तरी, त्यानं पोत्या घोंगता अंगावर घेऊन गोऱ्हं झोपड्यात बाहांदलं. सोबावाल्या बैलाचा पत्ता नव्हता. आनसा त्याले हाणत आणत असंल. गोऱ्हं आलं मनल्यावर लवणाले तितला पूर नसंल, असं न्यानबाले वाटलं.

आजूक घटा गेला. अंधार पडू लागला, तरी आनसाचा पत्ता नव्हता त सोबावाल्या बैलाचाही पत्ता नव्हता. मंग मातर न्यानबाचा जीव धडधडला.

त्यो उठला. अंगावर घोंगता घेतला, हातात काठी घेतली, पर्कासले मनला, "बसे तू घरीच, मी आत्ता येतो तिले पाहून!"

पर्कास अदुगर "नाही" मनला, "संगं येतो," मनला, पण इतल्या पावसात त्याले कुठीसा संगं नेवावं मनून न्यानबा त्याले 'घरीच राहाय' मनला. पण त्यो लडू लागला, तव्हा कुरकुर करत न्यानबानं त्याले गोईंदाच्या घरी नेलं, तिथिसा बसवलं.

न्यानबा लवणावर आला. लवण आच भरून चालला व्हता. अवतालभवताल अंधार गच भरला व्हता. लाईन गेल्यानं गावातल्या कांड्या बी इझल्या व्हत्या.

न्यानबानं 'सोबाऽऽऽ' मनून आनसाले हाक मारली. पण पलीकून वव आली नाही. त्याचा आवाज पुराच्या खळखळ आवाजानं पलीकडं गेलाच नसंल, मनून न्यानबानं दुम्हाऱ्या जरा मोठ्यानं आरोळी ठोकली. तरी बी पलीकून हूं नाही का चूं

नाही. पलीकडं जसं समदं सामसूम व्हतं.

काय करावं ते न्यानबाला सुसेना. आता त राहून राहून त्याले वाटे, त्या कुंभाराच्या सूनंवाणी वाहून त नसंल गेली पुरात? या इचारानं त्याचा जीव खालीवऱ्ही व्हायचा.

त्यानं मंग जोराजोरानं हाका, आरुळ्या मारायचा सपाटा लावला, पण काहीच फरक पडला नाही. आखरीले वल्डू वल्डू त्याचा गळा बसला, त्याच्या तोंडातून आवाजच निघेना, तव्हा नाइलाजानं त्यो घराकडं वापस आला.

गावात आल्यावर न्यानबानं राघोले, गोईंदाले, आजूक दोघाचौघाह्यले संगं घेतलं. टेंभे, कंदील, बॅटऱ्या घेतल्या अन् ते दुम्हार लवणावर आले.

न्यानबा सोडून बाकीच्याह्यनं आरोळ्या ठोकल्या, आनसाच्या नावानं हाका मारल्या, पण पलीकून काही वव आली नाही.

"आता काय करावं? लाह्यनीमाय तिकडल्या तिकडं वापस वावरात त गेली नसंल? नाही त आडरानानं बरम्ह्यत गेली असंल. रातभर इथिसा काकडण्यापरीस..." गोईंदा मनला, पण न्यानबाले ते पटेना. त्यात सोबावाला बैल बी आला नव्हता ना! पूर पाहून बैल इकडीतिकडी जात असंल, मंग आनसाबी त्याच्यामांघं गेली असंल, असे त्याले वाटे.

संगंच्या एखांद्यानं पलीकडे जाऊन पहावं असं न्यानबाला वाटे, पण तसं मनावं तरी कसं कोणाले? आपल्यासाठी दुसऱ्याचे जीव का वऱ्ही आले का? समजा, आपण मनलं बी तरी कोण इतली जोखीम घेणार हाये?

बॅटऱ्या लावून त्याह्यनं लवणाच्या काठाकाठानं नंबर दोन नंबर खाली जाऊन पाह्यलं. काट्याकुट्यानं चालू चालू न्यानबा सोडून बाकीचे कटाळले.

"चला, येईल पाह्यटं घरी, नाही त पूर उतरल्यावर येईल," मनत ते घराकडं धकले. न्यानबा मातर थांबला. त्याले ते 'चाला,' मनत, पण त्याचा घरी जायाले जीवच व्हयेना.

गोईंदाजवडची बॅटरी घेऊन त्यो पिशावाणी लवणाच्या काठाकाठानं फिरत व्हता, गळ्यातून आवाज निघेना तरी, जोर खाऊन हाका मारत व्हता.

पुराचं पाणी जणू त्याले हसत व्हतं, खळखळ करत वहात व्हतं.

एकामांघून एक संकटं आल्यानं न्यानबा भलताच धास्तावला व्हता. हे समदं कोण्या शेल्यावर जाईल तेच त्याले कळेना.

पुरात वाहून गेलेला सोबाचा बैल किसन धनगराच्या मळईत अजनाच्या झुडपात अडकला व्हता. पाण्यानं तट फुगला व्हता, त आनसाबी त्या राती रातभर

काकडून दुसऱ्या दिशी दळणपाह्यटं घरी आली व्हती. अर्ध्यारातच्या तितक्यात पाऊस थांबला व्हता. दळणपहाटं पूर उतरला व्हता.

पाण्यानं रातभर भिजल्यानं तिले कसर आली. तिनं बाज धरली.

न्यानबा बी अर्ध्या रातलोकं पाण्यात काकडला व्हता. अदुगरच त्याचं अंग दुखण्याचं, ते आदिकीचच वाहाडलं. त्यात हाका मारल्यानं त्याचा गळा आदिकीचाच मिळून आल्यावाणी झाला, दुखू बी लागला.

पुन्हा शामाडाक्तरनं त्याले एक इंजेक्शन देलं. आनसालेबी देलं.

दोघयबी इचकून बाजंवर पडल्यानं लयच कामाचा भोंबारा झाला.

राघोवालं गोऱ्हं दिवस दिवस खुट्यावरच राहू लागलं. शेणामुताचा त्याच्या अंगाखाली चिखल झाला. न्यानबा पर्कासले वावरात पाठवून गोऱ्यासाठी गवत आणाय सांगत व्हता. पर्कासले इळ्यानं गवत कापता येत नव्हतं मनून त्यो तसाच हात हलवत येत व्हता.

त्यानं एक दिशी राघोले बलावून घेतलं. राघोले चार-सहा दिवस गोऱ्हं संबाळ मनला, पण त्यो नाही मनला. राघोचंबी खरं व्हतं. त्यो शामराव काळ्याच्या मह्यन्यानं व्हता. त्यो मोकळा असता त त्यानं संबाळलं बी असतं. बरं, त्यानं नाही, त्याच्या बायकोनं संबाळलं असतं, पण ती मांघल्ल्या हप्त्यातच बाहातीण झाली व्हती. मंग?

न्यानबा मुकाच राह्यला. त्याच्या मनात आलं, राघोले मनावं, 'तूहं गोऱ्हं तू संबाळ. मले त्याची गरज नाही.' पण असं मनावं तरी कसं? बरं काम तरी कुठीसा झालं गोऱ्ह्याचं? उघाड पडल्यावर एच फोर वखराच लागते. तशी वखरायची लयशिक अडचण पडणार नाही मना, दोन पाळ्या कोणाचेबी बैलं मांघून घेता येतील! हे एकटं गोऱ्हं घेऊन कुठीसा मिरवत बसावं? याले जोडीदार दुसरं घेवावं त ते घ्या लागंल किती दिसासाठी? एच फोरच्या दोन वखरपाळ्यासाठीच का नाही? परवडते तरी ते?

राघोवालं गोऱ्हं न्यानबाले असं गोच्यात आणू लागलं.

काही झालं तरी बी संबाळणं भागच हाये.

अंगात तवाखा नसून बी त्यो गोऱ्हं सोडून वावरात नेऊ लागला. धुऱ्यावर बांधून लावणीचं गवत त्याले चारू लागला.

न्यानबाचा, गोऱ्ह्याचा, वावराचा जसा भोंबारा, तसा आनसाचा घरचा भोंबारा.

एक दिवस तिनं गोईंदाच्या बायकोजवडून भाकरी करून घेतल्या. अंगं कोणं धुतलेच नव्हते. पर्कासनं धुतलं असतं, पण आनसानं त्याले मनलंच नाही. त्या दोघा नवरा-बायकोचे त बरं अंगच दुखायले. भले अंगं नाहीत धुवायले, धुणंबी नाही धुवायचं, पण भाकरी खातानी पाणी त लागंल पियाले? घरात पीठकूट नसलं

त दळण त निसा लागंल? दळून आणा लागंल? पर्कासनं आणलंय बी पियापुरतं पाणी पण बाकीचे काय? गोईंदाची बायको किती दिवस भाकरी करून देईल? ती का आपल्या घरातली हाये? भावकीची बाई! भाकरी करून देईल तव्हरक देईल, अन् एखांद्या दिशी हलकट वाणी मनंलय बी, "म्या का उधडचं धेतलं माय? माहा घरचं करू का तुमचं करू?"

धुण्यापाण्यासारका भाकरीचा बी लय आट नव्हता. अंग दुखायल्यानं अदुगर त न्यानबाची भाकर तुटली. त्याचा गळा भाकरीचा घास गिळतानी आदिकीचाच दुखते त्याच्यानं, दोनच्या जागी त्यो मोठ्या जुल्मानं अर्धी भाकर खाते. आनसाचं बी अंग दुखायल्यानं तिची बी भाकरीवरची वासना उडाली, पण पोटात तवाखा राहावं मनून, कोरकुटका त कसा कोचून मोचून घालाच लागते, अन् पर्कासले पाह्यटंची एक, दुपारची तीन कोरा अन् संध्याकाळची एक भाकर त लागतेच. किती दिवस लोकाले तरास देवावं?

आनसानं आखरी पर्कासले वच्छिलाच्या घरी पाठवलं व्हतं. वच्छिला धुयाले गेली व्हती. तिची सासू घरी व्हती, "काहाले बलवलं?" असं तिच्या सासूनं इचार्लं. तव्हा "भाकरी करायले," असं पर्कासनं सांगतलं, त ती तोंड वाकडं करून मनली, "तूही माय का मरायले टेकली का रे? घरातल्या घरात भाकरी करू नाही तिले? लोकाह्यले काही कामधंदे हायतं का नाही? उठले सुटले की चाल्ले, वच्छिलाभाबी, तुले मायनं बलवलं मनत!"

पर्कास एवडुक्सं तोंड घेऊन घरी आला. त्यानं आनसाले सांगतलं तव्हा, एकाएकी वाताचा झटका आल्यावाणी ती बाजंऊन उठली. अंगावरचं पांघरून तिनं फेकून देलं, अन् "माह्या मरणाची काहाले वाट पहातं मनावं! मी मेल्यावर तुले काय माहा काय खायाले भेटणार हाये?" असं मनत तिनं रिकामी घागर उचलली, काखंत घेतली, अन् बालटी घेऊन घराबाहीर पडली.

पर्कास दारात उभा राहून आनसाकडं पहात व्हता. अंग दुखायलं तरी माय पाण्याले काऊन चालली ते त्याले कळेना.

कितीक रात असंल देव जाणे! आनसाले नेमकाच चेव आला व्हता. मुतायले जाववं असं वाटत व्हतं; पण बाहीर उठून जायाचा कटाळा आला व्हता.

तव्हाच दाराची कडी वाजली, हाक बी आली, "न्यानबा, पाटीलऽऽऽ!"

आनसानं कान टवकारले, आपल्याले सपन त नाही पडायलं? तिनं भवताल पाह्यलं, पर्कास अन् न्यानबा घुरघुर झोपी गेले व्हते.

"न्यानबा पाटील!" दुम्हारं आवाज आला. मानसाचा आवाज व्हता, पण

नवाडा व्हता. कोण असंल बरं? का चकवा असंल? निसत्या इचारानं आनसाले हतरुणात दरदर घाम आला.

तिले आठवलं. चकवा तीन खेप आवाज देत नसते मनतात. त्यानं दोनदा त हाक मारली, तिसऱ्यांदाबी मारते का ते पहावं. ती कानात जीव आणून ऐकू लागली.

पण या वक्ती हाक आली ती बाईसरक्या आवाजात, ती बी न्यानबाच्या नावानं नाही, जसे तिले कोणी हाक मारायलं, ''माये वंऽऽ.''

आनसाचा जीव आदिकीचाच धडकू लागला. असं काय असंल माय? चकवा कोणाच्याबी आवाजासारका आवाज काहाडते मनं. बाईचा बी, बुवाचा बी.

आजूक बाईचा आवाज आला, ''बापूऽऽऽ''

आनसाले अजाबच वाटलं. या बारीनं तिनं आवाज जरा ध्यान देऊन ऐकला. आवाज सोबासारका व्हता. हॅट! सोबा काहाले येईल इतल्या राती? नक्की काहीतरी धोका हाये! आता तिले भेव बी वाटू लागलं.

तिने न्यानबाले हलवून उठवलं.

''आवं, पाहा बरं, कोण काजून दारून हाका मारायलं?''

''अं?'' त्यानं डोळे चोळले.

''बा दार उघडा, मा दार उघड'' आवाजासंगं दाराची कडी बी वाजली. अंगावरचं पांघरून बंगलंनं सारून तटकन न्यानबा उठला.

''काडी घे इकडं.'' मनत त्यो दाराजवडे गेला. दाराच्या खिंडीतून त्यानं बाहीर पाह्यलं, पण बाहीर त्याले काहीच दिसलं नाही. निसता अंधारच व्हता.

आनसानं त्याच्या हाती काडी देली. आनसा त्याच्यामांघं जाऊन उभी राह्यली. न्यानबानं उजव्या हातात काडी पक्की धरली, डाव्या हातानं दार उघडाय कडीले हात लावला. आता उघडणार इतल्यात त्याच्या मनात इचार आला, बाहीर कोण हाये ते इचारावं, त्यानं ''कोण हाये?'' असं दटावून इचार्लं, दारून आवाज आला, ''मी हो सोबा, दार उघडा बापू!''

''तुह्यासंगं कोणं हाये?'' न्यानबानं दुम्हार इचार्लं.

''माह्या गावचं पाटील.''

''अं! कसं हे? सोबासंगं तिच्या गावचा पाटील? कशाले मराय येईल त्यो? लयच झालं त सोबासंगं तिचा सासरा येईल, भाया येईल, नवरा येईल, लयच झालं त चुलत सासरा, चुलत भाया नाही त चुलत देर येईल. भावकीचा माणूस काहाले येईल? आनसा मनते तसा काही तरी धोका हाये खास!''

''बा, उघडा दार! किती वाढोळ दारात उभं ठेवता आम्हाले?'' बाईचा मनजे सोबासारका आवाज आला. ''मी सोबा हाओ तुमची, माह्यासंगं माह्या गावचं पाटील

हायेत. दार उघडा.''

सोबा इतली बोलल्यावर मातर, त्या दोघा नवरा-बायकोले ईसएकोणीस भरूसा आला, पण सोबा इतल्या रात्री कशी आली? अन् ते बी गावच्या पाटलासंगं? त्या दोघाले बी हे कोडंच वाटलं.

मंग त्यानं जराक्सा बी टाइम न लावता दार उघडलं. दारात खरंच सोबा अन् एक नवाडा माणूस उभे व्हते.

ते दोघं बी आत आले, अन् आल्या आल्या सोबानं आनसाच्या गळ्यात गळा घालून लडणं सुरू केलं. हुंदक्यावर हुंदके देऊ लागली.

ती अशी एकाएकी काऊन आली? घरचं माणूस सोडून भावकीच्या मानसासंगं कशी आली? तेबी इतली रात झाल्यावर काऊन आली? आली त आली, पण आल्या आल्या आनसाच्या गळ्यात पडून काऊन लडू लागली? आनसा बुचकळ्यात पडली.

आनसासारकंच न्यानबाचंबी झालं. सोबासंगं आलेल्या पाव्हण्याले, 'बसा' मनायचं बी त्याले सुसलं नाही.

''आता माय, काऊन आली! काय झालं! काऊन इतली लडायली?''

''तिले काही नका इचारू! मी सांगतो काय काय झालं ते? आम्हाले हातपाय धुवू द्या, अन् घरात काही असंल त तिले खायाले द्या. देव जाणे, किती दिसापसून उपाशी हाये बिचारी?'' सोबाच्या संगंचा पाव्हणा मनला. तव्हा ते दोघं नवरा-बायको भानावर आले.

न्यानबानं पाव्हण्याले हात-पाय धुवायले पाणी देलं. सोबाले बी आनसानं हातपाय धुवाय लावले. घरात आल्यावर आनसानं चूल पेटवली, त्याच्यावर चहा ठेवला. सोबाले, पाव्हण्याले ताटं वाहाडले. पाव्हण्यानं तरी 'नाही नाही' मनता अर्धी-कोर भाकर खाल्ली, पण सोबानं घास मोडला नाही. ती अजूकबी आसू गाळतच व्हती.चहा पेला, खांडं खाल्ले. पाव्हणा बाजंवर बसला अन् खिशातून बिडी काढून पेटवल्यावर सांगू लागला.

सोबासंगं आलेला पाव्हणा गावचा पाटील असला तरी, त्यो अन् सोबाचा सासरा शेजारी राहतात. तशी त्याह्यची भावकीच. दोघायचे दोन अलग खुटाणं.

पण गावातल्या इलेक्शनच्या भानगडीमुळं दोघायचं आपसात पटत नाही. कशाऊन ना कशाऊन तरी, त्याह्यच्यात सदाईच किरकिरी चालू असतात. त्याच्यानं ते एकूणमेकाह्यच्या घरी जात नाहीत.

काल तिसराक पहाराची गोष्ट. सोबाच्या घरात एकाएकी तांडोळ उठला. सोबाची सासू, सोबा मोठमोठ्यानं चिरकत व्हत्या. येटाळात जे बायामाणसं, मथारे-कोतारे, पोऱ्हंसोऱ्हं घरी व्हते ते भरभर घराबाहीर आले. पाह्यतात त सोबाच्या घराचं

दार आतून बंद.

सोबाचा चिरकण्याचा आवाज आदिकीचाच वाहाडला. आत काय चालू हाये याचा कोणालेच अंदाज बांधता येयेना.

एकएकी भसकन दरवाजा उघडला अन् आगीचा जाळ बाहीर आला. त्यो जाळच चिरकत व्हता. ती सोबा हाये हे पटकन लोकाह्यच्या ध्यानात आलं. ती जीव वाचवायसाटी पळू लागली. दोघंचौघं मव्हरं झाले. त्याह्यनं सोबाले खाली पाडलं, घरातून चादर, गोदडे आणले, तिच्या अंगावर टाकले. आतल्या आत सोबा वळवळत व्हती.

घंटाक्यानं तिच्या अंगावरचे पांघरून काहाडले. पाह्यतात त सोबाच्या अंगावरचं लुगडं कमरलोकं समदं जळालं. देवाची करणी मनावं का काय, तिच्या अंगाले तिळभर आस लागली नव्हती. का कुठीसा नखाइतकं भाजलं नव्हतं! समद्याह्यले नवल वाटलं. ज्यो त्यो मने, पोरीचं नसीबच जोरावर.

लोकाह्यलं सोबाले इझवलं. बायाह्यनं तिले दुसरं लुगडं नेसवलं. ती लटलट हालत व्हती. तिचं भेव कमी झालं नव्हतं.

"घाला नेऊन तिच्या घरात." एकझणानं मनलं. तव्हा ती आजूक ढोरावाणी लडाय लागली, "मी त्या घरात जात नाही, मले माह्या माहेराले न्या," मनू लागली.

तिचं बी खरंच व्हतं. देवाच्या करणीनं एकदाची ती मरणाच्या दारातून सुटली व्हती. आता दुम्हार जर तिले घरात नेऊन घातलं, त घरातल्या घरात तिचं काय व्हईल ते सांगता येत नाही. दुम्हारं लोकाह्यले तिचं नख बी नदरं पडणार नाही.

पण तिले माहेराले नेऊन घालायचं मनलं त, कोण मव्हरं व्हवावं? नाहाकच मव्हरं व्हवून, सोबाच्या सासऱ्याच्या डोळ्यांवर येणंच का नाही? त्याच्यानं कोणी तयार व्हयेना.

"सरका समदे, चाल व सोबा माह्या घरी. ते घरी आले मनजे, मी नेऊन घालाय लावतो तुले, चाल..." पाटलीन मव्हरं आली अन् तिनं सोबाचा हात धरून घरी आणलं.

पाटील मव्हरं मनले, "यंधवा दुपारा मी घरी गेलो, पाह्यतो त चिंबून गेलेली ही पोरगी आमच्या घरात! मले जरा नवलच वाटलं. तिच्या सासऱ्याचं अन् आमचं पंधरा वरसं झाले पटत नाही, त्याच्यानं कोणी कोणाच्या दरूज्यात पाय टाकत नाही, अन् ही पोरगी एकदम घरात!"

आनसा व ज्ञानबा हे समदं ऐकता ऐकता बर्फावाणी थंडगार झाले. जसे दगडं रवले असे बसले. हसत नव्हते का डुलत नव्हते.

"पाटलीनीनं मले समदी भानगड सांगतली. मले आमाक्सं वाटलंच की,

काहाले नाहाक या भानगडीत पडावं, पण मंग इचार केला, आपण जर मंधात पडलो नाही, त पोरीचा जीव जाते मनून तिले संगं घेतलं अन् घेऊन आलो. वासमात आम्हाले उशीर झाला, तुमच्या इकडल्या समद्या एस्ट्या गेल्या. पोरीले मनलं, ''मुक्काम करू,'' त ती ''नाही,'' मने मनून मंग इतल्याराती एका टरकानं आलो.''

पाटील बोलायचं थांबले, पण त्या दोघा नवरा-बायकोले काय बोलवं तेच कळेना.

मव्हरं पाटील मनले, ''कोणं तुम्हाले पोरगी तिथिसा देयाले लावली हो? त्याह्यच्या घरी देण्यापरीस एखांद्या इहीरीत काऊन नाही लोटून देली? त्यानं तुमच्या पोरीसारक्याच याच्या अदुगर दोन सुना मारल्या त्या तुम्हाले ठाऊक नव्हत्या का? एक त अशीच जाळली, अन् दुसरी अर्ध्या राती माडीऊन लोटून देली, मनून तुमच्या जावायाले कोणी पोरगीच त देयेना. त्याच्या मोठ्या पोराची तिसरी बायको– त्याच्याच दोन बायका मारल्या – खालपायक्याची हाये. तुमचं त खानदान कूळ, सुदं हाये. तुमची पोरगी कोणं बी आंधळ्यानं केली असती, पण तुम्ही आंधळेपणानं त्या घरी देलीच कशी मी मनतो?''

न्यानबानं आनसाकडं पाह्यलं. तिच्या भावानंच ही सोयरीक आणली व्हती. त्यानंच समदं केलं व्हतं! त्याले हे माहीत नव्हतं का? का हे समदं जाणून भासी देली तिथीसा? न्यानबाच्या मनात प्रश्न उभे राह्यले. आनसानं मातर मान खाली घातली.

पाटील आजूक बोलू लागले, ''त्यानं धमकी देली व्हती मले, माही सून पाटलानं पळवून नेली अशी कैफत देतो मनून; पण मी धमकीले कव्हाच भीत नाही. मले माहीत व्हतं की, त्यानं कैफत देली त ती त्याच्याच गळ्यात अडकणार हाये. तशी मले बी कैफत देता आली असती, पण म्या देली नाही. तुम्हाले जर देयाची असली त द्या, तुम्हाले लागतील तितले आमच्या गावातले पुरावे भेटतील.''

पाटलाचं बोलणं ऐकून न्यानबा पोरीचं दुख इसरून सावद झाला. पाटील आता भावकी मंधात आणत व्हते. न्यानबाच्या हातानं त्याह्यले भावकीत डाव काहाडून घेयाचा व्हता. न्यानबाले त्याह्यच्या भावकीची गरज नव्हती. त्याच्यानं त्यो काही बोललाच नाही.

''उठा, अंग टाका. लय रात झाली!'' मनत त्योच उठला. त्यानं पाटलाले अथरून झटकून देलं.

पाटलानं अंग टाकलं, पण आनसा, सोबा, न्यानबा त्याह्यच्या डोळ्याले डोळा लागला नाही.

तोंड दाबून बुक्क्याचा मार अशी न्यानबाची गत झाली. सोयरीक केली तव्हा सोबाच्या मामानं त्याले सुसू देलं नाही. खरं त न्यानबा शंकर पाटलाले इचारल्याबिगर मुतत नाही. सोयरिकीच्या वक्ती पाटलाले बोलाव, इचारावं असं त्याच्या मनात व्हतं. त्यानं सोबाच्या मामाले तसं मनलं बी, त त्यानंच उलटं न्यानबाले दटावलं, "काय काय त्याले इचारता? त्यो काय तुमच्या घरचा कारभारी हाये का?" न्यानबा मुकाच राह्यला, अन् सोबाच्या मामानंच चार दिसांत सोयरीक पक्की केली.

सोबाच्या मामानं हे झोलांड गळ्यात आटकवून त देलं, आता मातर नामानिराळा झाला. शावकाराच्या सुरीखाली मान देऊन आमची मान कापली, पोरीच्या आयुष्याचं तसं वाटूळं केलं. कोणाचं काय सुदं केलं त्यानं?

दुम्हारं दरूज्यात पाय टाकू देयाच्या तरी लायकीचा हाये का?

हुंड्यातल्या पैशाची तशी अफरातफर केली, हजार रुपयाचा घोळ पाडला. त्यात इकडं रंग्यानंबी बिब्बा पिळला. सोबाच्या सासऱ्यानंबी आमाक्सा इचार करायचा. त त्यानं डोक्शात राखूडा भरून घेतला. टापसासाठी, हुंड्याच्या पैशासाटी पोरीचा जीव घेयाले उठला. समजा, त्या दिशी पोरगी जळून मेली असती त काय केलं असतं आपण त्याचं? हेच भाग्य मनावं की, आपली पोरगी आपल्या घरी सुकरूप आली.

पण आता ही धोंड जलमजुगीचीच आपल्या गळ्यात झाली का नाही? इतल्या हौशीनं, घरादाराचं वाटूळं करून लगन केलं अन् सहा मह्यण्यात समदा इचकावाचका झाला. आता इले संबाळावं तरी किती दिवस? तशी आपली पोरगी आगाऊ नाही, कोणाकडं डोळा उचलून पाह्यणार नाही. ती भली पाह्यणार नाही, पण लोकाह्यचे डोळे, तोंडं का सुदे असतात? सुदीले कुदी कव्हा मनतील याचा काय भरूसा?

न्यानबाच्या जिवाले असा समदा पेच व्हता. आता ह्यो गुता कसा सोडवावं? कोणाले मनावं, सोबाच्या सासऱ्याले समजावून सांगा मनून? तिच्या मामाले? त्यानं त काळं तोंड केलं त दुम्हारं इकडी फिरकला बी नाही. मंग दुसरं कोण हाये? शंकर पाटील? कसं मनावं त्या बुवाले 'चला' मनून? कोणत्या तोंडानं मनावं? सोयरीक करतानी आपण त्याच्या कानावर पण गोष्ट घातली नाही. आता वांधं पडलं मनून त्याच्या गळ्यात पडायचं मनल्यावर काय मनंल त्यो बुवा?

पण मंग या दुनव्याच्या पाठीवर आपल्याले दुसरा वाली तरी कोन हाये? एकला शंकर पाटीलच ना! त्यानं मारलं ना झोडलं, आडवं बोललं ना तिडवं बोललं तरी, जाऊन शंकर पाटलाचे पाय धरण्यातच न्यानबाचं भलं हाये, अन् तसं शंकर पाटील करत बी नाहीत मना. त्याच्याकून शंकर पाटलाचं काही बी नुकसान झालं तरी, ते तोंडातून शब्द काहाडत नाहीत. आता बी आपण त्याह्यच्या गळ्यात

जाऊन पडलो त ते का आपल्याले दूर लोटणार हायेत?

मनून एका दिशी त्यो शंकर पाटलाकडं गेला. त्याह्यले समदं गऱ्हाणं सांगतलं, मनला, "आता तुम्हालेच हे सरकं करा लागते."

अदुगर त ते काहीच बोलले नाहीत. मंग मनले, "काय गड्या न्यानबा, पह्यलंच तुवा हे काम आटात पाडलं. तव्हाच तुवा मले इचार्लं त, ही सोयरीकच मी व्हवू देत नव्हतो."

सोबाच्या मामानं तव्हा काही सुसू देलंच नाही असं त्यानं सांगतलं, तव्हा शंकर पाटील, "अबें, त तुव्हा मेव्हणा बी तसाच हाये! आता म्या जर काही कमी जास्त मनलं त तुह्याच मनले जरा आबागी वाटंल, पण तुहा मेव्हणा घाणीतला पैसा उचलून घेणारा माणूस हाये. त्याच्या सोयरीक करण्यात काहीतरी मोठा मतलब असंल, तव्हाच त्यानं त्या खाटकाच्या घरी पोरगी दिली. आता तू हिंडत-फिरत नाहीस मनून तुले माहीत नसंल, पण मले माहीत हाये तुह्या इव्हायानं कशा कशा सुना मारल्या ते!"

न्यानबा खाली मान घालून आयकत व्हता.

"जाऊ दे. झालं ते झालं, त्याले इलाज नाही! आता काय करायचं मनतं?"

"काय करावं?" न्यानबा गोंधळला व्हता, "त्येच इचाराय आलो."

"मंग असं कर. एकदा तू इव्हायाची भेट घेऊन ये. पोरीचं काय चुकलं, काय नाही ते इचार! मांघलं काही देणं-घेणं राह्यलं का?" मंधातच पाटलानं पुसलं. न्यानबानं त्या बी भानगडी सांगतल्या. टापसाची, बैलाची भानगड सांगतली. हे समदं आयकून पाटलानं निसता सुस्कारा टाकला.

"लयच तितंबे झाले बे याच्यात! आता काय सांगावं, तुह्या इव्हायानं पोरीले काहासाटी चेतवून देलं ते? हुंड्यातल्या पैशासाटी. टापसासाटी का बैलासाटी, का आणखी काहासाटी? काय सांगावं, पोरीचं बी काही चुकलं असंल, कोणाले उलटून बोलली असंल? इथून काय सांगावं आपण? आपल्याले आपल्या लेकराचा कितीबी भरूसा वाटला तरी, ते कव्हा काय भानगडी करतील त्याचा काही नेम सांगता येत नाही. तव्हा तू जाय अन् काय काय झालं, कसं कसं झालं ते इव्हाईबुवालेच इचार. त्या पाटला फाटलाच्या नादी लागू नको. असे लोक इचकवून देयाच्या मांघं असतात." शंकर पाटलानं मनलं.

पण एकल्यानं त्या गावात जायाची त्याची हिंमतच नव्हती. मनून पायापोटी लागून त्यानं संगं पाटलालेबी चला मनलं. आखरीले पाटील तयार झाले.

दुसऱ्याच दिशी ते दोघं सोबाच्या गावाले गेले. दुसऱ्या कोणाच्या घरी न जाता, सरके सोबाच्या घरीच गेले.

सोबाचा सासरा घरीच व्हता.

चहापाणी झालं अन् शंकर पाटलानं गोष्ट काहाडली. पण इव्हाई काही बोलला नाही. दुम्हारं पाटलानं गोष्ट काहाडली. तव्हा हेकडवाणी पाव्हणा मनला, "काऊन? सांगतलं नाही का आमच्या गावच्या पाटलानं काय काय झालं ते?"

शंकर पाटलानं मान हालवली. "त मंग त्यालेच जाऊन इचारा. मले पुसायले काहाले आले?" पाव्हण्याची लयच अंठ्यावर व्हती. त्यो चाकाले चाक लागू देयेना. असं लय वाढोळ झालं. तव्हा शंकर पाटील मनले, "हे पाहा, असं वाकडं वाकडं चालू नका, पोरीचं काय चुकलं ते आम्हाले सांगा. तुमच्या गावच्या पाटलाले अन् आणखी कोणाले इचारायची गरज नाही. लोकं फाटत असलं त शिवत नाहीत, आदिकीचे फाडतात. आम्हाले फाटू देयाचं नाही. आमचं चुकलं असंल, आमच्या पोरीचं चुकलं असंल त आम्ही तुमचे पाय धरतो, तुमची माफी मांघतो, पण काय झालं हे कळल्या बिगर..."

पाटलाच्या अशा बोलण्यानं इव्हाई नरम झाला.

"पैशागियशासाटी..." पाटलानं इचार्लं.

"हजार रुपल्ड्यावर मी मुततो. पैशाचं काही नाही." सोबाच्या सासऱ्यानं तोंड उघडलं.

"मंग टापसासाटी?"

"टापसासाटी बी नाही. असे टापसं तिनं हारपवले तरी, दुम्हारं करून देयाची ताकद हाये माह्यात."

"मंग बैलासाटी?"

"बैलासाटी? बैल त्याह्यानं मांघतला नव्हता. म्याच माह्या मनानं देला व्हता."

"देला मनून नाही, मेला मनून?" पाटलानं आदिकीची माहिती सांगतली.

"बैल मेला? इव्हायानं कपाळावर अढी पाडली. "ते त तुम्ही सांगायले मनून मले माहीत झालं. मेला मंग काय झालं? जाणूनबुजून डंगर झाला व्हता. आज ना उंद्या त्यो मरणार व्हता. मंग त्यो माह्या घरी मेला, का तुमच्या घरी मेला, त्यात काय फरक पडणार हाये?"

मंग जाऊन पोरीले जाळलं? असा कोणता गुन्हा केला मनावं पोरीनं? शंकर पाटलाले अन् न्यानबाले बी कळेना. हे नाही, ते नाही मनल्यावर आता मव्हरं काय बोलावं तेच त्याह्यले कळेना. बरं, ते गप झाले त; सोबाचा सासरी बी गपच राह्यला. आपण व्हवून काही सांगेना.

"जाळेस्तौर तुम्हाले राग येण्यासारका असा कोणता मोठा गुन्हा केला तिनं ते तरी सांगा?" शंकर पाटलानं सरकंवरकं पुसलं.

इव्हाई अदुगर काही बोललाच नाही. मंग त्यानं न्यानबाकडं पाह्यलं. न्यानबाचा जीव धडकला, अशी काय अवघड गोष्ट सांगते मनावं! त्याले कळेना.

"हे पाहा तशी गोष्ट म्या सांगू नाही अन् तुम्ही इचारू नाही. जे झालं ते झालं. आमच्या तोंडातच असा गाळा जायाचा व्हता, त्यात काय तुमचा दोस! आम्ही गंज गाळू गाळू पाणी पेलं, पण गाळ जायाचा त्यो गेलाच पोटात."

इव्हाई कोड्यातल्यासारखं बोलला. सरकंवरकं काही सांगत नव्हता, पण त्याच्या अशा बोलण्याऊन तो काहीतरी अवघडच सांगते असंच न्यानबाले वाटलं, अन् शंकर पाटलाची त खात्रीच झाली. पण काल शंकर पाटील मनले तसं झालं असंल? काय सांगावं, आपल्या डोळ्यामांधारी काही कमी जास्त झालं असंल त? मव्हरचं काही न आईकताच उठून जावावं असं त्याले वाटलं, पण बसल्या जागून उठावं तरी कसं?

"याह्यचा मेव्हणा तव्हालयच घालण्या आला व्हता. ते आता समजलं काऊन! तव्हाच ध्यानात आलं असतं त यंधवा ही पाळी तुमच्यावर अन् आमच्यावरबी आली नसती, पण आम्ही त्याच्या गोड गोड बोलण्याले फसलो, अन् ह्यो संबंध केला. याच्यापरीस माहं पोरगं जलमभर मुंज्या मनून फिरलं असतं त बरं झालं असतं असं मले वाटायलं. तुमच्या नादी लागून मी माह्या पोराच्या जन्माचं मातरं केलं नाहाक." इव्हाई असा बोलू बोलू त्या दोघायले घोळसत व्हता.

न्यानबाले हे सहन झालं नाही. त्यो दिमाखातच मनला, "त मंग सांगा नं खुल्लमखुल्लं, काय दहापाच पाडले ते आमच्या पोरीनं?"

"पाडले नाहीत, पण आणखी काही दिवस राह्यली असती त पाडलेच असते, नाही त आमच्या पोराच्या नावावर खपवले असते." सोबाचा सासराबी न्यानबावाणीच कडूइक बोलला, "तुम्हाले तुमच्या पोरीनं दहापाच पाडावं असं वाटते, मंग पोरीनं गाव हेलपाटला त्यात तिचं लय मोठं चुकलं नाही. आम्हीच गधे, उगेच खानदानीच्या नावासाटी झुरत राह्यलो."

"तसं दोघयबी पल्ल्यावर येऊ नका. जे झालं ते झालं! त्यात आता काही वाट काहाडता येते का ते पाहू!" शंकर पाटलानं समजावणी घालत मनलं.

"बस झालं पाटील, माह्या घरी तुम्ही पाव्हणे आले, उठा, दोन घास जेवा अन् गावाकडं धका. माह्या घराचा मले कळवातणीचा वाडा करायचा नाही!" इव्हाई उठला.

त्या दोघालेबी उठणं भाग पडलं. बोलण्यासारकं आता काही नव्हतं बी. नाहाक आपण इथिसा आलो, शंकर पाटलाले बी आणलं, असं न्यानबाले वाटलं! आपली पोरगी इतल्याभार वाया गेली असंल असं त्याले वाटलं नव्हतं, पण तिच्या सासऱ्यानं मनलं त्याच्यावर एकाएकी भरूसाबी बसत नव्हता. तरी तसा काही नेम सांगता येत नाही असा त्याचं मन त्याले मनत व्हतं.

ते उठले अन् तसेच गावाकडं धकले, खाली माना घालून.

न्यानबा सोबाच्या सासऱ्याले बोलून आला तव्हापसून त्याची जशी वाचाच गेली. त्यो घरात कोणालेच एक शब्दही बोलला नाही.

घरात आला की, मुंडकं टोंगळ्यात खुपसून बसायचा. काही मनलं, बोललं तरी पिशावाणी पहायचा.

खरं त सोबाच्या घरून ते आले तव्हापसून न्यानबाले सोबाचा राहून राहून लयच रोग येऊ लागला. वाटे, असंच उठावं अन् करकर तिची गच्ची दाबावं! त्या दिशी जळून मेली असती त बरं झालं असतं! चार दिवस बायकोसंगं आपल्याबी डोळ्याले पाणी आलं असतं. मंग समदं इसरलो असतो. आता ह्यो केवढा घोर लागला जिवाले!

काय काय बोलणे बोलला त्यो बुवा? समदं इख मुकाट्यानं जेवावं लागलं. त्यानं मनलं ते खरं का खोटं... देव जाणे! कोण व्हतं तिथिसा? त्यो सांगे त्यातलं समदंच खरं असंल? नसंल, पण काहीबाही त खरं असंल. भलतं सलतं लोकाच्या लेकराले मनायले त्या बुवाले पिसं थोडंच लागलं?

काय सांगावं सोबाचं बी? दिसते कशी मेणघुण्यावाणी! तोंडावर बसलेली माशी उठवायची नाही. पण त्यो पाव्हणा मनते तसं...? न्यानबाले तरी बी पटेचना. तरी बी त्याचं मन मनत जाये, काय सांगावं? उसात जाऊन बी अंगाले पाचूळा लागू न देणाऱ्या मावल्या हायेत या दुनव्यात! तशीच सोबा बी नसंल कशाऊन?

असा इचार आला की न्यानबाले वाटायचं, किती इचितर असते माणूस? पोटच्या गोळ्याचा बी त्याले भरुसा वाटत नाही, असं कोण काही सांगतलं की! ते माणूस किती बी सूदं असंल तरी बी मुलखाचं खराब वाटते!

आता आपलं तरी तसंच झालं ना? पाव्हण्यानं सोबाबद्दल सांगतलं त ते बी आपल्याले समदं नाही पण काहीबाही त खरं वाटते. काऊन वाटते? मंग आपले कान हलके नाहीत का? काय सांगावं, त्या रंग्यासारकाच पाव्हणा बी खोटा बोलत असंल त?

मंग कोण खरं सांगल? सोबा? खरंच! खरं काय काय हाये ते तिच्याबिगर दुसऱ्या कोणाले माहीत असणार हाये? इचारलं त सांगल का ती? पण तिले इचारावं तरी कसं? माणसापरीस बाईमाणूस तरी इचारल, बाईमाणसाचं इचारणं बी सहेजनसार हाये. आपण कोण्या तोंडानं इचारावं?

आनसा चार दिवस झाले इचारायली, त आपण तिले शब्द बोलो ना! मंग तिले समजावं तरी कसं?

आनसाचा बी जीव न्यानबासारकाच जाग्यावर नव्हता. न्यानबाले इचारावं त

त्यो काहीच बोलाय, सांगाय तयार नाही. आखरी नाइलाजानं ती शंकर पाटलाच्या घरी गेली.

पाटलानं जे जे बोलणं झालं ते ते सांगतलं. ते आयकून आनसाचे डोळे पठाडालेच गेले. खरंच का पोरीनं तसं काळं तोंड केलं असंल? का त्यो मेला, माह्या लेकरावर काहीबाही तुफान घेयाला?

काय खरं ते कसं समजावं? कोणाले इचारावं? सोबाले? पण ती सांगल काय? अन् आपण इचारावं तरी कोण्या तोंडानं?

न्यानबावाणी आनसाले बी पेच पडला.

न्यानबावाणी तिले सोबाचा राग मातर येत नव्हता. माहा लेकरू तसं नाहीच; त्या बोहाऱ्यानं नाहाक माह्या लेकरावर तुफान घेतलं, असंच तिचं मन तिले वरडू वरडू सांगे.

त्या दोघा नवराबायकोपरीस सोबा आदिकीचीच खूड झाली व्हती. ती तिच्या मनालेच इचार करे. इचार करता करता डोळ्यांत पाणी आणे. लगन झाल्यावर तिनं जे भोगलं ते जर तिनं आनसाले सांगतलं, त नुसतं आईकल्यानंच आपल्या मायचा जीव जाईल मनून तिनं ते समदं पोटात गिळून घेतलं. आपण मनावं, आपलं नशीबच तसं सांडं. मायबापाले तरी काय दोस देवावं? त्याह्यले काय माहीत त्या राकेसाची वागणूक तशी हाये मनून. पोरगी देयाची मनजे का कोणी चार दिवस नांदून पाह्यते का? समदा बाहीरचा भपका पाहूनच माणूस भुलते.

तिले तरास मनलं त तिच्या नवऱ्याचा नव्हता. त्याचा तिळभर तरास नव्हता. त्यो तिले लयच जीव लावते; पण त्याचं घरात काही चालत नाही. त्यानं एकदोनदा कमी-जास्त मनलं, त तोंडातून रघत पडंस्तोरं त्याले मारलं सासऱ्यानं. तव्हापसून सोबाले त्याचा आधार तुटल्यावाणीच झाला. तिले त्या घरात दुसरं कोणी वालीच नव्हतं.

मनून तिले मायबाप जवडे करावं वाटत. पंचमी झाल्यावर न्यानबानं तिले नेऊन घातलं तव्हापसून तिले तरास लयच सुरू झाला. त्याच्या अदुगर तरी बोलणं, ढासढुस करणं व्हतं. एखांद्या बारीनं थापडथुपड. सासऱ्याच्या मनापरमाणं केलं असतं त ह्यो बी तरास झाला नसता. मग उलटं त्यानं फुलावाणी आल्हादी झेललं असतं, पण... सोबा चुकली. तिले ते सादलंच नाही. आखरीले हे भय तिच्या पदरात पडलं.

न्यानबा अन् शंकर पाटील जाऊन काय बोलले ते तिलेबी जाणून घेवावं वाटे. पण कोणाले इचारावं? बाप त आला त्या दिसापसून एक शब्द बी बोलला नाही.

बोलणं त लय लांब, तोंडाकडंबी पाहेना. इकून तिकून पाह्यलं त खाऊ का गिळू अशा नदरंनं पाह्यते. काऊन मनावं? आदुगर त तसा पाहेना. आताच काय गुन्हा केला त्याचा आपण? एकाएकी कसा त्यो दुस्मान झाला आपला? मायले इचारावं त मांघून मांघून माय बी बापावाणी मुकी झाली. जसा दोघायच्या जिभऊन वारा गेला, अन् आपल्या त अदुगरच गेला. मनजे घरात पर्कास सोडून समदे मुकेच झाले.

पर्कास मातर बोलत व्हता, बडबड करत व्हता, खेळत व्हता, अन् हे तिघं मेनधुण्यावाणी नुसते टुकूटुकू पहात व्हते.

आताबी सोबा तशीच टुकूटुकू पहात व्हती.

आनसा कोणाच्या तरी घरी गेली व्हती. पर्कास चारपाच पोऱ्हायसंगं वट्यावर खेळत व्हता. यंधवा आईतवार व्हता, त्याले सुट्टी व्हती.

वावरं वावरं खेळून झाल्यावर पोऱ्हायच्या हाताले दोऱ्या बाहांदून त्याह्यले पटावर पळून दमल्यावर आखरीले पर्कासनं 'शाळा शाळा' सुरू केलं. पर्कासच मास्तर झाला. बाकीचे पोऱ्हं शाळंतले लेकरं झाले. समदेच पह्यल्या वर्गातले. पर्कासच्या शाळंत फक्त पह्यलाच वर्ग व्हता.

समद्या पोऱ्हायले बसवून त्याह्यची हाजरी घेऊन पर्कास-मास्तर त्याह्यले शिकवू लागला. बाराखडी, उजळणी, कविता, गाणं असं एकामांघून एक सुरू झालं.

सोबा दरूज्यात बसून पहात व्हती. काहात तरी मन गुतवून, आला दिवस ती ढकलत व्हती. पोऱ्हायच्या खेळण्याचंच आता तिले निमित्त गवसलं. ती मनातला सर इसरायसाटी पोऱ्हायच्या खेळात ध्यान घालू लागली.

पर्कासनं समदे पोऱ्हं एकामांघं एक उभे केले. सगळ्यात मव्हरं गोईंदाचा इठल्या व्हता. नाकातली शेंबडाची लोळी मनगटानं चेंदवत त्यानं कमरंतून गळालेली चड्डी वऱ्ही केली.

बाकीचे पोऱ्हं मव्हरच्याच्या कमरा धरून उभे व्हते.

ते काय कराये ते सोबाले कळेना.

गोईंदाचा इठल्या जाग्यावरच उड्या मारून, हात चाकावाणी फिरवून तोंडानं झुक् झुक् झुक् करत व्हता, तव्हा सोबाले वळखू आलं. पोऱ्हायनं आगनगाडी तयार केली व्हती.

"हं, करा गुर्जी सुरू," इंजीन मनलं.

"मी मनतो तसं माझ्या माघून तुम्ही मना," गुर्जी मनले. इंजनासकट समदे डबे खलंखलं माना हलवून "हो." मनले.

"झुक् झुक् झुक् झुक् आगीनगाडी," गुर्जी हात वऱ्ही करून मनले.

बाकीच्या पोऱ्हायनं "झुक् झुक् झुक् झुक् आगीनगाडी," मनलं.

धुरांच्या रेषा हवेत काढी

....

धुरांच्या रेषा हवेत काढी.

असं करून गुर्जी एक एक वळ मव्हरं मनत व्हते. मंग समदी आगनगाडी मनत जाये.

असं करता करता गाणं जोरात येऊ लागलं. तसतशी आगनगाडी बी जागा सोडू लागली. आदुगर माघंमव्हरं झाली. मंग गोलगोल फिरू लागली. त्याच्या उप्पर दारातून घरात गेली. बरं झालं, दरुज्यात बसलेली सोबा एखांद्या डब्याच्या चाकाखाली चेंदली नाही. ती जरा मांघं दडली मनून. घरातून आगनगाडी आली तव्हा, आगनगाडीच्या बगलंबगलंनं हात वऱ्ही करत गुर्जी मनत व्हते,

मामाचा गाव मोऽऽ ठा, सोन्या-चांदीच्या पेऽऽ ठा

....

....

मामा मोठा तालेवार, रेशीम घेइल हजार वार

....

....

पळती झाडे पाहू या, मामाच्या गावाला जाऊ या.

गुर्जीनं ही वळ मनली अन्, "काळतोंड्या, काहाले मराय जातं मामाच्या गावाले?" असं मनून करकर गुर्जीचा कान पिळत आनसा एकाएकी अवतरली. असं काही व्हईल असं कोणालेच वाटलं नव्हतं. सोबालेबी या गोष्टीचा धक्का बसला.

आनसानं रागारागानं त्याचा कान पिरगाळला, "सांग, काहाडशील त्या राकेसाचं दुम्हारं नाव? सांग, नाही त तूव्हा मुडदाच घलतो इथिसा!" मनत खरंच तिनं त्याच्या पाठीत एक धबुका देलाबी.

गुर्जीवरच असा एकाएकी हल्ला झाल्यानं समद्या आगनगाडीची पाचरली. इंजिनासगट समदे डबे एकूणमेकाले सोडून ढुंगणाले पाय लावत पळाले. ते पाहून सोबाले खुदकन हसूबी आलं. ते पाहून आनसानं कपाळावर अढी चढवली. ही आपल्याले त नसंल हासली असा इचार तिच्या मनात आला, अन् मंग चिल्डी पेटून, ती पर्कासले आजूक मारू लागली. तिच्यावरचा राग त्याच्यावर काहाडू लागली.

सोबाले त पहावल्या गेलं नाही. ती जागची उठली अन् तिनं पर्कासले जबरदस्ती तिच्या हातून सोडून घेतलं.

आनसा सोबाकडं लालतंबूर डोळे करून पहात कचकचली, "मामाच्या

गावाले जाऊ मनते, आता काय याच्यामायची खाटल्यावर घालते का त्याच्या हातानं?"

सोबाले आनसाची कीव आली. मामाचा तिनं किती धसका घेतला! मामाचं निसतं गाणं मनलं तरी ती पिसाळल्यावाणी करते.

अन् खरंच, मव्हरं चालून एखाद्या अवघड गोष्टीसाठी मामाच्या घरी मायलेच जायाचं काम त?...

पण आनसा किती एकमोड हाये ते सोबाले पक्कं माहीत व्हतं. एकदा तिनं कोणती गोष्ट नाही मनली त, जीव गेला तरी तिच्याकडं नजर वर उचलून पाहणार नाही.

सोबा मामाच्या गावाले जातो मनणाऱ्या पर्कासले घेऊन अंगणात आली. ती त्याचे डोळे पुसू लागली. त्याले थोपटू लागली.

सरकारनं शेतकऱ्यासाटी लय सोयी केल्या. खतं, आवषिदं, पंप, नांगर, साकळ्या, शेळ्या, मसी, इहीरी, बैलं, गाडी, गोबरगॅस– जे जे मनलं ते ते देते. मंधात त्यो कोनता सायेब बी भेटला व्हता, आठ दिसानं वावरात येतो मननारा – बनारचा का काय ते? वावराले पाणी देता येवावं मनून जागंजागी – जिथिसा जिथिसा करता येईल, तिथिसा तिथिसा लहान-मोठे धरणं बाहांदले. गावखरच्या लवणालेबी खटकाळीत धरण बाहांदलं. दहापाच लोकाह्यच्या जमिनीले पाणी बी भेटते.

इथून मव्हरं शेतकऱ्यासाटी सरकार काय काय करंल याचा नेम नाही. नवा दिवस उगवला की, सरकारची नवी योजना शेतकऱ्याच्या दारात घेऊन उभी राह्यते. असं करता करता समद्याह्यजवडची जमीन घेयाची योजना सरकारनं न काहाडावं! मनजे मंग अडीच एकरवाल्यासंगं अडीचशे एकरवाल्याल्येबी भीक मांघायची पाळी आल्याबिगर राहणार नाही. सरकारच्या समद्या योजना शेतकऱ्याले आतल्या खांदी आणायच्या. काहून तर, योजना सुदी असली तरी ती शेतकऱ्याच्या हाती पडस्तोर चवभवतालून तिचे लचके तोडून खाणारे लयझणं. त्याह्यनं खाऊन खाऊन शिल्लक राह्यलेली योजना, शेतकऱ्याच्या गळ्यात पडते. पैसा घेतानी त शेतकऱ्याले काही वाटत नाही, पण मंग भरतानी त्याले न भेटलेले – मधात्र्याह्यनं खाल्लेले पैसे बी त्याले भरायचं काम पडते, तव्हा त्याचे डोळे पठाडाले जातात.

न्यानबा अशा योजनाह्यच्यापसून चार हात दूरच राह्यते. त्याले वाटते, आपली इस्टेटच किती? एखांद्या दिशी गचकन जीवच जायचा. त्याच्यापरीस आपलं हाये त्यातच पोट भरलेलं बरं.

न्यानबा सरकारपसून चार हात दूर सरकला, पण आत्मक शावकाराच्या

नल्ड्यात पडला. सरकारपरीस शावकार किती भयानक असते ते त्याले आता समजलं. याच्यापरीस सरकार बरं. एकाएकी गट्कन खाणार तरी नाही शावकारावानी.

शावकाराच्या कचाट्यातून सुटायचं मनून मंग त्यानं एच फोर लावली. इतल्या रानाची सोय करायची ऐपत नव्हती तरी बी लावली. त्याच्या ऐपतीच्या मानानं ह्यो हाल्या दवणच झाला. त्यानं मनासारकं दूध देलं त बरं हाये, नाही त...? न्यानबाचं डोक्सं चक्रावलं.

रातीच दौंडी झाली व्हती, 'उंद्या पाह्यटी चाव्हडीवर अकोल्याच्या कुरसी इद्यापीठाचे सायेब येणार हायेत, तरी पर्तेक शेतकऱ्यानं तिथिसा दहा वाजता हजर राहावं होऽऽऽ.'

त्याच्यासाठी न्यानबानं झाकतच गोऱ्हं वावरात नेलं. त्याले चारलं अन् न्याहारीच्या येळंले घरी आला.

अकोल्याचे लोक काय सांगतात कोण जाणे! एच फोरीवाल्याह्यले आवषिद पाणी तरी द्या मनावं! न्यानबाले तीच आशा व्हती. तीन-चार सायेबलोक सतरंजीवर बसले व्हते. त्यातला एक सायेब भाषण देत व्हता.

"या न्यानबा पाटील!" गावकामदार तुका जरा मोठ्यानं मनला. बसलेल्यांपैकी काही झणाह्यले, त मांघं उभे राह्यलेल्या पोऱ्हायले हसू आलं. न्यानबाले 'न्यानबा पाटील' मनल्याचंच त्याह्यले नवल वाटलं.

न्यानबानं हसणाराह्यकडं पाह्यलं, मंग त्या बोलणाऱ्या सायबाकडं पाह्यलं.

"या पाटील, वर या," भाषण थांबवून त्यो सायेब बी मनला. मंग त आंधीचे हसणारे खदखद हसले. न्यानबाने त्याह्यचा दिमाख आला. पोरासोऱ्हायचं काही असो, पण मोठे माणसं बी हिजड्यावानी हसत व्हते. सायबाले आपलं काय चुकलं ते कळेना.

आणखी एका-दोघायनं न्यानबाले "वर ये," मनलं तव्हा न्यानबा येऊन बसला.

सायबानं बोलणं थांबवलं, मंग मनला, "कोणाला काही शंका असली तर विचारा."

अदुगर त कोणी काही बोललंच नाही. मंग एकानीदुकानी एक एक झण इचारू लागलं. कोणी मिरच्यावर कोडा पडला मने, कोणी एच फोरवर अमुक अळी हाये मने, कोणी उडीद उधळायला मने त कोणी मने मुंगावर मवा पडला.

सायेब कशावर कोणतं आवषिद फवारावं ते सांगत व्हता.

न्यानबाले बी काही इचारावं असं वाटू लागलं, पण उभं राहून इचारायची त्याले लाज वाटली... एऱ्हीच त हे टवळे हसायले आपल्याले!

सायबाचंच त्याच्यावर ध्यान गेलं अन् सायबानं न्यानबाचं मन वळखलं.

"काही विचारायचंय पाटील?" सायबानं न्यानबाले इचार्लं त मांघल्ल्या पोऱ्हायनं अजूक दातकाडं इचकले.

न्यानबा मुकाच राह्यला.

"विचारा विचारा, उठा." सायबानं जोर देला. तव्हा न्यानबा उठू लागला. उठल्यावर बी त्यो जरा येळ बोललाच नाही. सायेब त्याच्याकडंच पहात व्हते. तसं मांघून कोणीतरी मनलं, "बोला ना, न्यानबा पाटील!"

न्यानबाले आत लयच दिमाख आला. फालतू टिंगल करतात भोसडीचे!

"सायेब, माझं मन्नं असं हाये!" न्यानबानं सुरुवात केली.

"सांगा!" सायब मनला.

"मला वाट्टे सायेब, अशी तुम्ही पळ्हाटीची जात काहाडावं की, जिच्यावर कोणताच रोग पडणार नाही." न्यानबाच्या या बोलण्याले समदेच हसले. सायेब बी गालांतल्या गालांत हसला.

"बरोबर आहे तुमचं म्हणणं. आम्ही शास्त्रज्ञ कमीत कमी रोग पडेल, अशी जात काढायचा प्रयत्न करतोच, पण तुम्ही म्हणता तशी, अजिबात रोगच न पडणारी जात शोधून काढणे शक्य तरी आहे काय? असा जगात एखादा तरी मनुष्य दाखविता येईल काय, की ज्याला ताप, खोकल्यासारखा रोग कधी झालाच नाही?"

"अं हं!" न्यानबानं मान हलवली. त्याले सायबाचं मननं पटलं, त्यो खाली बसू लागला तसं सायबानं इचार्लं, "एच फोर लावली का?"

न्यानबा दुम्हारं उभा राह्यला. "हो." मनला.

"किती लावली?"

"हाये तीन थैल्या."

"सर्व जमीन किती आहे?"

"हाये शंभरंक एकर!" न्यानबाच्या आदुगर मांघल्या पोऱ्हायतून कोणीतरी मनलं. तसे न्यानबा अन् सायेब सोडून बाकीचे समदे खदखद हसू लागले.

"का हसता?" सायबानं गोंधळून इचार्लं.

"काही नाही, चालू द्या, चालू द्या." कोणीतरी सहज मनलं. पण त्यालेबी पोऱ्हं हसले, माणसं हसले.

सायेब लयच आरबळला. न्यानबाकडे पाहून, 'हा माणूस मॅड तर नाही ना?' असंबी सायबाले वाटलं.

न्यानबाचा जीव मातर रसातळात गेला. त्यानं मांघं कलून हसणाऱ्याह्यकडं पाह्यलं अन् तोंड वाकडं करून इचार्लं, "काहून तव्हाचे दातकाड इचकायले, इथिसा का कोणी नाचायलं का?"

"नाचा नाचा, आम्ही पाह्यतो!" कोणीतरी मनलं अन् चावडीवरच्या समद्याच लोकाह्यनं हसू हसू चावडी डोक्शावर घेतली.

न्यानबाले लयच तणका आला. "घाला तुमच्या मायच्या हांडीत सबा," असं मनत त्यो मानसं तुडवत चाव्हडीचा वटा उतरला अन् घराकडं धकला. "अहो न्यानबा पाटील, असे काय रागावता? आता पऱ्हाटीच्या किडीवरचा सिनेमा दाखवायचाय. अहो..."

सायेब मनले, अन् लोकं आदिकीचेच हसले, खदखद, खदखद!

सोबाच्या सासऱ्यानं त्याह्यच्या बैलं नेयासाटी गडी पाठवला.

आल्या आल्या त त्याले कोणी धड बोललं नाही. आल्या अन् वट्यावर बसला.

न्यानबाले दिमाख याचाच आला की, शंकर पाटील अन् त्यो सोबाच्या सासऱ्याले बोलायले गेले व्हते तव्हा, त्यो चोट्टा मने की, बैल मेला त मेला, मरणारच व्हता आज ना उंद्या अन् यंधवा हिंगं त्यानं गडी पाठवला! त्याच्या जिबीले हाय तरी हाये का?

झाक पडली तरी, त्या गड्याले कोणंच घरात बलवलं नाही. सोबाचा मातर जीव तुटू लागला. ती एक-दोनदा बाहीर आली बी, पण त्याले 'आत चाल' मनायची हिंमत झाली नाही. त्याची अन् तिची नदरानदर झाली की, ती खाली मुंडी घालून आत जायाची.

आखरीले आनसाच्या भाकरी झाल्या. न्यानबा जेवायले बसायचा, तव्हा आनसाच मनली, "का वं, बलवा ना त्या बुवाले घरात? त्यानं का आपले घोडे मारले? आपला रुसवा हाये त्याच्या मालकावर! ह्यो काय बिचारा, सांगतल्या कामाचा. मालकानं 'जाय' मनलं असंल... आला. आपण त्याले पुसलंच नाही, खाऊपिऊ घातलं नाही त उंद्या त्यो लोकाह्यले मनंल, "की माह्या मालकाचं अन् याह्यचं पटलं नाही मनून मले बी याह्यच्या घरी राहून उपासी राह्याचं काम पडलं. ते जर एकूणमेकाले गोड असते त याह्यनं पाव्हणचारबी केला असता!"

न्यानबालेबी ते पटलं, आपलं भांडण या गड्याशी थोडंच हाये? त्याच्या मालकासंगं काय खेटा घेयाचा त्यो घेवावं, या गरिबाले काऊन तरास? खाईल त दोन अडीच भाकरीच खाईल!

न्यानबानं त्या गड्याले घरात बलवलं. त्याले हातपाय धुयाले लावलं. जेवाय वाढलं, तव्हा त्यो 'जेवायचं नाही' मने तरी बी, दोघा नवराबायकोनं त्याले जुलमं जेवायले लावलं.

समद्याह्यचे जेवणं झाल्यावर, इकडच्या तिकडच्या गोष्टी करता करता सोबाची गोष्ट निघाली.

"आमच्यासारक्या गडीमानसाह्यनं तुमच्या मंधात बोलायचं मनजे नाहाक लहान तोंडी मोठा घास घेयाचा." असं मनून त्यो बोलू लागला. बोलता बोलता सोबाच्या सासऱ्याच्या मांघल्या भानगडी सांगू लागला.

सोबाच्या सासऱ्याच्यात दहा वरसं झाले त्यो कामाले हाये. जातीनं मांग; पण देण्याघेण्यात दोघायचं पटलं, राह्यला. तसा गडी-माणसाह्यसंगं त्यो सुदा वागते. गडीमानसाह्यच्या अडल्याभिडल्या येळंले कामाबी पडते, कव्हा चार पैसे आदीकीचा उचल झाला तरी नाही मनत नाही.

बाहीरच्या मानसाह्यसंगं असा सुदा राह्यल्यावर, ते काहाले आगाऊच्या हिकात्या करतील? त्यानं घरात कसाय नंगा नाच केला त, गड्या मानसाह्यले त्याचं काय? गड्याह्यचे त डोळे असून पहाणं नाही, कान असून आईकनं नाही असे कामं पाह्यजे ह्या मोठ्या खटलेवाल्याह्यच्या घरात.

सोबाच्या घरच्या गाड्याह्यचं बी तसंच व्हतं.

"कान, डोळे बंद जरी असले तरी, कोण माणूस कसं वगायलं ते का समजत नसते का माणसाले? डोळ्यानं एकदा माणूस पाह्यलं की, त्याची चाल समजते माणसाले!" गड्यानं सोबाकडं पाह्यलं. ती बाजंच्या गातावर मुंडकं ठेवून त्याह्यच्या गोष्टी ऐकत व्हती.

"बाईले माहा राग येईल, मनतील की, ह्यो काही मनते! पण आमचे मालक भल्याभल्याले नाव बेस्ट ठेवणारे हायेतं. उग्याच नाही त्याह्यनं दोन सुना मारल्या." जराक्सा त्यो मुका राह्यला. मंग मनला, "आता त्या कशासाठी मारल्या ते माह्यासराक्याले माहीत असलं तरी बी, जगाले सांगावं कोण्या तोंडानं? अन् समजा सांगतलं बी, अन् त्या बुवाले समजलं त त्यो गावात सुकानं राहू तरी देईल काय?" त्यो बोलायचा थांबला.

आनसाले वाटलं, त्याले इचारावं, काऊन मारल्या सोबाच्या सासऱ्यानं सुना ते! पण नाहाकच भानगडी उकरून काहाडायचा ह्यो? जाणून बुजून गडीमाणूसच. आपल्याले असलं नसलं ते सांगायचा अन् उंद्या तिकडे जाऊन एकाचे दोन सांगायचा. तसं कोण आता काहीबी सांगतलं तरी काय फरक पडणार हाये? पोरीची एवढी जे नालस्ती त्यानं केली, ती का दुम्हाऱ्या नांदवायसाटी?

"...आता या बाईंचाबी सबाव आम्हाले माहीत हाये ना!" त्यो मव्हरं बोलू लागला. "चार मह्यने झाले या बाई कोण्या गडीमानसाले, का बाहीरच्या पोरासोरायले बोलल्या नाहीत, ना त्याह्यच्याकडं कव्हा डोळा उचलून कुणी पाह्यला नाही. देवावाणी सबाव हाये मावलीचा, एखांद्या खानदानी घरात पडली असती, त त्या

घराचं या बाईनं सोनं केलं असतं. आमच्या मालकाच्या घरी पडली अन् त्याह्यनं बिचारीचं मातरं केलं. तुमची ही बाई नसीबवान मनून त्याच्या कचाट्यातून वाचली, नाही त त्या दोघीवाणी या बाईची बी गत झाली असती.''

न्यानबाले हे समदं ऐकावं वाटेना. सरप गेल्यावर नाहाक फरकांडीले बडवण्यानं काय फायदा? झालं गेलं गंगंले मिळालं. आता त्याचा उसरमा करण्यात काय मजा हाये? आपली पोरगी गंज सोन्याचा तुकडा हाये, पण तिच्या ढंगड्याह्यनं तिनं आपलं काळीज रक्ताबंबाळ केलं आहे ना! आता तिचे गोडवे किती गायले तरी, त्याचा काय फायदा? आटात पडलेलं काम थोडंच आता सरकं व्हणार हाये? पण या गड्याले मनावं कसं, की 'तू ह्या गोष्टी काहाडू नको' मनून. न्यानबानं बाजंवर अंग टाकलं.

''...तशा त्या दोघीबी या बाईवाणीच व्हत्या, पण आमच्या मालकाच्या डोळ्यांत सलल्या. त्या याच्या डोळ्यांत मावल्या नाहीत, अन् जिवानं गेल्या.'' गडी जरा आडपडद्यानं बोलला.

''मनजे काय झालं?'' सट्कन आनसानं इचार्लं. मंग 'आपण नाहाकाच इचार्लं,' असं तिले वाटू लागली.

''आता कसं सांगू?'' त्यानं सोबाकडं पाह्यलं. ''तुम्हाले तसं काही समजलंच नाही आजूक?''

आनसानं मान हलवली. गड्यालेबी सोबाचा हारीक वाटला. एवढी मोठी भानगड व्हवून बी तिनं मायबापाले काहीच सांगतलं नाही. धन्य हाये या मावलीची! किती मनातल्या मनात जळत असंल बिचारी!

''कसं सांगू? पण बाईनं जर तुम्हाले सांगतलं नसंल तर, मले ती गोष्ट सांगाच लागंल. भलं मंग मालकाले समजल्यावर त्याह्यनं माहा जीव घेतला तरी बी हरकत नाही.''

त्यो काहीतरी भलतंच सांगणार हाये असं न्यानबाले वाटलं. त्यानं कान टवकारला. आजूक त्याले वाटलं की, ह्यो दुसरं काय सांगणार हाये? जे त्याच्या मालकानं त्या दिशी सांगतलं त्येच ह्योबी सांगल!

''ही बाई मले माझ्या पाठच्या बह्यनीवाणी हाये. तुम्ही माह्या मायवाणी हा. मले नक्की खात्री हाये की, आमच्या मालकानं ह्या बाईलेच खराब, खराब मनलं असंल? पण त्याचे गुण त्यानं सांगतले नसतील?''

न्यानबानं हे आईकलं अन् त्याची खात्री झाली की, ह्यो काही तरी येगळं सांगते. पण आजूक काय काय सांगते देव जाणे! वारकाच्या उकंड्यात किती बी खोल खनलं तरी केसाबिगर दुसरं काय निघणार हाये?

''तुम्हाले वाटंल मी खोटा बोलायलो, माझ्या सामने दीपक हाये, मरती रात

झाली, मी बंधनाखाली बसलो, मी एक सबूद जरी खोटा बोललो, त दिवस निंघेस्तोर माह्या तीन लेकरांतलं एक बी वाचणार नाही.''

गडी भलताच तावात आला व्हता, पण आता सोबाचाबी जीव धडधडू लागला. तिले वाटलं, वल्डून त्याले मनावं, 'तुह्या तिन्ही पोऱ्हायची सेपत हाये तुले, मव्हरं बोलू नको,' पण तिची त जशी दातखिळी बसली व्हती.

''माय,'' त्यानं आनसाले मनलं. आनसाच्या मनात कसं काजूनच झालं, ह्यो तिळभर खोटं बोलायचा नाही याची मात्र तिले खात्री पटली. त्यो मव्हरं मनला, ''माय, मले सांगा, तुम्ही जगात असा एखांदा तरी सासरा पाह्यला का? ज्यो आपल्या पोटच्या पोरीवाणी असलेल्या नेमक्याच अंगाची हळद सुकलेल्या आपल्या सुनाह्यसंगं तोंड काळं करायसाटी...''

''नाहीऽऽऽ'' सोबा एकाएकी चिरकलीच. आनसा, न्यानबा पट्‌कन उठले. त्याह्यले तिले सावरलं. ती लटलट कापत व्हती. तिच्या अंगाले फत्‌फत् घाम आला.

गडी मुका झाला; पण त्याने सांगतलेली भानगड आयकून न्यानबा अन् आनसाले येड लागायची पाळी आली.

आनसानं सोबाले उराशी कवटाळलं अन् हुंदका देऊन मनली, ''पोरी, एका शब्दानं त कव्हा सांगावं व्हतं हरणे मले? मी का वैरीण व्हती तुही? किती मनातल्या मनातच जळत राह्यली माय! अन् आम्ही? त्या बोहाऱ्याचं ऐकून तुलेच दोस देऊ लागलो. देवा, कुठीसा फेडावं रे हे पाप?''

आनसा लडू लागली, सोबाबी लडू लागली, न्यानबाचे बी डोळे वले झाले.

''मनूनच मी मनो जाय, की ह्यो तुमचा सोन्याचा तुकडा त्या चिखलात कसा फेकला तुम्ही? दुसऱ्या एखांद्या जागी झोपडं असतं त त्या झोपड्याचा सोनेरी महाल केला असता या मावलीनं! ही कामधेनू तुम्ही खाटकाच्या दावणीले बाहांदलीच कशी?'' गडीबी कावराबावरा झाला, पण त्याले सोबाचा लयच हारीक वाटू लागला.

गडी दुसऱ्या दिशी तसाच गावाकडं गेला.

रातच्या गोष्टीपसून त्यो लयच मोकळा वागला. न्यानबाले, आनसालेबी त्यो परका वाटला नाही. त्यानं लय भानगडी सांगतल्या.

सोबले देयाच्या वक्ती सोबाच्या नवऱ्याले सोयरिकीच येत ना! लोकाह्यले त्याचे हे ढंगडे माहीत व्हते. मंग असं असल्यावर, कोण जाणूनबुजून आपल्या पोटचा गोळा ह्या कसायाच्या हवाला करल? जव्हा सोबाची सोयरीक झाली, तव्हा

समद्या गावालेच नवल वाटलं. आपसात बोलतानी लोकं मनत, "अं, पोरीवाला बुवाबी याच्यासारकाच असल! पोरगी भानगडीवालीच असल! मेस्काईले तिकडी नवरा भेटला नसल, मनून या मसोबाच्या गळ्यात घातली. पोराचं कव्हा पातर पडंल ते पडो, पण बापाची मातर बोर पिकली, त्याले जसं पाह्यजे व्हतं तसं भेटलं."

लगन झाल्यावर सोबा नांदय गेली, तव्हा काही चहाटळ पोरं उग्गंच हिडगू लागले. मोठे मोठे माणसंबी 'पाहूच द्या, कशी हाये पोरगी?' मनून जाणून इच्या धुण्यापाण्याच्या वाटंवर येऊन बसू लागले. पण सोबानं कव्हाच मान वऱ्ही करून कोणाकडं पाह्यलं नाही. हळूहळू 'पोरगी खरंच खानदानी हाये' अशी गाववाल्यांची खात्री पटली.

पोरगी एवढी सुदी असून बी, मंग पोरगी या मांगाच्या घरी देली कशी? त्या बुवाच्या कानावर या गोष्टी गेल्या नसतील का? मंग काही दिसानं कळलं की, या सोयरिकीमांघं सोबाच्या मामाचा लय मोठा डाव व्हता. त्यो डाव सादवायसाटी त्यानं आपल्या भासीले आगीच्या तोंडी देलं.

सोबाची एक फुई-सासू तिच्या मामाच्या गावात हाये. ती रांडव हाये. तिले लेकरू-बाळ काही नाही. चार बैलाची इस्टेट हाये. तशी ती सोबाच्या मामाची जरादूरची चुलत भावजयीच हाये.

तिची इस्टेट हाडपायची मनून सोबाच्या मामानं ह्यो सापळा रचला. त्या रांडाव बाईचा भाऊ आपल्या हातचा व्हवावं मनून, त्यानं समद्या भानगडी ठाऊक असूनबी भासीची सोयरीक केली.

लगन झाल्यावर त्यानं सोबाच्या सासऱ्याजवडे गोष्ट काहाडली. सोबाच्या फुईसासूच्या वटीत सोबाचा मामभाऊ देयाचा तिच्या मामाचा इचार व्हता, पण सोबाचा सासराबी लयच छाकटा व्हता. त्यानं काही चाकाले चाक लागू देलं नाही. सोबाच्या मामाचा डाव सादला नाही. बय बी गेली अन् बयची वाकळ बी गेली, अशी त्याची गत झाली.

ही गोष्ट त्या दोघा नवराबायकोले नवीनच आयकाय भेटली.

"किती काळतोंड्यानं लेकराचा खेळखंडोबा मांडला?" असं आनसा कचकचली.

सोबाच्या घरातले, सोबाचा सासरा सोडला त बाकीचे लय सुदे मानसं हायेत. एक तसा खराब सबाव सोडला त, सोबाचा सासराबी लय माणूसकीबाज. मनूनच नवाडा माणूस त्याच्या ढोंगाले फसते.

पह्यल्या दोन सुना त्यानं मारल्या तव्हा, कोणाले काहीच कळलं नाही. पहिली जाळून मारली, दुसरी माडीऊन लोटून मारली. पण लोकाह्यले वाटलं, एऱ्हीच मेल्या. त्याच्या उप्पर तिसरी सून परिस्थितीनं गोंगावलेल्या एका खालपायक्याची

केली. तिच्या संगंबी त्यानं तसंच करून पाह्यलं, पण ती लय खमकी व्हती. एकदा त्यानं भरदिवसा तिच्यासंगं खेटा घेतला तं तिनं चारपाच थापडा त्याच्या गालात लगावल्या. त्याच दिवसापासून नवऱ्याले घेऊन अलग राहू लागली.

अन् तव्हापसून बाकीच्या लोकाह्यले याचे ढंगडे कळले. सोबाच्या संगं त्यो एकदोनदा तसंच झोंबला, पण सोबानं त्याले हात लावू दिला नाही. मनून मंग सोबाले आडवंतिडवं बोलून त्यानं एकदोनदा थापडथुपड मारली.

सोबाचा नवरा घरी असला की, या गोष्टी व्हत नव्हत्या. सोबानं तिच्या नवऱ्याच्या कानावर ही गोष्ट घातली, तव्हा त्यानं खाली मान घातली व्हती. जव्हा सासऱ्याचा आदिकीचाच तरास व्हवू लागला तव्हा सोबा नवऱ्याले मनली, "हे पहा, तुम्ही अशी मेंढरावाणी मुंडी खाली घालू नका. एक त मले घेऊन या घरातून अलग रहा, नाही त मामाजीले माह्या तोंडावर समजावून सांगा. तसंबी करायचं नसंल त मले माहेराले नेऊन घाला. ना नेऊन घलसाल त मी माहं कोण्या दिशी काळं करीन, एखांदी इहीर भरीन."

सोबाच्या अशा कडक बोलण्यानं मातर त्यो खवताळला. सासऱ्यानं सोबाले जाळलं त्याच्या आंधी दोन दिसानं घरातल्या समद्या मानसामव्हरं दोगा बापलेकाची अदुगर बोलाचाली झाली, मंग तावातावानं सोबाच्या सासऱ्यानं तिच्या नवऱ्याले चार थावडाबी मारल्या, त त्यानं रागारागात बापाले खेटरच फेकून मारलं. आखरी बापानं त्याला घराबाहेर काढून देलं. दारात उभं राहून त्यो सोबाले मने, "तूबी चाल माह्यासंगं! या खाटकाच्या घरात तीळभर राहू नको." घंटाभर त सोबाले बी वाटलं, जावावं, पण अजूक तिनं मनात इचार केला, "आता याच्यासंगं घर सोडलं त कुठीसा जावावं? कुठीसा रहावं?" तिले त्याच्यासंगं घर सोडायचं व्हतं, पण असं नाही. अदुगर दुसऱ्या घराची सोय लावून... गावात नाही तर परगावात कुठीसा बी! अन् ह्यो आताच 'चाल' मनते. कुठीसा जावावं याच्यासंगं, कुठीसा रहावं? काय खावावं, काय पिवावं? मनून ती घराबाहीर पडली नाही.

ती घरातून त्याच्यासंगं बाहीर पडली नाही त तिले लय महागात पडलं. ती त्याच दिशी जर घर सोडून गेली असती, त यंधवा तिची अशी गतच झाली नसती.

त्याच्याउप्पर एकच दिवस वलांडला की, तसं झालं. सोबानं सासऱ्याचं नाव तिच्या नवऱ्याले सांगतलं या गोष्टीचा तिच्या सासऱ्याले भलताच राग आला व्हता. त्यो येताजाता तिच्याकडं भोकऱ्या डोळ्यानं पहात व्हता.

त्या दिशी दुपारा सोबा अन् तिची सासू, दोघीच घरी व्हत्या. उपासाचे नमकेच जेवण झाल्यानं तिच्या सासूनं अंग टाकलं व्हतं. सोबानं भांडे धुवून घरात फडा फिरवला. तव्हाच तिचा सासरा बाह्यरून आला. येता येता त्यानं बाहीरचा दरुजा लोटू घेतला. आला तसा सरका आतल्या घरात गेला. आतल्या घरात काय काजून

पाहू लागला. आतल्या घराले खिडकी, सवणं नसल्यानं दिवसा बी अंधार रहाते. मनून त्यानं सोबाले हाक मारून 'दिवा पेटवून आण' मनलं. सोबाले जरा नवलच वाटलं. भांडण झालं त्या दिसापसून सोबाले त्यो एका शब्दानं भलंबुरं काहीच बोलला नव्हता अन् यंधवा काम सांगायला. जराभरत तिलं वाटलं, त्याचं काम ऐकूच नाही; पण मंग आजूक तिनं मनाले इचार केला अन् दिवा पेटवून घरात नेला.

त्यानं तिच्या हातचा दिवा घेतला अन् कचकन तिचा हातच धरला. त्यो एकदम असा काही करल असं तिले वाटलं नव्हतं. तिनं त्याच्या हातले झटका देला अन् मांघं सरकली, तिचा हात मातर त्याच्या हातातून सुटला नाही.

"एकाचं दोन नवऱ्याले सांगून माह्यासंगं भांडाय लावलं नाही का? थांब आता पाह्यतो तुही सोय." मनून त्यानं हातातला दिवा देवळीत ठेवला.

तशी सोबा चिरकली. तिच्या सासूले नेमकीच गुंगी लागत व्हती. सोबाच्या चिरकल्यानं ती जागी झाली. पाह्यते त हे सोंग सुरू.

ती लगबग उठून घरात आली. त्याच्या हातातून तिचा हात सोडवत मनली, "सोडा, तुमच्या पोटच्या पोरीसाकी हाये ना ती!"

"तू बगलंनं व्हय, मंधात पडू नको." तिले बोलू न देता त्यानं बगलंनं सारलं.

आता सोबा लटपट कापत होती. त्याच्या हातातून निसटायसाठी ती जोर करत व्हती, वरडत व्हती.

"अवं सोडा माय. मी तुमच्या पाया पडते. आता इच्यासंगंबी असा आगाऊपणा सोबते तरी का तुम्हाले?" ती पुन्हा त्याच्या अंगाले झोंबली. तसा त्यानं तिच्या होपकाडात बुक्का हाणला. ती वरडली अन् तिचा तोल गेला. तव्हाच सोबा त्याचा हात तोंडात धरून कडकड डसली. त्याचा हात सुटला.

अन् ती त्या खोलीतून बाहीर पडली. तिच्या सासऱ्याला काय करावं ते सुसलं नाही. त्यानं देवळीतला पेटता दिवा उचलला अन् तसाच तिच्या अंगावर फेकला.

तो तिच्या पायावर लागला अन् पटकन भोईवर पडला. दिवा भोईवर सांडला. पण त्याची जळती वात तिच्या लुगड्याच्या घोळात येऊन उडाली अन् भडभड तिच्या लुगड्यानं पेट घेतला. ती मोठ्यानं चिरकली अन् चिरकतच रस्त्यावर आली, तव्हा भवताल जमा झालेल्या लोकाह्यनं तिले इझवलं व्हतं.

गडी गावाकडं गेल्यावर आनसानं तिले खोदू खोदू इचार्लं तव्हा तिनं ही भानगड सांगतली.

इतक्या दिसांतला मनातला सल असा बाहीर पडल्याच्यानं, तिचं मन रुवावाणी हलकं हलकं झालं, पण आनसाचं मन...?

आला पोळा अन् पाणी झाला भोळा. पोळा झाला की, पाण्याचा जोर कमी व्हते. पण जसजसा पोळा जवडे येते, तसतसा मानसाह्यले जोर येते.

पोळ्याच्या अदुगर कमीजास्त पंधरादी-तीन वारानं ज्यो त्यो आपापल्या कामाले लागते.

बैलं राखणारे बैलकी, ढोरं राखणारे ढोरकी पळसाच्या झुडपाह्यचा झाडा घेतात. लवू लवू त्याचे समदे देठवे पाहतात. पोळ्याच्या अदुगरल्या दिशी मनजे खांदे मळणीच्या दिशी, बैलाह्यचे खांदे मळायसाठी पळसाच्या पाचा पानाच्या देठव्याचा मान असते. एऱ्ही पळसाचे देठवे तीन तीन पानांचे असतात, पण सरावणात मातर पाचा पानांचे देठवे बी सापडतात. जव्हरक देठवा सापडत नाही, तव्हरक देठवे पहायचं हे काम सुरूच राहाते. ज्याले दिसला त्यो दुसऱ्याले सांगत नाही, ते झुडूप ध्यानात ठेवते. असे समदेच ढोरकी, बैलकी आपापले झुडपं ध्यानात ठेवतात अन् खांदे मळणीच्या दिशी देठवे तोडून आणतात. त्या दिशी लय जणाची मजा व्हते. एकच झुडूप दोघाचौघ्यानं पाहून ठेवलेलं असलं की, ज्यो समद्याह्यच्या अदुगर जाते, देठवे तोडून आणते. मंग बाकीचे जातात अन् थोबाडीत मारल्यावाणी एव्हडुक्सं तोंड करून कलून येतात. कव्हा कव्हा एका झुडपाजव्हडे दोघंचौघं एकदमच जातात अन् मंग देठव्यासाटी किरकीर व्हते, कव्हा कव्हा झोंबाझोंबीबी व्हते.

बैलाह्यच्या साजातबी लय राती गमावल्या जातात. मव्हर्के, मथाट्या, येसणी, सुताचे गोंडे, तागाचे गोंडे, सुताचे कासरे, तागाचे कासरे असा साज करायसाटी सुताच्या, तागाच्या बारीक दोऱ्या गडीमाणसं रातदिवस वळत बसतात. बारीक दोऱ्या वळल्या की, त्या पाण्यात भिजवून धुवायच्या. त्याह्यले घरघुसणी देयाची. घरघुसणी मनजे, वल्ल्या केलेल्या दोरीवर दुसरी दोरी गुंडाळून ती दोनदा-तीनदा वढायची. त्यानं दोरी चोपडी व्हतं. मंग दोरी वाळू घालायची. अशा मथाट्याच्या, येसणीच्या, मव्हर्क्यांच्या, गोंड्याच्या, कासऱ्याच्या दोऱ्या तयार करायच्या. पर्तेकाले कमी-जास्ती दोरी लागते, ती पायावर मोजून घेयाची. अशा दोऱ्या वाळल्या की, त्याह्यले रंगात भिजवून दुम्हारं वाळू घालतात. सुताचे गोंडे, मथाट्या करायच्या मनलं की, आयतंच रंगीत सूत मिळते, पण ज्याह्यची असं सूत घेयाची ऐपत नसली ते तागाचेच गोंडे, मथाट्या, मव्हरके करतात. ताग रंगवतात. हिरव्या, लाल, केशरी, पिवळ्या रंगांत. या रंगानं गडी माणसाह्यचे हात रंगीत व्हतात. आठआठ दिवस त्याह्यच्या हाताचा रंग निघत नाही.

याच्यामव्हरचं काम मातर जरा अवघड असते. ते समद्याह्यलेच जमत नाही. मथाट्या मव्हर्क्याच्या घोण्या, मनजे गाठी घेणं अवघड असते. ते एवढ्या मोठ्या गावात दहापाच मानसाह्यलेच जमते, ज्याह्यले जमते, त्याह्यले लयच मान चहडते.

गरज असणारे कंदील, बॅटऱ्या घेऊन त्याच्या घराभवताल चकरा मारतात. ते 'हो हो' मनतात पण त्याह्यचा नंबर लवकर लागत नाही. त्यात घोणे घेणाराचा बी दोस नसते. कोणाले नाही मनावं, कोणाले हो मनावं. त्याह्यचा हात तसा दिवसरात मुका रहात नाही. ज्याचं काम असंल त्याच्या घरी चहा, बिड्या पीत पीत घोणे घेतानी, कव्हा कव्हा सुक्काची चांदणी बी निघते.

असं हे काम पोळ्याचा दिवस निघेस्तोर चालूच राहते. तव्हरक समद्याह्यचे कामं आटपून येतात. या घोणे घेणाराह्यले कशाचीच अपेक्षा नसते. व्हनेर हाये मनून ते बिचारे कामं करतात.

मिशनीवाल्याह्यची रातदिवस कपडे शिवताशिवता कंबर सरकी व्हत नाही. त्याच्या बायकोचे बोटं आंगड्या-कुडत्याह्यचे, झग्या-झंपराह्यचे काजघरं शिवूशिवू फुटतात. पोळ्याच्या दिशी बैलं तोरणाखाली जावंस्तोर त्याच्या जिवाले चैन नसते.

पोळ्याच्या दिशी कुंभार घरोघरी मातीचे बैलं करून वाटते. समद्या गावाले बैलं पुरवावे लागतात मनून कुंभार, कुंभारीन, त्याह्यचे लेकरं पंधरा दिसापसून हात चिखलात घालून बसतात.

एक्सर पोळ्याच्या सणाले घरोघर मोळी टाकते. चार चार काड्या बाहांदून त्यो मोळ्या तयार करते. मोळ्यासाटी काड्या जमा करता करता त्याच्या, त्याच्या बायकोच्या टकुरीले कातडे राहात नाही, हे इंधन जमा केलं की, त्याचे हात हात पेडरं करायचे, ते बांधायचे. अशा लहानलहान मोळ्यांच्या ढीग त्याच्या झोपड्याच्या आड्याले टेकते.

एक्सर या बदल्यात दुसऱ्या दिशी घरोघरच्या पोळ्या, भात जमा करतात. त्यानं त्याच्या टोपल्याले शिगा येतात. मंग आठ-पंधरा दिवस पोळ्या उकडून खाता खाता त्याच्या नाकात बसतात.

अशा धामधुमीत पोळ्याचा सण येयाचा.

त्या दिशी झाकतच गडीमाणसं, बाया उठतात. गडी बैलं-ढोरं सोडतात. शेणं फेकतात. बैलं घेऊन वावरात चाराय नेतात. संगं बैलाच्या शिंगाले लावायचा हिंगोळ, बगेडाच्या रंगीबेरंगी पट्ट्या, नव्या रंगवलेल्या एसनी. अंगावर हाताचे ठसे उमटवायसाठी हिंगोळ नेतात, बैलं जमले की, मेस्काईच्या डव्हावर बैलं चकचक धुतात, बैलं खोल खोल पाण्यात धरून आसाडतात. दुपारच्या अदुगर बैलं घरी आणतात, साज चढवतात अन् तोरणाखाली नेतात.

काही गडीमानसं, ज्याह्यच्या कामावर गडी नसला ते घरमालक झाकत उठून, कुऱ्हाडी घेऊन रानात जातात. पाहून ठिवलेल्या पळसाच्या मेडी आणतात. मेडी मनजे पळसाचे फोक. ह्या मेडी दरवाज्याच्या बाजूनं ठेवतात, देवाच्या दारीबी टाकतात, उकंड्यावरबी नेऊन रवतात टाकतात. एखांदी मोठी मेड तोडून ती

जेवारीच्या खळ्यासाटी जाबीद करून ठेवतात.

मेडी आणणारासंगं उठलेल्या बाया, चुल्ही पेटवून पुरणाचे आधणं टाकतात. घरातले चिल्लेपिल्ले उठायच्या आत बाया शेणानं दाराचे कोलवे बिरवडून घेतात. शेणाचे हात धुवून त्या कोलव्याह्यवर हळदीकुखाचे पंजे उमटवतात. घराची झाडझूड, सारवण, पोतरन व्हवस्तोर दिवस निघते. मंग त्या तोंडाले पाणी लावतात. एकली-दुकली बाई असली त पोळ्याच्या दिशी बूड टेकवायले तिले फुरसत भेटत नाही. पारगाच्या येळलोकं तिले भात, भाजी, पुरण अमूकढमूक पुरते. तोरणाखालून बैलं यायच्या अदुगर बैलाह्यले लावायचे निवद झालेच पाह्यजे. समद्या गावचे बैलं निवद खायासाठी येतात. त्याह्यले निवद चारता चारता दिस बुडते. मंग पोळ्याच्या सयपाकाले भिडा लागते. मानसाह्यचे, लेकराह्यचे जेवणं, मंधातच गावातले पाया पडाय आलेले माणसं, लेकरं याच्यातच तिले झोपायची येळ व्हते. दिसभराचं समदं अंग आंबल्यानं ती चार घास पोटात घालते अन् खरकटे भांडे जमा करून आडवी पडते.

पोळ्याचे मानटान याच्यासाठी गावात अदुगरपसून कुरकुर असते. मान भेटला नाही की, जुना मानकरी फुटून दुसऱ्या खुटणाच्या तोरणाखाली जाते. कव्हा-बव्हा त मानासाठी टकुरे फोडाफोडी व्हते. असं असलं की, पोळा सरंस्तोर समद्याह्यच्या मनात धकधुकी असते. कव्हा काय व्हईल याचा नेम नसते.

औंदाचा पोळा आला अन् गेला, पण न्यानबाले मातर कळलाच नाही. राघोनं आंधील्ल्या दिशीच त्याचं गोऱ्हं नेलं व्हतं, त्याच्यानं न्यानबाले तोरणाखाली जायाचं काम बी पडलं नाही.

पोळ्याच्या दिशी तोरणाखाली न जाणारा समद्या गावात न्यानबाच बिचारा एकटा कास्तकार असंल!

न्यानबा पळ्हाटीत हिंडून पहात व्हता. टोंगळामांडं, टोंगळामांड पळ्हाटी वाहाडली व्हती. निऱ्हा हिरवीगदाड पडली व्हती. या रानात पळ्हाटी अशी वाढंल असं त्याले कव्हाच वाटलं नव्हतं, मनूनच त्यानं सावा– मनजे दोन फट्यातलं अंतर कमी, साडेतीन फूट ठेवला व्हता. बरं, लयशिक खतापाण्याचाबी जोर नव्हता. शंकर पाटलाच्या घरचं आणलेलं चार पोते खत दोनदा देलं. चारपाच खेप फवारणी केली. मांघल्ल्या दोन-तीन फवारण्या त फुकटतच झाल्यावाणी झाल्या. रखमीनं डबे आणून देले की न्यानबा शंकर पाटलाले वापस देये, पण शंकर पाटलानं घेतले नाही, उलट त्याह्यचे पैसे मातर देले. हे समदं उलटंच वाटलं न्यानबाले, पण मव्हरं एका दिशी पाळत राखून शंकर पाटलानं रखमीले पकडलं. ती त्याह्यच्या दारून

धुण्याचं टोपलं घेऊन इठ्ठल काळ्याच्या घराकडं चालली व्हती. बैठकीत पाटील बसले व्हते. त्याह्यनं तिले बलावलं, "इकडी कुठीसा चालली धुयाले?" त्याह्यनं इचार्लं तव्हा तिची बोबडी वळली. तिले काही बोलताच आलं नाही.

पाटलाने तिले टोपल्यातलं धुणं उचलाय सांगतलं. तिचे हात चाचरले. पाटलानं दटावलं. तव्हा तिनं धुणं उचललं. बुडात एन्डोसल्फानचा डबा व्हता.

"हे बी धुयाले चालवलं का?" त्याह्यनं डोळे वटारून इचार्लं.

ती लडली. त्याह्यच्या पाया पडली. "चुकली, पदरात घ्या," मनली.

पाटलानं तिच्या घरचे आवषिदाचे डबे गड्याहाती आणाय लावले. पंधरा डब्बे व्हते, तीन-चार खताचे पोते व्हते, संद्याकाळी पाटलानं तिच्या भायाले, नवऱ्याले, तिले बलावून घेतलं अन् तिच्याच तोंडानं खरं-खोटं करून घेतलं. दुसऱ्या दिसपसून तिच्या भायाले कामाऊन बसवलं.

त्याह्यच्या भानगडी झाल्यावर, रखमीनं एका दिशी लावणावर आनसासंगं भांडण उकरून काहाडलं. तिनं लय लय सेवा देल्या आनसाले.

न्यानबाले बी वाटलं आपलं चुकलं. आपल्याले आवषिद घेयाचं नव्हतं त 'नाही' मनावं व्हतं, पण नाहाक आपण पाटलाले सांगतलं. पाटलाचं अन् आपलं लय बनते मनून आपल्याले ती गोष्ट सहन झाली नाही.

पण तिच्याजवडून घेतलेल्या आवषिदाचा फायदा तरी काय झाला? ते हरामाचं आवषिद फवारल्यानं पळ्हाटी निसती एरंडावाणीच वाहाडली. तिले फूलपात्याचा पत्ता नव्हता. त्या डब्यात काय व्हतं अन् काय नव्हतं देव जाणे! का झाडं एरंडावाणी वाहाडायचंच आवषिद व्हतं ते?

न्यानबानं गावातल्या दहापाच झणाह्यच्या पळ्हाट्या पाह्यल्या व्हत्या. त्याह्यच्या झडाह्यले लदबद पाते व्हते, फुलं व्हते. न्यानबानं सोताहाची समदी पळ्हाटी पालथी घातली त दहापाच झाडाह्यले अवचट एखादं-दोन पातं दिसलं. चोरीचं आवषिद फवरल्याच्या पापाचंच हे फळ, असंबी न्यानबाले वाटलं.

आनसाले बी त्यानं ही गोष्ट सांगतली. तव्हा तिनं एका दिशी मुद्दाम जाऊन पळ्हाटी पाह्यली. न्यानबा मने ते खरं व्हतं, पण त्याले धीरूसा देयाचा मनून ती मनली, "फुटंल, आताच का येळ गेली का? फुटंल, आमाक्सा उशीर लागंल!"

पण त्यानं त्याचं समाधान झालंच नाही. त्यानं शंकर पाटलासगट पाच-सहा झणाह्यले ही गोष्ट इचार्ली. ते बी आनसावाणीच मनत.

मंग त्यानं बी आठदहा दिवस वाट पाह्यली, पण लयशिक फरक पडला नाही.

त्याचा जीव आता झुरणी लागला. इतला मोठा जिवाचा वरचा आटापिटा केला, पैशापरी पैसा लावला अन् आता जर पळ्हाटीले मालच लागला नाही त नाही कोल्ड्या इहीरीत जाऊन जीव द्या लागत? जर तसं जर झालं, त काहानं बुवाचे

पैसे फेडावं? कसं वावर सोडवून घेवावं?

कशात काय चुंकलं मनून असं झालं, ते इचारायसाटी आखरी त्यो अनसिंगले त्या बेनारच्या सायबाकडं गेला. पण त्यो सायेब चार-सहा दिसाची सुटी काहाडून त्याच्या गावाकडं गेला व्हता.

न्यानबा एव्हडुक्सं तोंड करून घराकडं आला.

सोबा पंधरादी-तीनवार घराच्या बाहीर निघाली नाही. परसाकडं जायाचं असंल त ती पाह्यटं झाकतच जाऊन येये अन् संध्याकाळी झाक पडल्यावर जाये. बायामाणसात मिसळायचं तिले भेवच वाटू लागलं. एऱ्ही घरी बी एखांदी बाई आली की, अदुगरच तिचा जीव धडधड करे. तरी चौघी-पाचझणी काहाचं ना काहाचं निमित्त करून घरी आल्याच, अन् आनसा असली त आनसाले, आनसा नसली त सोबाले तिची काय भानगड झाली ते इचारू लागल्या. असं कोणी आलं की, सोबा चोरावाणी खाली मान घाले त ते माणूस गेल्यावरच वऱ्ही काहाडे.

कितीकय नाही नाही मनलं तरी, लोकाह्यले इकडून तिकडून कळतेच. भलय सोबानं अन् आनसानं काही नाही सांगतलं तरी बी, कानोकानी सोबाच्या वांध्याची गोष्ट समद्या गावात झालीच व्हती.

अदुगर अदुगर मनजे सोबाच्या घरचा गडी येयाच्या आंधी, त्या दोघा नवरा-बायकोले बी बाहीर तोंड काहाडायची लाज वाटत जाये, पण त्या गड्यानं तशी भानगड सांगतली अन् त्याह्यच्या जिवाले बरं वाटलं. बरं याचंच की, इव्हाई जरी काही मनत असलं तरी, आपली पोरगी तशी नाही; उलट त्याले शेण खाऊ देलं नाही मनून त्यानं तिची बदनामी केली, हे न सांगता बी सोबाच्या गावच्या समद्या लोकाह्यले माहीत व्हतं.

ही गोष्ट कळायच्या अदुगर जी सोबाची त्या दोघायले फिकीर वाटे तितकी आता वाटत नाही. तसं सोबाच्याबी वागण्यात फरक पडला. ती घरात कामधंदा करू लागली, बाहीरबी हिंडू-फिरू लागली. पह्यल्यासारकी पायात मुंडकं घालून एकसारकी डोळे गाळत बसत नव्हती, मनूनच आनसा तिले एकलीलेच घरी ठेवून आता वावरात जाऊ लागली.

तरीबी सोबा घरी एकलीच असली की, ती येऊनजाऊन इचारच करायची, इचार फक्त नवऱ्याचा. त्याचा या भानगडीत काहीच दोस नव्हता. उलट तिनं मनलं मनून त्यानं बापासंगं भांडणबी केलं व्हतं. बापानं घरातून काहाडून देल्यावर त्यो तिलेबी 'चाल' मने, पण तीच गेली नाही. त्यात त्याची काय चूक?

एऱ्ही त्याचा तिच्यावर लय जीव व्हता. त्यो शब्दानंबी कव्हा तिले दुखवेना,

का कव्हा त्यानं तिच्यावर डोळा वासला नाही. तीबी त्याले जीव लावू लागली. सासऱ्यानं अदुगर अदुगर जे ढंगडे केले ते तिनं त्याले वाईट वाटंल मनूनच सांगतले नाही; पण सासरा जव्हा जास्तीचाच तरास देऊ लागला, तव्हा मातर तिले दमच निघला नाही.

त्याच्या परी त्यानं करायचं ते केलं. तिलेच त्यानं मनलं तसं करता आलं नाही. त्याच्या उप्पर यंधवापस्तोर तिची नवऱ्यासंगं गाठभेट झाली नाही, का त्याचा निरोपबी नाही. तिले मनातून वाटे, त्यो एखांद्या दिशी तरी तिले भेटायले येईल, तिचे संगं चाल मनेल. नाही त नाही भेटाय येणं, कमीत कमी त्याचा काही निरोप तरी येईल.

पण हिंगं मह्यना उलटून गेला तरी त्याचा पत्ता नाही, का त्याचा कोणाजवडे निरोप नाही.

त्यो आपल्यावर रागं भरला असंल का? मनून त त्यो आला नसंल? मनून त त्यानं निरोप देला नसंल? या इचारानं तिच्या डोळ्यांत पाणी येत जाये.

उठल्याबसल्या तिच्या मनात नवऱ्याचेच इचार येत असत.

कालबी तसंच झालं. आनसा पाह्यटं वावरात गेली, त जाता जाता सोबाले मनली, "जराक्सं चूण दळून ठेव. त्या मडक्यात तुरीचा कणेर ठेवलेला हाये."

मनून दुपारा जातं झाडून ती दळाय बसली. जात्यात वरनं टाकून जातं सुरू केलं तशी तिच्या व्हटावर ववी आली –

जात्यावर बसली, हात जोडते सुर्व्याले
कपाळीचं कुखू देवा, जाऊ दे सेल्याले.

एक ववी झाली की तिच्या मांघं दुसरी, तिसरी...

लेकीचा जलम जसा, गवाराचा वाफा
मायहरणे, माहे मया लावून काय नफा?

भासीसाटी मरमर करणारा वव्यातला मामा. त्याचं भूषण तिच्या व्हटातून बाहीर पडलं –

मापलं मायकुळ, कोन पुसता झाला?
राजेगावचा किल्ला, चाल दावतो तुला.

ववीतल्या मामाचा वाडा किल्ल्यासराका, त त्यो मामाबी तसाच असंल! अन् आपला मामा? केवढं भासीचं बरं केलं त्यानं? तिले वव्या मनता मनता त्या दिसची आठवण आली. पर्कास पोऱ्हायसंगं 'मामाच्या गावाले जाऊया' असं गाणं मनत व्हता त मायनं किती मारलं त्याले! तिच्या अंगावर काटा आला. खरं हाये मायचं मारणं. काय वाटावं अशा भावाले? अशा मामाले?...

भरतार पुसते, कुठी गेली राईरंभा?

तिच्या पदराले लोंगा, झाला इड्याले खोळंबा.

या ववीसंगंच तिले नवऱ्याची आठवण झाली. त्याच्याबरोबर मांघल्ल्या समद्या गोष्टी बी आठवू लागल्या. ती आता आठवणीच्या वव्या मनू लागली –

भरताराची खूण, वाजवे गंगाळाची कडी
मांघे टावलाची धडी.
भरताराची खूण, पाहे खांबाच्या आडून
मांघे सुपारी फोडून.

अशा किती किती आठवणी. काही-बाही मांघायच्या, कव्हा-बव्हा घरात माणूस-काणूस नसलं की... जातं वहडता वहडता तिचे डोळे लागले, समद्या अंगात सुरसुरी आली...

उसळणं घालते, रईच्या माथं लोणी
गवळणीची भर जानी...

तिनं छातीकडं पाह्यलं. समदा पदर खाली लोंबला व्हता. झंपराबाहीर पडलेला गोरापान गळा अन्... तिची तिलेच लाज वाटली. एखांद्या बारीनं त्याच्या खडगुळपणामुळं ती दाटूनच सासूचा पदर सोडेना, जिथिसा सासू गेली तिथिसा जाये. ते पाहून त्याचा जीव कचकच तुटे. त्याले तिचा राग येये. एखांद्या बारीनं ते दोघं घरात असले की मंग, त्यो तिले बोलायचा नाही. तिच्या दूरदूर राहयचा. तवा मंग ती त्याची समजूत घालायची –

भरतार रुसले, समजावू कोण्यापरी
समजाऊ कोण्यापरी, इडा घ्यावा राजेसरी.

तरी त्याची समजूत पटेना. असं करता करता –

भरतार रुसले, समजावू कोण्यापरी
समजावू कोण्यापरी, चंद्र आला माथ्यावरी.

त्याची समजूत पटायची अन् मंग त्यो पिसाळल्यावाणी तिच्यावर झडप घालायचा. आजूक एकदा जातं वहडता वहडता तिच्या अंगभर सरसरून आलं. तिनं दाताखाली पक्का व्हट दाबला अन् दोही हातानं पक्का खुटा धरला.

आता अशीच दुधावरची तहान तिले ताकावर भागवायची पाळी आली. आता काय राह्यलं त्यातलं? मायबाप मनतात की, त्याच्यासंगं पाठवण्यापरनीस एखांद्या इहीरीत लोटून देऊ. सांगणारे लोकंबी त्याह्यले सुसू देत नाहीत. घडीत मनतात, खाणावणीत दावा टाका, नाही त फारकती घ्या.

सोबाले मातर फारकती घेयाचा, खाणावणीचा दावा टाकायचा मनलं की, कसं काजून व्हते. मायबापानं पाठवलं त आजूक बी तिचा इचार नवऱ्यासंगंच जायाचा हाये, पण कसा? सासऱ्याच्या घरात नाही, त अलग राह्याचा. असं

कोणाजवडं मनायची तिची हिंमत नव्हती. मायबापाच्या मेळ्यात असूनबी ती जशी एकली एकली व्हती.

माळ्याच्या मळ्यामंधी, माळीन एकली
जाईच्या फुलाह्यची, चंचली गुफली
काऊन? त...
गावा गेला कोण्या, माह्या मोरणीचा दांडा?
ऊन लागे गोऱ्या तोंडा

कोण्या गावाले गेला असंल तिच्या मोरणीचा दांडा? तिले त्यानं इथिसा जातो का तिथिसा जातो मनून सांगतलं नाही. तसं सांगायले त्याले फुरसतबी भेटली नाही ना? ह्या भानगडी त्याले माहीत झाल्या नसतील का? मंग भेटीले काऊन आला नसंल? त्याले बी आपला पोटातून राग आला का? त्यो बी परका झाला का? खरंच आपल्याले टाकून देते का! मंग याचं कसं? तिनं पोटाऊन हात फिरवला. दोन मह्यने झाले, तिले इटाळ आला नाव्हता.

माळ्यानं केला मळा, टाकून गेला कोण्या देसा?
त्याच्या दिसामासा, लिंबोणी आली रसा.

ही ववी मनली अन् तिचा ऊर भरून आला. डोळ्यांत टचटच पाणी आलं. गळ्यातून हुंदका बाहीर आला. जातं वढायची बी तिच्या जशी ताकद राह्यली नाही. वरनं टाकायचं बी ती इसरली.

किती दिवस... किती दिवस चालंल आसा ह्यो वनवास? तिनं खुट्यावर मान टाकली अन् हुंदके देत देत मनली,

बारा वरसं झाले, माळी बोलंना माळणीले
असून दांडावर तुळस, पाणी चाललं केळीले...

आनसा धुणं धुयासाटी लवणावर चालली व्हती. ती चार पावलं टाकून मव्हरं आली का नाही, त एक मथारा तिच्याच घराकडं कलला. त्याले पाहून आनसाच्या कपाळावर अढी पडली. तिच्या माहेरचा जान्या मांग व्हता त्यो. काही अवघड निरोप घेऊन आला काय? नाही मनलं तरी तिले जराक्शी काळजीच वाटली.

"खुशाल माय?" जान्या जवळे येऊन इचारू लागला.

"हो, हाओ खुशाल! तू कसा आला?" तिनं पुसलं.

"एऱ्ही आलो माय, तसं अवघड काही नाही. जान्या हसला. "वाडीले आलो व्हतो पोरीच्या भेटीले. यंधवा गावाकडं धकलो. मनलं, जावावं भेटून बाईले."

आनसानं मांघं कलून धुण्याचं टोपलं वट्यावर ठेवलं. दरुजा उघडून त्याले

“घरात ये,” मनत आपण घरात गेली.

जान्या घरात आला. दाराच्या फळीजवडे बसला. आनसानं त्याले टकऱ्या तांब्यात पाणी देलं. दारी वट्यावर येऊन एक हात तोंडाले लावून, दुसऱ्या हातानं तांब्यातलं पाणी वतून पाणी पेलं. अर्ध खालीच सांडू लागलं.

“देऊ आजूक?” आनसानं दारात येऊन इचार्लं. त्यो मान हलवून “नाही,” मनला.

तांब्या उबडा घालून, धोतराच्या सोग्याले हात-तोंड पुसत त्यो बोलला, “तसं रावसाहेब मनत, बाईले, भेटून ये.”

“बाई मेली का जिती हाये ते पहाय मनला असंल? गेल्यावर सांग, तुझ्या आसिरवादानं आजूक जित्तीच हाये मनावं, नाही मेली आजूक.” आनसा कडूइक तोंड करून मनली. तिचं बोलणं जान्याले समजलं नाही. त्यो तोंड वासून आनसाच्या तोंडाकडं निसता पाह्यतच राह्यला.

“काऊन मनता बापा असं?” त्यानं इचार्लं. पण आनसानं काही सांगतलं नाही. त्याले बी दुम्हाऱ्या इचारायची हिंमत झाली नाही.

तव्हाच सोबा पाण्याची खेप घेऊन आली. ती त्या मथाऱ्याकडं पहात व्हती. त्यो तिच्या वळखीचा नव्हता. असा कोणी नवाडा बुवा घरी आला-गेला की सोबाले वाटायचं, तिच्या नवऱ्याचा निरोपच आला असंल. तसं तिनं आनसाले इचार्लं नाही.

“चहा कर कपभर.” आनसा मनली. तशी ती मुकाट्यानं चहा कराय बसली.

चहा करता करता ती त्याह्यच्या गोष्टी सांगू लागली. त्यो मामाच्या गावचा हाये हे लवकरच तिच्या ध्यागात आलं.

जान्या सांगत व्हता, “रावसायेब मांघल्या बेस्तरवारी ठेल्यात बसता बसता पडले. त्याह्यचं डाव्या मांडीचं हाड मोडलं. एऱ्हीच अकोल्याले चालले व्हते. त्या टरकवाल्यानं मंग त्याह्यले दवायखन्यात भरती केलं.”

“मरत त नाही ना किडे पडून!” मांघच्यावाणीच आनसानं वाकडं तोंड केलं.

“काऊन माय मंघापसून असं वक्टंसक्टं बोलायल्या?” त्यानं काकुळत्या येऊन इचार्लं.

“आनसानं त्याले थोडक्यात सांगतलं, तव्हा त्यानं तोंडात बोटच घातलं.

“रावसायेब असं करतील असं वाटत नाही मले!”

“मंग तुह्या रावसायबावर मी तूफान घेयाली असंच मन नं?” आनसानं जरा दिमाखातच इचार्लं.

“नाही माय... नाही,” मनत दोन्ही गालांत त्यानं फडंफडं हाणून घेतलं, “सक्या बह्यनीसंगं मी मनलो इतला निकरटपणा करावं नव्हता त्याह्यनं बी!”

“काहाची बहीण अन् काहाचा मेव्हणा रे? त्यो आता लय धकंड झाला,

त्याच्या डोळ्यांवर इस्टानीचं मांदं चहडलं, त्याच्यानं त्याले आपलं-परकं दिसत नाही. कोणाचं खावावं, कोणाचं नाही ते सुसत नाही. लहान असो का मोठा असो, शेणाचा पव्हटा दिसला की धडक मारते.''

''माय, किती वक्टंसक्टं बोलता हे?''

''बोलू नको त काय करू? माझ्या काळजात कसं जळजळ करते, ते तुले कसं समजल?''

''खरं हाये तुमचं!''

सोबानं टकऱ्या वाटीत त्याले चहा देला. चहा पिऊन त्यो उठला. तशी आनसा मनली, ''तसा उपाशी जाऊ नको, माही पोरगी दोन भाकरी टाकून देते तुले! गरम गरम भाकर खाय अन् मंग जाय.''

पण जान्या ''नाही'' मनला. ''पोरीच्या घरून जेऊन निघलो,'' मनला. संगं घेतलेली भाकरबी त्यानं दाखवली.

''काय सांगू मंग रावसायबाले?'' धकता धकता त्यानं इचार्लं.

''काय सांगतं? सांग. मनावं तुह्याअदुगर मी मेली त गेली, पण जर तू माह्याआंधी मेला त तुह्या राखंले हात लावायले पण मी येणार नाही.''

''नका माय तसं मनू.''

''काऊन नको मनू? सक्का भाऊ झाला मंग काय झालं? त्यानं माह्या सवसराची समदी राख केली ते?''

''बरं जातो,'' मनत जान्यानंच आखडतं घेतलं. आपण बोललं त आजूक लांबण लागते याइचारानं त्यो धकला.

अन् त्यो गेल्यावर मंग आनसा धुणं घेऊन निघाली.

न्यानबाचं मांघल्लं गळ्याचं दुखणं दुम्हारं उचमळलं. या बारीनंबी मांघल्ल्यावाणी तरास झाला. आवाजबी बसला. शामाडाक्तरजवडून माघल्ल्यावाणीच इंजेक्शन, गोळ्या घेतल्या पण या बारीनं आराम पडला नाही.

डावी गळसूटी फुगल्यावाणी झाली. साजरी सुपारीवाणी गाठ हाताले लागत व्हती. शामा डाक्टर मने, ''टान्सील हाये, ऑपरेशन करा लागते.'' न्यानबाले आपरेशनचं त भेव वाटते. तसंच दबायचे काही गावरानी आवषिदं भेटतात का ते त्यानं पाह्यलं. चार-दोन वैदाह्यले दावलं. कोणी मने, उबडं खांडूक हाये, कोणी मने मुकं खांडूक हाये, कोणी रानमिरचीचा कंद गोमितरात उगाळून त्याचा टिकला लावा मने, त कोणी आजूक कशाला लेप द्या मने. ज्यानं जे सांगतलं ते न्यानबानं करून पाह्यलं पण तिथभराचा फरक पडला नाही. ती गाठ आदिकीची वाहाडू लागली.

“देवागिवाचं त नसंल? सकोण पहा.” आनसाले इहीरीवर बाया मनल्या.

आनसानं संद्याकाळी तसंच केलं. सकाराम उजाड्याले बलवलं. त्यानं रावीवर पाण्याचं भरणं ठेवून सकोण पाह्यला. आसरा निघाल्या. आनसानं मागून घेतलं. सोबा आसराच्या बारवत पडली तव्हाच तिच्यासाटी आनसानं नवस कबूल केला व्हता, पण तिचा इतके दिवस हातच पव्हचला नाही. आनसाचं मन व्हतं, मव्हल्र्या वरसी आखाडीले नवस फेडावं; पण आनसालेच दम पडला नाही.

दुसऱ्या दिशीच तिनं नवस फेडला.

त्याच्याउप्पर चार-पाच दिवस झाले तरी काही फरक दिसेना, आता काय करावं?

पाह्यटंच जंगममहाराज अल्लक मांघायले आले. त्याह्यनं दर्शन घेऊन, आनसानं महाराजाले इचार्लं, “महाराज, आमच्या मालकांच्या पायी धनीगिनी त काही नाही ना?”

महाराजानं डोळे मिटले. व्हटातल्या व्हटात पुटपुट केलं अन् मनला, “हाये.”

आनसानं टक लावून पाह्यलं.

“पायातला हाये, पायातल मनलं की, लयच खराब असते. त्याची शांती करा.”

“कशी करू?”

“सत्यनारायण वाचा, मारोतीले अभिषेक करा.”

सत्यनारायण अन् अभिषेकाचीबी आनसाची ऐपत नव्हती, तरी कसाबी गरिबीचा अभिषेक केला अन् सत्यनारायण वाचला. त्यानं तिचा जीव बिनघोर झाला; पण या गोष्टीनं बी देवानं डोळे उघडलेच नाही.

यानं नाही जमलं मनून गंडे, दोरे, भारलेलं पाणी हे बी केलं पण काही नाही.

ती गाठ आता साजरी लिंबाएवढी मोठी दिसत व्हती.

ज्यो त्यो पाहे, आपापल्या परीनं उपाय सांगे. “दवाखान्यात जा,” असं कोणं मनलं की, दहाझण त्याले खोडायचे. मनायचे, “अबे, त दवाखाण्याचं दुखच नाही ते. गावरानी झाडपाल्याच्या आवषिदानंच त्याचं काही कमीजास्त व्हईल त व्हईल. नाही त, दवाखान्यात मनसाल त डाक्टरलोकं पाचपन्नासानं बुडवतील अन् झालं...”

न्यानबाले बी ते खरं वाटे. आजूक दवाखान्यात जातो मनलं त, नाहाक पाचपन्नास रुपये आटतात. त्याच्यापरीस राहे ना असंच्या असं, फुटंल चारपाच दिसानं आपणमोत्या!

“येळेगावले एक चंभार हाये. खांडूक आहे का वळ हाये त्याची त्यो परीक्षा करते. हे खांडूक असतं, त इतल्या दिसातच पिकलं असतं, पण ह्यो वळ असावं, तव्हाच त त्याचं काहीच व्हयेना.”

न्यानबा एका दिशी तिथीसाबी गेला. चंभार घरीच व्हता, मथारा व्हता. त त्यो मने, "म्या या समद्या गोष्टीवर पाणी सोडलं."

आखरीले न्यानबा वाशिमले दवाखान्यात गेला. डाक्तरनं तपासलं. सांगतलं, "काहीच नाहीं." दवापाणी बी काही देलं नाही. मनला, "लवकरात लवकर अकोल्याला जा."

न्यानबाले समजेना, डाक्तर असा काऊन मनते? त्यानं खोदूखोदू इचारलं, तव्हा डाक्तर मनला, "ही गाठ कॅन्सरची असावी असा मला संशय आहे." ते एकून न्यानबाचा जीव लक्कन हलला. नाही मनलं तरी, डाक्तरच्या बोलण्याची धसकी त्याच्या मनात बसली.

त्यो घरी वापस आला. त्यानं आनसाले एकलीले बगलंनं घेऊन सांगतलं. तिनं उरावर हाणून घेतलं.

"हेट्, डाक्तर काहीबी मनते, तुम्ही का बिडीकाडी वहडता, तमाखू खाता, का कव्हा दारूगिरू पेता! सुपारीचं खंड खायाचा त तुम्हाले कटाळा येते. मंग कॅन्सर व्हईलच कसा तुम्हाले? डाक्तरच पिसा हाये. खांडकालेच कॅन्सरची गाठ मनते." बोलता बोलताच आनसाच्या डोळ्यांत खळखळ पाणी आलं.

न्यानबा उदासवाणी हसला. मनला, "पूस डोळे. कॅन्सर नसला, तर देवच आपल्या पाठीमाघं हाये मनावं अन् असलाच त..." त्यो काही बोलायच्या आत तिनं त्याच्या तोंडावर हात ठेवला. हुंदके देत मनली, "नाही, कॅन्सर नाहीच तुम्हाले! तुम्हाले कॅन्सर व्हयाले आपण का कोणाचं बरंवाईट चितलं? का काही पाप केलं? मी मनतो तुम्हाले कॅन्सर व्हईलच कसा?"

न्यानबानं तिच्या पाठीऊन हात फिरवला, "अकोल्याले गेल्यावर समजंल, खरंखोटं काय ते? तव्हरक... तू हिंमत सोडू नकोस. माहा तुले अन् तुहा मलेच आधार हाये आता. लेकराह्यमव्हरं ही गोष्ट काहाडू नको. सोबाले तिचंच दुख लय भारी झालं, त्यात हे मनलं त..." बोलता बोलता त्यो थांबला. त्याच्या डोह्यांत आसू आले. "नका, तुम्ही नका लडू!" मनून हुंदका देत आनसानं त्याचे डोळे पुसले.

वर्तील्ल्या यादवच्या गुंफानं एका पोराहाती सोबाले 'बलवलं' मनून निरोप देला.

गुंफा देवगावात देली व्हती. तिच्या गावातच सोबाची नणंदबी दिले व्हती. गुंफाचा निरोप आला तव्हा सोबाले वाटलं, तिच्या नंदंकून काहीतरी निरोप आला असंल. मनून लगलग घरातलं काम केलं अन् काकाचा समदा सारवारा झाल्यावर दुपारची गुंफाच्या घरी गेली.

ती गेली तव्हा गुंफा तिची वाटच पहात व्हती.

गुंफा पाय पसरून बसली व्हती. ताटात खारूड्या घेऊन खात व्हती.

"बस. तुही वाटच पहात व्हती! खाय खारूड्या!" तिनं सोबामवहरं ताट लोटलं.

"कव्हा आली?" दोनचार खारूड्या उचलत सोबानं इचार्लं.

"कालच आली."

"कितवा हाये मह्यना?"

"सातवा."

"अन् आतापसूनच इतली सुटली..." सोबानं तिच्या पोटाकडं पाह्यलं. दोघी हसल्या.

"माहा काऊन खतेस करतं? तूवा काही नाही खाल्लं?" गुंफानं इचार्लं, तव्हा लाजून खाली मान घालत सोबा मनली, "मले नाही समजत."

"काऊन? कव्हापसून पाळी चुकली?"

"झाले असतील तीन, साडेतीन मह्यने."

"मंग नक्कीच हाये! तुह्याकडं पाह्यलंकीच म्या वळखलं."

"माहा असं नसीब फिरलं, त त्याचंच काय कौतिक माय! उलटा माह्या जिवाले ह्यो घोर झाला." सोबानं डोळ्यांत पाणी आणलं.

"काही घोर नाही. तेच सांगायसाटी म्या तुले बलवलं."

डोळ्यांतले आसू पुसत तिनं गुंफाकडं पाह्यलं.

"तुही नणंद आली व्हती परवाच्या दिशी माह्या घरी."

"काय मने?"

"तुहा नवरा पंधरा दिवस झाले तरी तिच्या घरीच हाये. तुह्या सासऱ्यानं घरातून काहाडून देल्यावर त्यो आठ-पंधरा दिवस कुठीसा काजून गेला व्हता. आमच्या गावात आला त बिमारच पडला. तुही नणंद मने की, त्यो रात-दिवस तुह्यासाटी झुरायला, मनून तिनं तुले निरोप देयाचं सांगतलं. तुले भेटीसाटी बलवलं."

ते ऐकून सोबाच्या डोळ्यांत पाणी आलं.

"तुह्या नणंदंचा देर आपल्या गावाच्या रोडवर काम पहायले येत असते मनं. वरशर का काय हाये त्यो. त्याच्या जवडेच ती निरोप देणार व्हती; पण मंग तिले समजलं, मी जाणार हाओ, मनून मले सांगायले आली."

सोबाच्या मनात इचारांचं बावधन सुरू झालं. गुंफानं निरोप आणला खरा; पण जावावं कसं? सोबाचं मन त आताच जावावं असं व्हतं. पण मायबापाले सांगतल्याबिगर जावावं तरी कसं? अन् ते या गोष्टीले तयार तरी व्हतील का नाही, मनावं? इचारावं तरी कसं?

"तुहा नवरा मनला मनं की, तू तुह्या जिवाले जप! मी जिता हाओ तव्हरक तुले अंतर देणार नाही. आमच्याच गावात तुले घेऊन राह्यचा त्याचा इचार हाये मनं!"

ते एकूण सोबाचा ऊर भरून आला. इतके दिवस तिले वाटे, नवराबी रुसला. पण...

"बस, मी आत्ता येतो," मनत गुंफा आतल्या घरात गेली. वापस आली तव्हा तिच्या हाती पेसे व्हते. ते मव्हरं करत मनली, "तुह्या नणंदनं तुले देयाले सांगतले, भेटीले जायाची खर्सी मनून. ती मने, भाबीले मनावं, कोणाले संगं घेऊन रातोरात या."

सोबानं पैसे घेतले अन् पदर तोंडात कोचून हुंदका देला.

"लडू नको, त्यात काय लडायचं? एखांद्या दिशी पट्कन रातभर जाऊन येवावं?"

सोबा घराकडं धकली, तव्हा ती मनातल्या मनात मनत व्हती, "इतलं सोपं हाये का माय गुंफा ते?"

किती नाही नाही मनलं तरी, न्यानबानं धसका घेतलाच व्हता. वाशिमच्या डाक्तरनं सांगतलं तव्हापासून त्याची भाकरच तुटली व्हती. लयशिक बोलत नव्हता. घरात असला त पायात मुंडकं खुपसून बसे, नाही त बाजंवर अंग टाकून पत्र्याकडं एकसारकं टक लावून पाहे. आनसा जवडे आली की, किवल्यावाणी हसे. त्याले पाहून आनसाचे डोळे भरून येत. घरात सोबा असली की, ते दोघयंबी चित्रातल्या भावल्याबाणी दिसत, हसत.

जशी न्यानबाची भाकर तुटली, तशीच आनसाची बी तुटली. ती रातंदिवस त्याच्यावाणीच इचार करे. घरच्या, वावरातल्या कामात तिचं अन् त्याचं बी अज्याबात लक्ष नव्हतं. ते वावरात बी गेले त एखांद्या जागी बसत. दिवस मावळला तव्हा घराकडं येत.

न्यानबाले अकोल्याले जायासाटी पैशाची सोय लावणं भाग व्हती. जवडे त आधला बी शिल्लक राह्यला नाही. अकोल्याले जायाचं मनलं त संगं कोणाले तरी न्याच लागंल. दोघायची जायायेयाची खर्सी, दवायखाण्याचा खर्स, नाही मनलं तरी शंभर-दीडशे रुपये त पाह्यजेत. कोण देईल उसने दीडशे रुपये?

राघोच्या वावरात उडीद, मूग व्हतील मनलं त झाले पसा पसा. दीड दीड पायली पर्तेकाच्या हिश्शावर आले. तितले त दाळदाण्यासाटी घरीच पाह्यजेत. हायब्रीड झालं असतं, पण ते त दिवाळीलोकं काढायलेच येत नाही.

घरातले बी सतरा भोकं व्हते. पाचपन्नासानं ते बी आटपलं नसतं.

"कसं करावं? कोणाले मनावं ते दोघं नवरा-बायको इचार करत. पण देवाल कोणीच दिसेना. कोणी देतो मनलं असतं त पंधरा रुपये, इस रुपये शेकड्यानं. न्यानबाचा शेकड्यानं त अदुगरच जीव चालला. आता आजूक काहाले शेकड्याच्या मांघं लागा.

यंधवाबी न्यानबा पैसे पाह्यासाटी घराबाहीर पडला. माणसं रानात जायाची येळ झाली तरी त्याचा पत्ता नाही.

आनसा भाकरी करत व्हती. दारातून कोणं काजून न्यानबाले हाक मारली.

"कोण हाये?" मनत ती तसाच भरका हात घेऊन दारात आली. पाह्यते त चार-पाच सायेब लोकं. त्याह्यच्यासंगं गावातलेबी दहापाचझणं, पाचपंचीस पोऱ्हायची हाऊळ बी मांघं.

"काय हाये?" ती कपाळावर अढी पाडून इच्चारू लागली.

"घरी आहेत का?" चष्मेवाल्या सायबानं इचार्लं.

"नाही, बाहेर गेले, काय काम व्हतं?"

"वसुलीसाटी आलो सोसायटीच्या."

"वसुलीसाटी मनजे?" आनसा मव्हरं आली.

"बँकेचं कर्ज आहे तुमच्यावर. तीन वर्षांपासून तुम्ही काहीच भरले नाहीत म्हणून आम्ही वारंट घेऊन आलो जप्तीचा. तुम्ही आत्ताच्या आत्ता पैसे भरता, का लावू जप्ती?"

आनसाले ते ऐकून नवल वाटलं. न्यानबानं पेडी भरायसाटी कारकुनाजवडे पाचशे रुपये देले व्हते. कारकून मने भरले, अन् आता हे सायेब मनते जप्ती लावतो!

आनसानं सायबाले तसं मनलं, तव्हा सायबानं इचार्लं, "पैसे भरल्याची पावती दाखवा."

"पावती? पावती देली नाही त्या कारकुनानं."

"मग गेले वाया तुमचे पैसे!"

"कसे?"

"तुमच्या त्या कारकुनानं असे खूप जणांचे पैसे हडप केले. त्याला आम्ही नोकरीवरून कमी केलं."

"क्काय!" आनसाले धक्काच बसला. फुकट पाचशे रुपये गेले. तिले न्यानबाचाच राग आला. पैसे देले तव्हाच तिनं त्याले पावती घ्या मनलं व्हतं; पण त्याले कारकुनाचा लय लय भरूसा व्हता. आखरीले घातली का नी माय मांगाखाली त्यानं? या जमान्यात आता कोणाचाच भरूसा ठेवाय जमत नाही. त्यो कोण

कुठल्ला कारकून! जातीचा ना पातीचा!

आनसाले काय बोलावं ते सुसेना.

चष्मेवाला अन् टक्कलवाला सायेब 'काय करायचं, कसं करायचं?' याचा इचार करत व्हते अन् दुसरे दोघं पोरगेले सायेब नाहाणीकडं एकसारकं टक लावून पहात व्हते.

आनसानं ते पाह्यलं अन् कपाळावर अढी पाडून तिनं नाहाणीकडं पाह्यलं. नाहाणीत सोबा अंग धुवून उभी व्हती. वल्ला पदर तिच्या उरावर व्हता; पण अर्धा ऊर, दोही हात उघडेच व्हते. उरावरचा वल्ला पदर अंगाले पक्का चिकटल्यानं तिचा समदा ऊर टाळसर दिसत व्हता अन् त्ये दोघंझणं तेच पहात व्हते.

आनसाचं मस्तक पेटलं. तिले त्या सायबाह्यचा अन् सोबाचा बी लयच दिमाख आला. ती एकाएकी सोबावर वरडली, "तुहं मडं घरात्नी गाड न व हेम्बाडथुत्रे! मेल्याह्यले माया बह्यनीबी नाहीत."

तिच्या या बोलण्यानं त्या चष्मेवाल्या अन् टक्कलवाल्या सायबाचंबी नाहाणीकडं ध्यान गेलं. मंग त्याह्यनं संगंच्या पोर्गील्या सायबाह्यकडं पाह्यलं. ते मेल्याऊन मेल्यावाणी झाले व्हते.

या गोष्टीनं ते मोठे सायेब बी वरमले.

सोबा घरात गेली. तशी आनसा त्या सायबामव्हरं येत मनली, "बाप्पा, करा काय तुम्हाले सोळा शंकर करायचे ते! नाही त माह्या दारातून तुमचं काळं करा."

आनसाले कशाचा राग आला ते त्या सायबाह्यनं वळखलं. त्याह्यनं जळजळ नदरंनं त्या दुसऱ्या दोघायकडं पाह्यलं. त्याह्यच्या माना अजूकबी खालीच व्हत्या.

"भुजाडे, ते कागदपत्रं द्या माझ्याजवळ, अन् तुम्ही दोघां जा गाडीजवळ."

काही न बोलता ते दोघं निघून गेले.

"बाई, घरात काही माल आहे? उडीद, मूग?" चष्मेवाल्या सायबानं इचार्लं.

"असंल त काही भोईत गाडून ठेवलं नाही. घरात जा अन् पहा." आनसा तणक्यात मनली.

"बाई रागाऊ नका तशा!" टक्कलवाला मनला.

आनसाच्या व्हटावर आलं, रागावणं त बरं, चपलीनं हाणायले पाह्यजे व्हतं म्या! पण तिनं मनाले इचार केला. आपलीच धांगड तशी. अंग धुणं झाल्यावर तशी उभी राहायच्याऐवजी लुगडं गुंडाळून घरात गेली असती त काहाले त्या सायबाह्यच्या माया मांगाखाली घालायचं काम पडलं असतं? आपलाच वाण खोटा, लोकाह्यले मनून, बोलून काय फायदा?

त्यात तिले गावातल्या लोकाह्यचा बी अदुगरच दिमाख आला व्हता. या बटक्या लोकाह्यले काय हाये इथिसा? कोणं आवतन देलं त्याह्यले? दुसऱ्याचा

तमाशा पाह्यणारे हे याह्यच्याच मांघं का कमी फेदोड हायेत का? आपली धुयाची सोडून हे बोहारे काहाले आले इथिसा? तिच्या या रागात सोबामुळं भर पडली. मनून तिच्या मनातला राग तिनं त्या सायबाह्यवर, सोबावर काहाडला.

त्या सायबाह्यनं त्याह्यच्या संगंच्या चपराशाले मनलं, "सखाराम, जा घरात. काही असलं तर पहा. नाहीतर टीन ओढा."

आनसाचा जीव धडधडू लागला. गावातले लोक गंमत पहात व्हते.

सखाराम पायऱ्या चढून वऱ्ही आला. त्यो घरात पाय टाकणार तव्हाच, "थांबा," असा आवाज आला. आनसासगट समद्याह्यनं तिकडं पाह्यलं. न्यानबा पोऱ्हायले बगलंनं सारून मव्हरं येत व्हता.

"सायेब, किती कर्ज हाये माह्या नावावर?"

सायेब अचंब्यात पडले. सायबानं आकडा सांगतला, "चारशे तीस रुपये."

न्यानबानं मुकाट्यानं खिशात हात घालून शंभरा शंभराच्या पाच नोटा मव्हरं केल्या. सायबानं नोटा घेतल्या, मोजल्या.

"देतो," बाकीचे पैसे वापस देत त्या सायबानं पावती पुस्तक काहाडलं. पावती लेहून पावती देली.

पावती उलटून पालटून पहात न्यानबानं इठा काळ्याच्या रमेशले वाचाय लावली.

"खोटा आकडा नाही लिहला!" चाटीवाला सायेब मनला.

तसा न्यानबा खोसून बोलला, "सायेब, पैसे घेऊन बी दुम्हारं पैसे घेणारे तुम्ही लोकं. काय तुमचा भरूसा? अन् तुम्ही तरी खरे सायेब हा ते कशावरून?"

"त्याच्याचसाठी पावती दिली."

"ती खरी का खोटी हाये ते पटायसाटीच वाचाय लावली."

"चला पेटकर, आपलं येथलं काम संपलं ना?" टकल्या सायेब मनला.

त्याह्यनं आखडतं घेतलं, त्याह्यच्यामांघं दारातलं समदं महूळ गेलं.

"कुठून आणले इतले पैसे?" घरात आल्यावर आनसानं इचार्लं.

"जागा इकली झोपड्याची!"

"काय?" आनसा वरडली, "कोणाले?"

"गोईंदाले, पाचशाले." न्यानबा मनला, "दवाखान्यात जायासाटी पैसा पाह्यजे व्हता मनून जागा इकली; पण या लांडग्याह्यच्याच खाईवर पैसा घातला. चाला, ते बी बरं झालं, उंद्या माह्यामांघारी तुम्हाले तरास तरी व्हणार नाही."

न्यानबा हातपाय मोडून बसला.

आनसा त्यो तसा काहून मनते मनून त्याच्याकडं पहातच राह्यली, थिजल्यावाणी.

गुंफा मनली तसा खरंच एका दिशी सोबाच्या नणंदेचा देर फटफटी घेऊन घरीच आला. पारगाची येळ व्हती मनून बरं. आनसा वावरात गेली व्हती त न्यानबा खंडकाच्या आवषिदासाटी कोण्या गावाले गेला व्हता.

त्यानं बी गुंफासारकंच सांगतलं. त्याच्यासंगं फटफटीवरच "चला," मनला. तिचा नवरा दम खायेना मनून भेटाय आलो मनला. सोबाचा मातर जीव धडधडत व्हता. ह्यो घरी नाहाक आला, उंद्या मायबापाले समजलं त काय मनतील? ती नुसती ऐकतच राह्यली. खालच्या माननंच त्याले चहा करून देला.

"मग कधी येता?" जाता जाता त्यानं इचार्लं.

सोबा निसती "पाहू," मनली त त्यो मनला, "चार-आठ दिसांनी येऊ काय मी?"

"नका, मीच निरोप देईन कोणाहाती!" सोबा पट्‌कन मनली.

त्यानं तिच्या चेहऱ्यावर दाटलेलं भेव पाह्यलं, अन् व्हटातल्या व्हटात हसत निघून गेला.

सोबाचा जीव मोठा दुकलम झाला. तिकडी नवऱ्यात जीव गुतला त इकडी माय- बापाचं बी मन मोडता येत नाही. कसं करावं? दोन-चार दिसानं तिनं एका दिशी वछिलाले दुपारचं घरी बलावून घेतलं अन् तिले समदं सांगतलं. "भाबी, तुम्ही ही गोष्ट मायच्याजवडे काढा." मनून इनवणी केली.

वछिलानं बी गोष्ट काहाडली, पण आनसा मनली, "त्याच्या घरी पोरगी धाडण्यापरीस मी माह्या हातानं तिले कोल्ड्या इहीरीत लोटून देईन. आपलं तोंड एकदा भाजलं ना, आता दुम्हार दुम्हार चव पाहण्यात मजा नाही."

"नाही पण ते...? वछिला मव्हरं बोलली, पण आनसानं तिचं बोलणंच तोडलं, "याच्या मव्हरं ही गोष्टच माह्याजवडे काहाडू नको. आम्ही गरीब असलो तरी, आम्हाले आमच्या इज्जतीची खामी हाये, मग इज्जतीसाठी उभा जलम जाळायचं काम पडलं तरी चालंल." आनसानं एकदम बोलणं आखडूनच घेतलं. तिनं कपाळावर अढी पाडून वछिलाले इचार्लं, "कावं, काऊन इचारायली तू असं?"

"एऱ्हीच." वछिला हसली.

"का सोबानं सांगतलं तुले इसं इचार मनून?"

"नाही माय, माह्या गळ्याची आण, त्याह्यनं काही मनलं नाही. मलेच वाटते तसे. त्याह्यच्या सासऱ्यानं जरी शेण खाल्लं असंल, त त्याच्यात त्याह्यच्या नवऱ्याचा काय दोस? त्याह्यनं दोघायचं मन जर एक असंल, त काय हरकत हाये बाईले पाठवाय?"

आनसानं बारीक डोळे करून तिच्याकडं पहात इचार्लं, ''तुह्या सासूनं त नाही सांगतला तुले असा कुटणपणा कराय?''

वछिलानं मान हलवली. सोबाच्या भल्याची गोष्ट याह्यले कुटणपणाची वाटते या गोष्टीनं तिचा जीव रसातळ्या गेला. सोबासाटी आपल्याले याह्यनं कुटण मनलं याचंच तिले दुःख झालं.

''मंग इतल्या काहून हिकात्या करायली तू?''

वछिलाले वाटलं, सरकंवरकं सांगून टाकावं, आपल्यावर बोल येण्यापरीस ते बरं! पण आजूक तिनं इचार केला, तसं बरं नाही.

''आपली पोरगी काही पळगी नाही मनून ती जलमभर आपल्याजवडे राह्यली त आपल्याले भेव वाटंल? इतकं करून तिले दम नाहीच निघाला अन् कोणाचा हात धरून पळून गेलीच त...'' आनसा बोलायचं थांबली. जाग्याऊन उठत मनली, ''त मंग आपलं नसीब.''

मायनं असं मनल्यावर काय करावं? ह्यो पाव्हणा त 'कसय करून चालाच' मनते. काय जीव देवावं मानसानं?

सोबा पिसाळल्यावाणी झाली. असाचा इचार करत ती एका दिशी बसली व्हती त रखमी आली. आल्या आल्या तिनं घरात इकडी तिकडी पहात इचार्लं,

''फुई, मामा कुठीसा गेले?''

''गेले वावरात.''

तिनं सुस्कारा सोडला. मंग फतकल मारून बसली, मोकळी चाकळी.

आनसासंगं केलेल्या मांघल्ल्या भांडणाची तिनंच गोष्ट उकरून काहाडली. रडली, पडली. ''माहा चुकलं व्हतं, माही चूक पोटात घालावं व्हती फुईनं, मामानं.'' असं मनली. ''तव्हापसून ते दोघं मले बोलत नाहीत. फुईमुळंच माह्या बापानं मले या गावात देलं? त्याले वाटलं, काही कमी जास्त झालं त हाये बाई! पण याह्यनं माह्यासंगं अशी भावकी केली.''

त्या भांडणाची समदीच भानगड सोबाले माहीत नव्हती. त्याच्यानं ती नुसतीच ''हो, हो'' मनून मान हलवत व्हती.

''तुम्ही इसरा मले, पण मी नाही इसरत. त्याह्यनं मले मारलं ना तोडलं तरी, खालच्या माननंनं मले तुमच्याय दारात या लागते मनावं.''

''मायच्या, बापूच्या मनातवी तसं काही नसंल भाबी, तुमच्याच मनाले तसं वाटते!'' सोबा तिची समजूत घालण्यापुरती मनली.

''आता माह्या कामासाटी मले तुमचे पाय धरायचं काम पडलं तरी काय लाज

हाये त्यात?'' रखमी मनली. सोबानं बी मान हलवली.

''मले भरूसाच व्हता तुमचा, तुम्ही नाही मननारच नाही मनून!'' रखमीनं कामाची गोष्ट काहाडली. ''करसाल माहा एक काम तुम्ही?''

''काय हाये?''

''हो मना आंधी, मंग सांगतो.''

''अहो, पण काय काम हाये ते त सांगा.''

''अं हं, तुम्ही अदुगर हो मना, तुमच्याच्यानं व्हतेच.''

''कसं माय? काही अवघड असलं त?'' सोबा चिंतित झाली.

''काहीच अवघड नाही, तुम्ही हो त मना.'' रखमीनं तिचा पिटच घेतला.

आखरीले सोबाले 'हो'च मनायचं काम पडलं.

''आपल्या रोडवरच्या कामावरचा सायेब तुमच्या नणंदंचा देर हाये ना मनं?'' तिनं इचार्लं. सोबा 'हो' मनली.

''त्याचं का काम हाये?'' तिनं इचारल्यावर रखमी रोडवरची भानगड सांगू लागली.

मांघल्ल्या मह्यन्यापसून या रोडच्या कामावर ह्यो नवा सायेब आला. पह्यला सायेब बदलला. पह्यला सायेब सुदा व्हता. मजुराले तरास देयेना. त्या सायबासारका या सायबाचा सबाव नाही. ह्यो मजुराह्यले आडवंतिडवं बोलते, काही कमीजास्त झालं त सेवाबी देते.

एका दिशी असंच एका पोरीसंगं त्याची तू-मी झाली मनून त्या भांडणात, भांडण मिटवायले रखमीचा नवरा पडला त सायबानं रखमीच्या नवऱ्यालेच सेवा देल्या, गचाटी देली अन् दोघा नवरा-बायकोले कामाऊन बंद केलं. आठ दिवस झाले, दोघं नवरा-बायको घरीच हायेत. त्यो सायेब सोबाच्या नणंदंचा देर हाये असं रखमाले कळलं मनून ती सोबाकडं आली.

''बाई, मी तुमचे पाय धरतो,'' असं मनत खरंच तिनं पाय धरलेबी. ''माह्यासाटी एकदा तिथोरोक चलाच अन् सायबाले सांगून माह्या लेकराह्यचा आशिरवाद घ्या. दोन दिवस झाले माह्या लेकराह्यच्या पोटात घास नाही.''

सोबानं तिले पाय सोडाय लावलं; पण ती ऐकेना. मघावाणी, ''तुम्ही हो मनल्याबिगर मी पाय सोडत नाही,'' मनू लागली, लडू बी लागली. तिच्या डोळ्यांतले आसू सोबाच्या पायावर पडू लागले. सोबाले तिची कीव आली. तिच्या मनात इचार आला, रखमी जरा भडंग हाये, मांघल्ला मव्हर्ला इचार न करता फट्कन बोलून जाते, पण तिच्या पोटात मळ नाही. तसं असतं त, आपल्या मायबापासंगं भांडण झाल्यावरबी ती आपल्याकडं आली असती का?

पण इले 'हो' मनलं त, त्या रोडवर जावावे कसं? लोकं काय मनतील? त्यो

सायेब तरी काय मनंल? त्याची अन् आपली एकदाचीच भेट. आजूक मायले, बापूले समजलं त फोडून खातील आपल्याले!

तिनं रखमीले तसं मनलं, पण ती आयकेना, पाय धरून आदिकीचीच लडू लागली.

तिनं सोबाचं डोक्सं भणकावलं. आखरीले तिच्या मनात एक इचार आला, की आपण इच्यासंगं गेलो त उंद्या मव्हरं चालू ही आपले खुशालीचे निरोप तरी आणंल. मनून तिनं 'हो' मनलं.

अन् अखेर त्याच्या उप्पर दुसऱ्याच दिशी त्या दोघी रोडवर गेल्या. तिच्यासंगं सोबाले पाहून बायामाणसं नवल करू लागले. 'कामावर आली का?' असं सोबाले इचारू लागले. ती 'नाही' मनून मान हलवत मव्हरं जाऊ लागली.

आखरीले रखमी हिवराखाली उभी राह्यली अन् तिनं सोबाले एकलीलेच मव्हरं पाठवलं. सायेब कामावर देखरेख करत व्हते. त्याह्यचं सोबावर लक्ष गेलं अन् त्याह्यले नवलच वाटलं.

सोबानं काऊन आली ते सांगतलं. सायबानं हिवराखाली उभ्या राह्यलेल्या रखमीकडं पाह्यलं अन् मनले, "बाई, ती बाई अन् तिचा नवरा दोघंही बदमाश आहेत. माझ्याकडून खोटं काम करून घेऊ पहातात. ते दोघेच कामावर असूनही ते पाच जणांची हजेरी लावा म्हणतात. अर्धी बरास काम असंल तर, दोन बरासी लिहा म्हणतात. आपण तसं करणार नाही म्हटलं तर धमकी देतात. याच्याहून त्याच्याहून भांडण करतात. त्या दिवशी अशीच ह्यांनी भानगड केली म्हणून मी ह्यांना कामावरून बंद केलं, अन् तुम्ही म्हणता त्यांना पुन्हा कामावर घ्या?"

"ते काहीबी असंल तरी म्या तिले 'हो' मनलं मनून कामावर घ्या." खाली मान घालून सोबा मनली.

सायबामव्हरंबी पेच पडला. काय करावं? कामावर घेवावं त ते दुम्हारं शिरजोर व्हतील, नाही घेतलं त सोबा नाराज व्हते. काय करावं? आखरीले त्यानं होकार देला. सोबा नाराज न झाली पाह्यजे असं त्याले वाटलं.

"तुम्ही पुन्हा यांच्या भानगडीत पडू नका." सायेब मनला.

सोबा 'नाही' मनली. 'जातो' मनून घराकडं धकली. ती चार पावलं गेल्यावर सायेब मनला, काय ठरवलं मग?"

सोबा घुटमळली. काहीच ठरलं नाही असं सायबानं वळखलं.

"सांगा नंतर कधीतरी."

"सांगीन." सोबाबी मनली.

"कोणाजवळ सांगाल? तुम्ही पुन्हा येथे येऊ नका. कोणाजवळ निरोप द्या."

"सांगीन त्याच बाईजवडं."

"नका, तिच्याजवळ नका. ती मला चांगली बाई वाटत नाही."

"तुहाले तसं वाटते, पण तशी ती नाही. तोंडानं फटकळ हाय पोटात काळी नाही. तिच्यापसून तसं काही भेव नाही. तुम्ही बिनघोर रहा."

"तुमची इच्छा."

ती धकली. रखमीजवडं आली. रखमीले तिनं सायबानं 'हो' मनल्याचं सागतलं तव्हा, रखमीनं तिचे आजूक पाय धरले. भवतालचे लोक पहात व्हते. सोबा मातर लाजत व्हती.

न्यानबाचा कुठीसाच जीव लागत नव्हता. आता थकल्यावाणी वाटू लागलं. जराक्सं चाललं की, फस्फस् दम येते. मट्कन खाली बसावं वाटते.

येऊनजाऊन त्याचं चीत गळ्याच्या गाठीत व्हतं.

वावरात आलं की त्याच्या दुखात भरच पडे. लोकाह्यच्या पळ्हाट्याह्यले दहापाच, पाचपंचवीस दोड्या धरल्या, तरी या पळ्हाटीले काहीच नाही. हायेच काय मनावं असं?

मंधात एक दिवस त्यो बेनारचा सायेब गावात आला व्हता. न्यानबानं त्याले वावरात नेलं. सायबानं पळ्हाटी पाह्यली अन् मनला, "कोणाजवडून बी आणलं व्हतं?"

"आमच्या इव्हायाजवडचंच हाये."

"पास झालेलं घेतलं, का नापास झालेलं?"

न्यानबाले हे काहीच माहीत नव्हतं. तो मुकाच राह्यला.

"फसवलं तुम्हाले."

"कसं?" त्यानं कपाळावर अठी चढवली.

"ह्यो समदा नर हाये. ह्यो असाच वाढत राहील हिरवाकंच! पण याले माल मातर लागणार नाही."

हे ऐकून न्यानबा हबकलाच. एवढा मोठा खर्च केला, मेहनत घेतली ती समदी वाया गेली. मेहनतीचं काही असो, ज्या गोष्टीसाठी एवढा मोठा घास घेतला व्हता... शावकाराच्या दाढंतून वावर सोडून घेयाची गोष्ट! आता कसं वावर सोडवावं? न्यानबाची हिंमतच सुटली. त्याले गर्रकन अंधारी आल्यावाणीच झालं.

"उपटून टाका अन् संपूर्ण शेतात करडं पेरा." सायेबानं रान वाया जाऊ नाही मनून सल्ला देला. पण पोटभर घास वाया गेल्यावर, व्हटभर घासाची काय आशा धरावं? करडं पेरलं तरी त्यानं काय कानूडं व्हणार हाये?

त्याच दिशी संध्याकाळी गोईंदा सांगत व्हता. सोबाच्या भायाले दोघाचौघाह्यनं

स्टँडवर लय मारलं. त्याचं टकुरं फोडलं. ...काऊन? त ते मारणोर मनत की, यानं एच. फोरचं बी इस्वासानं सुदं मनून आम्हाले देलं अन् त्यो समदा नरच निघाला. न्यानबा मनात मनला, जीव घेतला तरी आता काय फायदा हाये?

त्यो सोताहालेच दोस देत व्हता.तव्हाच सोसायटीतून नाही त एखांद्या दुकानातून एच फोरच्या थैल्या घेतल्या असत्या त यंधवा अशी कपाळावर हाणून घेयाची पाळी आली नसती. बियात फसवेगिरी झाली, त सरकार नुकसानभरपाई करून देते मनं. आता याच्याजवडून काय घेवावं? आपल्याजवडे का पावती हाये का काय हाये? आजूक आपण त्याचे पैसे त नाही देले बियाचे!

त्याच्या मायले मांग लागो त! आता घे मनावं पैसे! कुठीसा भेटला की चोट्ट्याले पडपड हाणतोच जीव जावस्तोर. न्यानबाच्या मनात असा इचार आला अन् त्याले सोबाच्या भायाले मारणाऱ्या लोकाह्यनं काऊन इतलं मारलं असंल ते समजलं. त्या दोघाचौघाह्यनं बी दोस्तान्यात आठ-आठ थैल्या नेल्या व्हत्या. आठ-आठ थैल्या म्हटल्यावर मेले का राह्यले ते? पण त्याह्यचं सोडा. न्यानबाच्या आमदानीच्या मानानं न्यानबाले बी जीव देयाचीच पाळी आली ना!

न्यानबा वावराच्या बाबतीत असा निरास झाला व्हता. या गोष्टी त्यानं आनसाले सांगतल्या नव्हत्या. आपण मरायलो त मरायलोच, तिच्या जिवाले फालतूचे हे घोर लावून का तिले बी मारायचं?

काल पारगाच्या येळंले आनसा वावराच्या वाटंनं फेसा येवस्तोर पळत व्हती, तिचा पदर कुठीसा हाये याची बी तिले फाम नव्हती.

तिले कुडाळाच्या रतन्यानं घरी येऊन सांगतलं व्हतं की, तुमच्या पळ्हाटीत चारपाच खंड्या ढोरं चरायले. ते आयकून तिनं हातातला घास टाकला अन् वावराचा रस्ता धरला.

न्यानबाले कॅन्सरची गाठ सांगतली तव्हापसून, ती त्याले एकली वावरात जाऊ देत नव्हती. ती त्याच्यासंगंच रहात व्हती. संगं बरं माणूस असलं की, इकडच्या तिकडच्या गोष्टीत दुख इसरते.

पण यंधवा तिले जरा सयपाकपाण्यात अडथळा आला व्हता. त्याच्यानं न्यानबा एकलाच जेवून मव्हरं गेला व्हता, पण त्यो वावरात असतानी इतले ढोरं धसू देणार नाही. कुठीसा बसला-गिसला तर नसंल गावात? अन् मी मनतो, वावरात कोणी नसलं बी त दिवसाढवळ्या इतले ढोरं घालणारे कोण असतील मनावं उजागराच्या पोटचे? कोणाले एवढा खतेस वाटत असंल आपला? समद्या गावात वरचढ पळ्हाटी आपली आहे. कोणाच्या डोळ्यांत सलली असंल?

ती इचार करत व्हती अन् पळत व्हती.

ती वावराच्या धुऱ्यावर आली अन् वावरावर तिची नदर गेली. पाह्यते ते समदं वावर ढोऱ्हाह्यनं भरलेलं, समद्या पळ्हाटीचा सत्यानाश केलेला. त्याह्यचे राखणदार मात्र दिसत नव्हते.

झटका आल्यावाणी ती खाली वाकली अन् पाळूवरचे दोन दगडं हाती घेऊन वावरात पाय टाकत वरडली, "कोण हाये रे त्यो बारबलूत्या? गायरान हाये का काय हे?"

ती ढोराह्यच्याजवडे आली. जोर खाऊन हातातले दगडं तिनं फेकून मारले. पण दोन्ही हुकले. मंग तिनं पळ्हाटीची एक धटवट फांदी मोडून हाती घेतली अन् ढोरं हुसकावू लागली, पण ढोरं इकडीतिकडी पडू लागले. ती तोंडानं सेवा देऊ लागली. लडकुंड्या येऊन ढोराह्यमांघं पळू लागली.

ढोरं हाणता हाणता ती आंब्याखाली आली अन् जागीच थांबली. आंब्याखाली न्यानबा डोक्शावरून पटक्याचा पदर पांघरून झोपला व्हता. तिले त्याचा लयच राग आला. वावरात इतले ढोरं धसते अन् ह्यो आपला खुशाल झोपी गेला? काही वावराची चिंतागिंता आहे का नाही काही? आपणच कुठीसा कुठीसा मडं गाडत जावावं आपलं?

"का वं? झोपले का? उठाना. पळ्हाटीत पहाना. ह्यो कसा ढोऱ्हायचा तांडोळ उठला?" पण त्यानं हूं का चूं केलं नाही.

"इतली झोपच कशी लागते मी मनतो?" ती दाचाऊन वाकली अन् खसकन तिनं त्याच्या अंगावरचा पटका वहडला. तसा तिले धक्काच बसला. न्यानबाचे डोळे टकटक उघडे व्हते. त्यो जागी व्हता.

"काय हे असं सोंग?" हे ढोरं दिसले नाही तुम्हाले येधोळोक?" ती त्याच्यावर खेसकावली.

"म्याच घातले." त्यो उठत मनला.

"काय!" ती वरडलीच.

"हो. म्याच घातले." त्यो उठला. पळ्हाटीकडं पहात बोलला, "ह्यो समदा नर निवडला. याले आखरीलोकं धडाभर कापूस झाला नसता. मंग असा ह्यो नर राखून काय करायचं. त्याच्यापरीस या मुक्या जनावराह्यचे पोटं भरले त, आपल्याले आशिरवाद तरी भेटंल?"

ती त्याचं बोलणं ऐकून जराक्शी येडीमुकीच झाली; पण मंग भानावर येऊन मनली, "नर असला तरी बी मी ढोराह्यले खाऊ देणार नाही. राखीन मी कितीकय दिवस. तुमचं काय? तुम्हाले एऱ्हीच येड लागलं! तुम्ही नका राखू. मी राखतो. अन् खरंच ती दी दी ऽऽ करत ढोराह्यच्या पिटी लागली."

न्यानबानं कपाळावर हाणून घेतलं. मनात मनला, "येडे, कोण येडं? मी का तू? का दोघंबी?"

आनसा ढोराह्यमांघं पळत व्हती, पण ढोरं ऐकत नव्हते. ते तिले रंजीस करत व्हते, इकडी तिकडी पळत व्हते...

न्यानबाले अकोल्याले जायासाटी पैशाची सोय लागलीच नाही. शंकर पाटलाले मांघायले त्यो हमेसवाणी सरमला. मांघतले असते त त्याह्यनं नक्कीच देले असते. याजबट्टा घेतला नसता, त काही लेहून-मांडून बी घेतलं नसतं. आतापस्तोर त्याह्यनं न्यानबाचे लय खेपं चिल्हर-ठोक काम केले. दोन दोन हजार रुपये त्याह्यनं देले, पण कव्हाच काही लेहून मांघतलं नाही. आता बी तसं काम अडू देलं नसतं, पण न्यानबानंच त्याह्यले मनलं नाही.

कालच्या बस्तरवारी संबा गावाकडं आला व्हता. हमेसवाणी बिनाबलावल्याचाच घरी आला. त्यानं दोघायलेबी 'इतले काऊन खराब झाले तुम्ही?" इचार्लं. तव्हा डोळ्यांत पाणी आणून आनसानं त्याले न्यानबाच्या गाठीची भानगड सांगतली.

"मंग इतले दिसच मले निरोप काऊन नाही देला?" या त्याच्या इचारण्यावर ते दोघं बी मुकेच राह्यले. "माह्याजवडं पैसे नसते त, म्या एका घंट्यात हजार रुपये जमवले असते." त्यो दोघायलेबी लयलय बोलला.

"उंद्याच चला माह्यासंगं वासमाले. तिथून आपण अकोल्याले जाऊ." न्यानबाले नाही बी मनता आलं नाही.

खरंच, दुसऱ्या दिशी ते जायाले धकले. तव्हा आनसा अवसान सुटल्यावाणीच लडाय लागली. संबानंच तिची समजूत घातली. "मी हाओ संगं, लडू नका. तसं काही नसंल, पण आपल्या नसिबानं असंल, तरी फिकीर करू नको. लागंल तितला पसा लावीन. मंबईलोकं जायाचं काम पडलं तरी जाऊ ; पण तू हिंमत हारू नको."

न्यानबानं बी तिची समजूत घातली. "पोऱ्हायवर ध्यान ठेव," मनला. "तू अशी लडली की, माही बी हिंमत सुटते," मनला. तरीबी ती मुकी राहेचना. त्यानं तिले पर्कासची शेपत घातली. तव्हा खट्‌कन तिचं लडणं थांबलं.

"यंधवा आवसंचेच चालले तुम्ही? कसा जीव लागावं?" आनसा मनली.

संबानं खिशातून पाच रुपये काहाडून तिच्या मव्हरं धरले. "हे ठेव. कामा येतील. अन् आवसबिवसचा काही इचार करू नको. आपल्याले सर्वे दिवस सुदेच हायतं मनावं! ज्या दिशी आपलं कुदं व्हईल त्यो कुदा दिवस. जाय आता."

न्यानबाबी "जाय," मनला. तव्हा ती मांघं कलली; पण डोळ्यांत आसू आल्यानं तिले रस्ताबी दिसत नव्हता.

न्यानबा अकोल्याले गेला अन् आनसा देहीभान विसरली. ती घरी आली अन् मेटं मोडून बसली! घरात सोबा काम करत व्हती. त्यानं सांगतलं व्हतं... तिच्या मव्हरं डोळ्यांत पाणी आणायचं नाही, आतून हुंबल्डा भरून येते तरी लडायचं नाही. ही लय मोठी सजा वाटे आनसाले. तिले त दिसंल त्याच्या गळ्यात गळा घालून मोठ्यानं लडावं वाटत व्हतं. नाही त थडथड कशावर मुंडकं हाणून घेवावं वाटत व्हतं. मातर ते तसं करणं त दूरच, निसतं हुकू पण तिले कराय जमत नव्हतं. तोंड दाबून बुक्क्याचा मार आतल्या आत सहन करण्यासारकं व्हतं हे.

लेकराह्यनं काही इचार्लं, मनलं त, जुलमंच तोंडावर हसू आणायचं. चुकून डोळ्यांत आसू आले त, चोरावाणी मान वाकडी करूलन पट्कन पुसायचे. आपल्याले जसं तिळभराचं दुख नाही असं बाहीर दाखवायचं. या गोष्टीनं आतल्या आत गुदमरून एखांद्या दिशी पट्कन आपला जीव जाईल, असं लय खेप तिले वाटे. तसा जीव गेला त बरंच व्हईल, असं बी तिले राहून राहून वाटत व्हतं.

तसं पाह्यलं तर, पर्कास सोडून या घरात कोणाले दुख नव्हतं? सोबाची तशी पर झाली. ती तिच्यातच गुंग असते. घरात लयशिक गडगडवाणी बोलत नाही. बाहीरबी कुठीसा लयकरून जात नाही. कोणं काही इचार्लं तितलंच बोलते. तिच्या जिवाच्या मानानं तिचं दुख लय मोठं हाये. एऱ्ही देण्याघेण्यानं वांधं परलं असतं त काही वाटलं नसतं, पण त्या राकेसानं इची बदनामी केली. त्यानं मनलं ते जरी खोटं असं अन् सोबाचा गडी मने ते खरं असंल, तरी 'तिचा सासरा तिले झोंबला' असं तरी कसं मनावं? असं लोकाह्यले सांगतलं, त लोकं हसल्याबिगर राहतील का? आनसाले सोबाचा घोर कमी व्हता मनून का काय, तिच्या वाट्याले न्यानबाचा बी घोर लागला.

यंधवा मातर न्यानबा गेल्याच्यानं तिले ह्यो समदा भार सहनच झाला नाही अन् सोबा घरात असून बी तिच्या डोळ्यांत बसल्या बसल्या खळंखळं पानी आलं, सोबानं ते पाह्यलं तरी बी तिनं पुसलं नाही. त तिले हुंदके बी थांबवता आले नाही. सोबा हातचं काम टाकून तिच्याकडं पहात व्हती. माय काहून लडायली ते तिले कळेना. बापू खांडूक दाखवायले अकोल्याच्या दवाखान्यात गेले मनून त लडत नसंल? पण त्याच्यात काय लडायसारकं हाये?

तरी बी ती उठली अन् मायच्या जवडे येऊन मनली, "मा, काऊन लडायली?"

आनसा भानावर आली अन् पट्कन डोळे पुसून लडणं थांबवत मनली, "काऊन नाही! एऱ्हीच अवघड वाटलं मले, ते गेले मनून." अन् ती जाग्याऊन उठली.

आनसानं अंग धुयाले पाणी घेतलं. सोबा डोक्सं इचराय बसली. ती येणी घालू लागली त आनसा अंग धुऊन घरात आली. ती सोबाजवळून गेली. तिच्या अंगाचं पाणी झरत गेलं, वल्ल्या पायाचे ठसे बी उमटले.

'लुगडं नेलं नव्हतं काजून गोट्यावर?' सोबा मनातल्या मनात मनली,

'मले मांधतलं बी नाही!'

सोबाची येणी घालणं झाली, ती उठली. तेलाची शिशी, फणी देवळीत ठेवली. तिचं ध्यान चुलीकडं गेलं. पाह्यते त आनसा वल्या लुगड्यानंच चुलीजवडं बसली. सोबानं ते पाहून कपाळावर अढी पाडली.

'मा, वल्या लुगड्यानंच बसली? लुगडं सोडावं व्हतं ना अंगावरचं?'' सोबानं मनल्यावर तिच्या ध्यानात आलं. सोबाकडं पहात ती उठली अन् दोरणीवरचं लुगडं घेऊन नहाणीत गेली.

दिवसभर ती अशीच करत व्हती. कोल्ड्यास फोडणी देतानी भगुणं चुलीवर न ठेवताच तिनं चुलीत तेल चटणी टाकली. समद्या घरभर ठसका उठला.

माय असं काऊन करते ते सोबाच्या ध्यानातच येयेना.

न्यानबा संबासंगं अकोल्याले आला अन् आल्या आल्या भलत्याच आफतीत पडला.

ते स्टँडऊन उतरून दवायखाण्याकडं निघाले. पाचपन्नास दुकानं वलांडून ते एका चौकात आले, त तिथिसा लय लोकं जमा झाल्यानं मव्हरं जाता येयेना त्या मानसाह्यच्यानं रिक्षा, मोटारी, सायकली, फटफट्याबी थांबल्या. समदे मव्हरं घुसू घुसू पाहू लागले. कोणीतरी एक माणूस भाषण देत व्हता. बोलतानी कापसाले भाव भेटलाच पाह्यजे असं मनू लागला. त्याचं भाषण ऐकणारांतही पटके, टोप्यावलेच लय व्हते.

कापसावाल्या कास्तकाराह्यचा त्यो मोर्चा व्हता. ते कलेक्टरच्या आफिसावर चालला व्हता. चौक आला की, एखांदा लीडर मव्हरं चौथऱ्यावर उभा राहून भाषण देत व्हता. लोकं मुकाट्यानं ऐकत व्हते. मंधात कोणीतरी मने 'कापसाले भाव...' बाकीचे मनत, 'भेटलाच पाह्यजे.'

न्यानबाले त्या वरडणाराह्यची बी कीव आली. सरकार राह्यलं मुंबईत, हे इथिसा कितीबी बोंबलले तरी सरकारले काय ऐकू जाणार हाये? अन् याह्यचं बोंबलणं काय यंधवाचंच हाये का? जव्हापसून कापसाचं फेडरेशन झालं तव्हापसून हे कापसाचा हंगाम आला की असे बोंबलतात, मोर्चे काढतात, पोलिसाह्यच्या लाठ्या खातात, बंदुकीच्या गोळ्या बी खातात, काही मरतात, काही जखमी व्हतात, तव्हा मंग सरकार कुत्र्याले कुटका फेकावं तसी कापसाले पाच-दहा रुपये भाववाढ देते.

आपला माल... मग त्यो कोणताबी का असेना – इकतानी पाडून इका लागते अन् बाजारात जाऊन काही घेयाचं मनलं की, महाग घ्या लागते. या जगात फक्त एकला शेतकरीच असा गधा राह्यला. याले याचा माल, घेणारानं मनली ती किंमत घेऊन इका लागते, अन् दुसऱ्याह्यचा घेतानी मातर, त्याह्यनं मनली ती किंमत द्या लागते. खरं त शेतकऱ्याचं कोणी वालीच नाही.

सरकार बी कसं हाये? खताचे, फवारणीच्या आवषिदाचे भाव ऐन हंगामात वाढवते, झक मारून शेतकऱ्याले खतं, आवषिद घ्याच लागते, न घेऊन काय करंल? तशीच मजुरदाराह्यचीबी गत झाली आता. सरकार त मनते सरकारी भावानं मजुरी द्या. सरकारी भाव देला नाही तरी बी ऐन येळंवर मजूर अडून बसतात. बाईले पाच-पाच, सहा-सहा रुपये अन् गड्याले आठ-आठ, नव-नव रुपये द्या लागते. मोठे खटलेवाले या गोष्टीनं फेसा आले. शेतीचा धंदा करणं मनजे आता आतल्या खांदी येणं हाये. समदा तोट्याचाच येवहार.

सरकारनं फेडरेशन काहाडलं ते तरी बरंच झालं, नाही त पह्यले शहरतले खरीददार व्हते तेच शावकार, तेच खरीददार, आडते. कापसाची गाडी नेली की, पह्यल्यासुटा भाव कमी देयाचे. मंग कापसाच्या पैशातून सवाई-दिढीसगट कर्जपाणी कापून घेयाचे अन् उरलेले दहापाच रुपल्डे शेतकऱ्याच्या तोंडावर मारायचे. तव्हा असं मोर्चे काहाडून बोंबलताबी येयेना. त्याच्यापरीस हे लय बरं. पण हे बोंबलाय लावणारे लोकं मतलबी हायेत. राजकारण करायसाठी त्याह्यले ह्यो येडाभोळा शेतकरी पाह्यजे. शेतकऱ्याले ते भावाची आशा लावतात, अन् तिकडं आमदार, खासदार, मंत्री, मुख्यमंत्री व्हतात. सरकार तरी का येगळ्या लोकाह्यचं असते? हेच लोक मुंबईत जातात अन् सरकार करतात. इथिसा असले मनजे हे 'भाव द्या' मनतात अन् तिथिसा खुर्चीत जाऊन बसले की, मांधल्लं समदं इसरतात. आता आता शेतकरी संघटना रंगण्या आली. तिचंच काय व्हणार हाये?

खरं त गरिबाचाच कोणी वाली नाही. जे मोठ्यामोठ्या खटल्यावाले शेतकरी हायतं, त्याह्यनं कशानं काही अडत नाही. त्याह्यचा बुरीचा कापूस एच. फोर मनून पह्यल्या ग्रेडात मुकाट्यानं जाते अन् गरिबाचा एच. फोर ग्रेडर लोकाह्यले बुरीसरका वाटते. ते बुरीचा भाव देतात. असंच कुठीसा बी, कोणत्या बँकेत, आफिसात, कोर्ट-कचेरीत या मोठ्याह्यजवडे दामाजी असतात. दामाजी मव्हरं केले की ते कोणालेबी इकत घेतात, त्याह्यचे कामं अडू देत नाहीत.

गरिबानं काय कराव? कुठून आणावं या चोराह्यले देयाले इतके दामाजी? समदा गध्याह्यचा बजार हाये.

गर्दी लयच झाली. त्या दोघायले मांघंमव्हरं व्हता येयेना. याच्यापरीस दुसऱ्या वाटंनं गेलो असतो त बरं झालं असतं असं संबाले वाटलं. पण या गर्दीत आता

मांघं जाता येत नव्हतं त मव्हरंबी पाय टाकता येत नव्हता.

असं घंटाभर चाललं. न्यानबा उभं राहून कटाळला. त्याचे हातपाय गळून आले.

अन् तव्हाच एकाएकी पळापळी झाली. न्यानबाले काय झालं ते कळेना.

रेटारेटी, ढकलाढकली, बोंबलाबोंबली सुरू झाली. कोणी रिक्षा घेऊन, कोणी सायकल घेऊन, कोणी फटफटी घेऊन पळे, त पायी पायी पळणाराह्यले वाण नव्हती.

कोणं काजून दगडं फेकले मनं. काही झणं दुकानातबी घुसले. चार-पाच दुकानं लुटले मनून पोलिसाह्यनं लाठीकाठी फिरवली.

"चला लाह्यने बा," मनत संबानं न्यानबाचा हात धरला, पण पळावं कुठीसा? न्यानबाची तब्बेत तशी! ते पळत नव्हते लोकच त्याह्यले ढकलत व्हते. ढकलता ढकलता ते एका दुकानामव्हरं आले, तव्हा संबानं न्यानबाले धरून दुकानात वहडलं 'ए ए' करून दुकानदार वराडला, पण त्या दोघायच्या मांघं आणखी पाचपन्नास लोकं आले. त्यातल्या काही झणाह्यनं दुकानातलं हे उचल ते उचल सुरू केलं. हातात पडंल ते घेऊन पळू लागले. दुकानदार जोराजोरानं बोंबलू लागला. न्यानबा अन् संबा एका कोपऱ्यात दबले.

असं पाच-दहा मिनिटं चाललं. तव्हरक दुकानातले माणसं कमी झाले.

"पुलीस, पुलीस!" दुकानदार दारात जाऊन वरडला.

खरंच दोन पोलीस बी आले "क्या है? क्या है?" इचारू लागले.

दुकान लुटल्याचं दुकानदारानं सांगतलं अन् पोलिसाले आत आणून, संबा-न्यानबाकडं बोट करून मनला, "ये पहले दुकानमें घुसे सायेब. बादमें दुसरे लोग."

"क्यों बे?" मनत एक पोलीस मव्हरं आला. न्यानबाची आता लटावली.

संबा मव्हरं झाला. त्यानं पोलिसाले समजाऊन सांगतलं. न्यानबाले मव्हरं बलवून त्याचं गळ्याचं दुखणं दावलं. आंधील्ले दवायखान्याचे कागद दाखवले.

त्यो पोलीस मानुसकीचा व्हता. मनला, "अरे बाबा, तुले दवाखान्यात जायचं होतं, त या रस्त्यानं कशाले मरायले आला? हे दुकान लुटलं मनून जर तुम्हा दोघायले आम्ही अटकवलं, त काय करसाल?"

कराय गेलो काय अन् झाले उलटे पाय. आपल्याले येयाले का ह्योच दिवस व्हता? एका दिसानं मांघंमव्हरं येता आलं नसतं? तरी बी आनसा मनली व्हती, यंधवा आवस हाये मनून! त हिंगं अवसेचा आरसडा आला. आता याह्यनं सोडलं त बरं हाये. नाही त निघालो व्हतो दवायखान्यात, जाऊन पव्हचलो जेहेलात... घरचे मनतील दवायखान्यात गेले अन् इकडी आपल्याले जेहेलाची हवा खा लागंल.

पण त्याह्यच्यावर तशी पाळीच आली नाही. त्यो पोलीस मनला, "जा, पळ एखांदा रिक्षा करा. तसे पायी पायी जाऊ नका, आणखी एखांदा पोलीस धरंल अन् आता स्टॅण्डकडं जा. मंग स्टॅण्डवून दुसऱ्या रस्त्यानं दवाखान्यात जा... पळा."

दुकानदार 'क्यों छोड रहे उनको?' मनत तनतनला.

पण त्या पोलिसानं त्याचं आईकलं नाही.

संबाबी न्यानबाचा हात धरून दुकानाबाहीर आला. बाहीर आजूक बी पळापळी सुरूच व्हती.

न्यानबा तिसऱ्या दिशी घरी आला तव्हा, आनसाचा जीव जाग्यावर आला.

नाही त या तीन दिसांत तिनं पोटात एक घास पण घातला नाही, का रातभर तिच्या डोळ्याले डोळा लागला नाही.

दिवसभर ती पिशावाणी दरुजात बसून राह्यची. संध्याकाळी ढोरं घराकडं येयाची येळ झाली की, गावाबाहीर वडापशी जायची. फाट्याऊन येणाराह्यले हटकायची, "संबा आला का? ते आले का?" इचारायची. असं जेवणरात व्हवस्तोर चालायचं. पह्यल्या दिशी त माय अजूकबी घरी आली नाही मनून सोबानं, पर्कासनं तिले पहायले समदा गाव पालथा घातला. याच्या घरी पाहाय, त्याच्या घरी पहाय... पण तिचा कुठीसाच पत्ता लागला नाही. ते दोघयबी लडकुंड्या आले. पर्कासनं त भोंगाडच वासलं.

जेवणरात टळल्यावर वडाखालच्या सदाशिवनं आनसाले धरून घरी आणलं. "वाशिमवाटंवरच्या वडाखाली बसेल व्हती," मनला.

दुसऱ्या दिशीबी तिनं असंच केलं; पण त्या दिशी सोबाले आरबळायचं काम पडलं नाही. ती अन् पर्कास वाशिमवाटंवर गेले अन् त्याह्यनं आनसाले घरी आणलं.

रातरशा ती घडीघडी उठायची, दारात जायची. "काऊन आजूक आले नसतीय माय?" मनत व्हती. दुम्हारं घरात येत व्हती, दिवस निघेस्तोर तिचं असं आतबाहीर सुरूच राह्यचं.

निसत्या खांडकासाटी माय इतकी झुरणी लागली हे पाहून सोबाले नवलच वाटू लागलं; पण तिच्या अशा वागण्यानं, सोबाचा जीव घोरात पडला होता. यंधवा न्यानबा घरी आला तवा, तिचा जीव बिनघोर झाला.

सोबा परसाकडं जावंस्तोर आनसानं जीव मुठीत धरला. मंग तिनं न्यानबाले इचार्लं; पण त्यानं मान फिरवली. तिचा जीव हलला, ती उठली, संबाच्या घरी गेली.

"लाह्यनीमाय, आपलं नशीब फुटकं! डाक्तरनं कॅन्सरच सांगतला." संबा एवढुक्सं तोंड करून मनला, तसा आनसानं ऊर बडवून हांबल्डा फोडला. ते पाहून

संबाची माय वाकडं तोंड करून बाहीर उठून गेली. त संबा अन् वछिला तिची समजूत घालू लागले; पण तिचं लडणं आदिकीचंच वाहाडत व्हतं. तिचं लडणं ऐकून भरभर दहापाच बायामाणसं जमा झाले, "काय झालं?" इचारू लागले.

संबानं काय झालं ते सांगतलं.

"त्याले काय इतलं लडायचं? आता त्यो रोग दुरुस्त व्हते. एकाएकी माणूस मरत नाही." लिंबाजी सादु मनला.

"तेच त मी लाह्यनी मायले सांगायलो." संबा बोलला. "मी माह्या जिवाची काही घाण करीन; पण लाह्यन्याबापूले मंबईले नेतो. मंग आतापसून अशी हिंमत सोडून कसं भागंल?"

आनसाले ते काहीच कळेना. तिचं लडणं कमी व्हयेना.

समजून सांगणाराह्यचं काय? कण्हते ती जनते, अन् शेजारीन मनते... दे कळा.

सोबाकडून लवकर निरोप आला नाही मनून, वरशिरसायेब गुंफाच्या घरी फटफटी घेऊन आला व्हता. त्याले सोबाचा नवरा चैन पडू देयेना. घंटाभर भेटायले तरी येच मनावं असं टुमणं त्यानं वरशिरामांघं लावलं व्हतं. त्याच्यानं सायेबबी परेशान व्हता. त्यो दिनाई रखमीले सोबाच्या निरोपासाटी इचारत व्हता, पण सोबाले तिले काही सांगतलंच नव्हतं.

सोबाच्या नव याची बीमारीबी दुरुस्त व्हयेना. चार-पाच खेप दवाखान्यात नेलं. भारीभारीचे इंजेक्शन, आवषिदं देले. मशिनीतून काहाडलं, रगत-लग्गी तपासली. बेडका-थुका तपासला. पण डाक्तराच्या हाती काही लागलं नाही. डाक्तर बदलले... दोन, तीन, चार त्यांतल्या एकानं आदुगरल्या डाक्तराह्यनं काय काय देलं ते पाह्यलं. मंग लय इचारत बसला. गाव, नाव, भाऊ, बह्यनी, जमीनजुमला, शिक्षण, कामधंदा, नवकरी, लगन, बायको, हुंडा... असं लय लय इचारत व्हता अन् कागदावर लिहूनबी घेत व्हता. आखरीले त्यानं सांगतलं, "आता कोणत्याच दवाखान्यात जाऊ नका. याह्यची बिमारी दवायखान्याची नाही. एकच करा, याह्यची अन् याह्यच्या बायकोची भेट करा, कसंय करून करा, त्याच्याशिवाय ही बिमारी बरी व्हत नाही."

असं डाक्तरनं सांगतल्यावर त, त्यो सोबाचा लयच घ्यास करू लागला. इतके दिवस तरी उठत व्हता, बसत व्हता, खातपित व्हता; पण आता त्यानं समदं बंद केलं. बाजंवरल्या बाजंवर त्यो 'सोबा, सोबा,' मनत तळमळत व्हता. त्याच्यानं कसा पालीवाणी ढवळाशिपत झाला व्हता.

सायेब कामावर धकला की, "सोबाले यंधवा घेऊन याच," मनायचा. संध्याकाळी सायेब एकलाच घरी आला की, एवढुक्सं तोंड करायचा.

इकडी सोबाचा काहीच निरोप येयेना. ती जशी समदं इसरलीच! तिले जाऊन इचारावं असं दरोज सायबाले वाटे, पण घरी तरी कसं जावावं? आपण गेलो त लोकं काय मनतील?

मनून मंग त्यानं सोबाले गुंफाच्या घरी बलवून घेतलं.

सोबा आली. दारात त्याची फटफटी उभी व्हती. ती पायऱ्या चढू लागली. तिचा जीव बी धडधडू लागला.

सायबानं समद्या गोष्टी सांगतल्या. त्या डाक्तरचं मननं बी सांगतलं. आखरीले मनला, "बाई, त्यांची बिमारी बरी करणं तुमच्याच हाती आहे. डॉक्टरच्या म्हणण्यानुसार जर तुम्ही त्यांची भेट घेतली नाही तर... तर..." मव्हर्ले शब्द त्याले बोलताबी आले नाहीत.

सोबानं खाली मान घातली. हुंदका देला.

"लडून कसं व्हईल गं सोबा?" गुंफा मनली, "तूच मनतं, तुहा त्याच्यात अन् त्याचा तूह्यात लय जीव हाये. मंग राह्यलं त्याच्या संगं नांदायले जाणं, निसतं उभ्या उभ्या एक दिवस भेटून येयाले बी काही घोर हाये?"

गुंफाचं बोलणं बी खरं व्हतं; पण उभ्याउभ्या तरी जावावं कसं अन् कोणासंगं? मायबापाजवडे त गोष्ट काहाडाय जमत नाही. बरं, तसं मनावं त त्याह्यचं बी खरं हाये. दुधानं तोंड पोळल्यावर, ताकबी फुकून पेते माणूस. झाली इतलीच सोबाची सोबा बस झाली. आता आणखी भानगडीत पडून पोरीसंगं आपल्याबी जिवाचे येल्हे करून घेण्यापरीस, तिकडचं अजिबात नावच नको असं त्याह्यले वाटते, त ते काही वावगं नाही.

जिथिसा माय-बापच नेयाले राजी नाहीत, तिथिसा दुसऱ्या कोणाले संगं चाल मनावं? दुसरं कोणी येईल काऊन मी मनतो?

सोबाचा पेच ह्यो असा व्हता. लडत लडत तिनं हे सांगतलं तव्हा, गुंफा अन् सायेब बी मुकेच राह्यले. कोणीच काही बोलेना.

जराक्शानं सायेब मनले, "का असं करता?"

त्या दोघीह्यनं बी सायबाकडं पाह्यलं.

"एखाद्या दिवशी मोटरसायकलवर चलता? दोन-अडीच घंट्यात जाऊन परत येऊ.

"दिवसा?" सोबाआधी गुंफानंच इचार्लं.

दिवसा तसं जमणारच नाही हे सायबाले पटलं ; पण रातरशा तरी कसं जावावं?

"का गं, असं नाही जमणार?" गुंफा मनली.

"कसं?" सायब बोलले.

"आईतवारी दसऱ्याची जत्रा हाये आपल्या गावात. भवानीमायच्या देवळामव्हरं रातभर लहाडी खेळतात बाया. समदा गाव पहायले जाते. त्या दिशी तू बी मायले सांग, लहाड पहायले चालली मनून, अन् सायबासंगं इकडल्या इकडी जाऊन ये. कसं? दोन-तीन घंट्यांत वापस आणतो मनतात, त जसं राती गेलं अन् रातीच आलं त या कानाचं त्या कानाले कळणार नाही... कसं?"

गुंफाची आयडिया मस्त व्हती. खरंच समदा गाव रातभर देवीच्या देवळामव्हरं असते. सोबाच्या बापाचं अंग दुखायल्यानं त्यो देवीच्या देवळामव्हरं येणार नाही. त तिची माय बी येणार नाही.

"गावातून फटफटीवर बसून..." सोबा अर्धवट बोलली.

एक अडचण सुटली त दुसरी मव्हरं उभी राह्यते. सोबाची अडचण बी खरीच व्हती.

"मंग असं कराना, तुम्ही सडकंवर रहा फटफटी घेऊन. सोबा येईल तितीसा."

गुंफाचं बोलणं व्हते का नाही त सोबा मनली, "तितल्या राती अन् एकली?"

"हेत् तिच्या आईला! हे फारच अवघड दिसते." सायब नाराज झाला.

"काही अवघड नाही, इस्वासातल्या कोणाले तिथरोक नेवावं." गुंफा बोलली अन् सोबाच्या डोळ्यामव्हरं पट्कन रखमी आली. आपण तिचं काम करून देलं व्हते, ती आपलं एव्हडुक्सं काम करणार नाही?

अन् तिनं सायबाले "येतो," मनून सांगतलं, पण रखमीले संगं आणण्यात सायबाची नाराजी दिसली. मातर तसं त्यानं बोलून दाखवलं नाही. त्याले वाटलं, कशीबी गाडी रुळांवर आलीय ती फिसकटायची!

"जातो," मनून त्यो उठला. फटफटीवर बसून गेला; पण सोबाच्या मनात त्या फटफटीच्या आवाजानं धडकीच सुरू झाली.

पाच-सहा दिसांत न्यानबा पार गळाला, त्यानं भाकरच सोडली. त्याच्या घोरानं आनसाबी खराब व्हवू लागली.

अकोल्याच्या डाक्तरनं परीक्षा करायसाटी, न्यानबाच्या त्या खांडकाचा जराक्सा कुटका कापून घेतला. त्यात काय तपासायचं ते त्यानं तपासलं अन् कॅन्सरच असल्याचं सांगतलं. लवकरात लवकर मंबईले जाऊन दवायखान्यात भरती व्हयाचंबी सांगतलं.

"साताठ दिसांत पैसा जमा करतो, मंग जाऊ," असं सांगून संबा गेला. दरोज

दिवस सरंस्तोर आनसा त्याची वाट पाहू लागली. त्यो नाही आला की, कुचकुच करू लागली. "आता काहाचा येते त्यो? पैसे म्हणलं की, सक्क्याले हीव येते, त्यो त कितीकय केला तरी पुतण्या हाये!"

पण न्यानबाचा त्याच्यावर भरूसा व्हता. मंबईले जायाचं मनलं तरी, सात-आठशे रुपये संगं न्या लागतील. या दोघायचा खर्स, दवायखाण्याचा खर्स, समदंच इकतवारीचं मनल्यावर काय पुरवल्या येणार हाये?

संबाले पैसे जमा करायचे मनजे, याले त्याले मांघा लागतील. त्याची का कोणाजवडे धरवर असणार हाये? पगारच किती हाये त्याले? ...तीनशे रुपये. काय व्हते तीनशे रुपयात? त्यात घरी बायको, पोरगी, माय. काय शिल्लक पडणार हाये? याले मांघ, त्याले मांघ, अशात त्याले जरा उशीर लागणारच हो.

तसा मंबईले जायाचा न्यानबाचा इचारच नव्हता. नाहक मंबईले जा, हजार-पाचशे रुपये उरावर कर्ज करून ठेवा, अन् इतकं करून वाचूच याचा काय भरूसा? कॅन्सरवाला पाचपन्नास वरसं जगंल असं कोणीतरी मनते का? दवायखान्यातनं जगतबी असतील त लय झालं त, चार-दोन वरसं! त्याले पैसाबी पाण्यावाणीच लावा लागतो ना! मंग इतली आपली ताकद तरी हाये का? आपली हिंगं एकदाचीच सोय लागंना. मनून त्यानं संबाले "नाहीच," मनलं व्हतं, पण संबाच आयकेना. एकदा जाऊच मनला.

आनसाचं बी मन व्हतं मुंबईले नेयाचं. तिनं संबाले तसं लयखेप मनलं, मनूनच ती त्याच्या येण्याचा ध्यास करून बसली व्हती.

आनसानं न्यानबाचं दुखणं तिच्या अंगावरच घेतलं. कोणी मनंल, जशी आनसाच बीमार हाये. त्याले धीर देयाचा, खाऊ-पिऊ घालायचं, त तीच धीर सोडून बसली.

त्यात भरीत भर न्यानबाची, ती कॅन्सरची जागा कशी शिडबिड व्हवू लागली. डाक्तरनं तिचा कुटका कापल्यानं तिच्यातून तोरंब पाणी झरू लागलं. त्यावर माशी बसू नाही मनून न्यानबा गळ्याभवताल पटक्याचा पदर गुंडाळू लागला.

गावात ज्याले ज्याले समजलं, ते ते येऊन पाहून जाऊ लागले. असं कोणी आलं की, आनसा डोक्सं आपटू आपटू लडू लागली अन् हे पाहून, सोबाले सगळं सगळं समजलं.

बापाले कॅन्सर झाल्याचं समजल्यावर तिचा जीव लयच दुकलम झाला. तिकडी नवरा बीमार, इकडी बाप बिमार. नवऱ्याले भेटाय न जातो त नवऱ्याचं काही बरवाईट व्हते. गेली अन् ते बापाले, मायले समजलं त, त्याह्यले आदिकीचा ताप व्हते. काय करावं, काही नाही ते तिले सुसेना.

ती दुम्हार एकदा गुंफाच्या घरी गेली. तिले हे समदं सांगतलं. गुंफा मनली,

"तुह्या बापाले कॅन्सर झाला हे समदं खरं, पण तुले काय तिकडी दहा-पाच दिवस राहायचं? जेवणयेळंले जायचं अन् अर्धी रात व्हयाच्या आत घराकडं वापस येयाचं. त्यानं तुह्या नवऱ्याच्या जिवाले जरा चैन पडंल. पाहाय माय, मंग तुहं तूच!"

सोबाले हे पटलं. तिनं रखमीची गाठ घेतली. तिने समदं समजाऊन सांगतलं अन् 'दसऱ्याच्या दिशी जेवणयेळंले कवटाच्या कलातल्या पुलावर फटफटी घेऊन या, आम्ही येतो,' असा तिच्याच हाती सायबाले निरोप देला.

दसऱ्याचा दिवस उगवला अन् आनसाच्या जिवापाची लयच तायमाय व्हवू लागली. पहाटपासून तिचं कशा ... कशात चित नव्हतं.

एक पर्कास सोडला त, घरात समदे सारकेच झाले व्हते.

गावातले भावकीच्या दहा-पाच घरचे सवाष्णीचे मान आनसाले आले. काही गाडे वढायचे व्हते, त काही लोटांगणाचे व्हते अन् काही रातच्या लहाडीचे व्हते.

गाडे, लोटांगणासाठी तिनं सोबालेच पाठवलं. रात्री लहाडसाटी बी तिलेच जाय मनलं. रात्री जेवणंखावणं झाल्यावर सोबा घरून धकली, ती तडक रखमीच्या घरी आली अन् रखमीले संगं घेऊन आडरानानं कवटाच्या कलातल्या पुलाकडं धकली. पण जसजसा ती पाऊल मव्हरं टाके, तसतसा तिचा जीवच दडपे. रामा इपराच्या मळ्याजवडून त्या दोघी चालल्या व्हत्या, तव्हा एकाएकी त्याह्यच्या डोक्शावरून टिटवी वरडत गेली. त्यानं सोबा जागीच थांबली; पण रखमीनं "चाला!" मनत तिले आपल्या मव्हरं ढकललं. तिच्या मनात मातर खळबळच सुरू झाली. नाहाक आपण या फंदात पडलो असं तिले वाटू लागलं.

त्या दोघी कलात आल्या. सायब फटफटी घेऊन आला का नाही ते पाहायसाटी, आधी ठरल्यापरमानं रखमीनं जोरात टाळी वाजवली. पुलाऊनबी टाळीचा आवाज आला. "आले व सायेब बी!" तिनं हळूच सोबाच्या कानात मनलं.

"चला," मनत ती धकली, पण सोबाले मव्हरं पायच उचलावं वाटेना. इथून वापस पळून जावावं असं वाटे. रखमीनं दुम्हाऱ्या "चला," मनलं तरी ती जागीच उभी, तव्हा रखमीच मांघं कलून आली. तिनं सोबाचा हात पक्का हाती धरला. मनली, "चाला, समदा हत्ती गेला अन् आता शेपटासाटीच भेयल्या. इथून पुलावर जायाचं अन् फटफटीवर बसलं की झालं! चला." सोबाले तिनं टरटर वहडलं. कापायसाटी खाटकामांघं चालवलेल्या बोकड्यासारकी तिची गत झाली.

ते पुलावर गेले. तव्हरक सायबानं फटफटी सुरू केली. आपण फटफटीवर बसला.

"बसा बाई," सोबाले मनला. "माझी पक्की कंबर धरा. भिऊ नका. पडू देत नाही. बसा."

सोबाले मांघल्लं मव्हर्लं आठवून एकाएकी हुंबल्डा भरून आल्यावाणी झालं.

"आवं... त बसा नं!" रखमीनं तिले जरा दटावून लोटलं. आपल्या हातानं तिले बसाय लावलं.

"बरं जा, तुम्ही." सायेब रखमीले मनला.

"हो, जातो." रखमी मांघं सरकत मनली.

सायबानं फटफटी सुरू केली. झटका खाऊन ती वव दोन वव मव्हरं गेली की, एकाएकी कल्हमा झाला. "अरे आडवा, धरा, धरा!" सायबाले अन् सोबाले काय व्हयालं ते कळेना. तव्हरक चारपाच झणं हाती काठ्या घेऊन फटफटीमव्हरं आले. त्यातल्या एका दोघायनं फटफटीच्या काचेवर रट्टे देले. एक रट्टा सायबाच्या हातावरबी बसला. त्यानं फटफटी डगमगली अन् एकदम उताणी झाली. सोबासंगं सायेबबी चार हात दूर जाऊन पडले.

अन् दोघायवर "हाणा, मारा, धरा!" असं वरडत काड्याह्यची चद्दर सुरू झाली. सोबा, सायेब "वाचवा! मेलो, मेलो!" मनत खाली वरडत व्हते. ह्यो कल्हमा ऐकून भवतालच्या शिवारातले जागलकरी "पळा... पळा, आलो... आलो," मनत कलातल्या पुलाकडं पळत येत व्हते.

समद्या शिवारभर असा कल्हमाच घुमत व्हता.

पिशावाणी दरदर फिरत, आनसानं समदा शिवार पालथा घातला. शिवारातल्या समद्या इहीरी, झाडंझुडपं, गावखरचा लवण, दुसरे लहान लहान लवणं, पाट, धरण, इलक्टरीचे खंबे, तार असं जे नाही पहायचं ते पाह्यलं, पण सोबाचा कुठीसाच पत्ता नव्हता. पोरगी अशी कशी गुडूप झाली तेच तिले कळेना.

दसऱ्याच्या दिशी कवटाच्या कालातल्या पुलावर जागलकऱ्याह्यले सोबा अन् सायेब रक्तबंबाळ झालेले सापडले. जागलकरी जावंस्तोर मारणारे पळून बी गेले व्हते. मंग जागलकऱ्याह्यनं सोबाले अन् त्या सायबालेबी उचलून गावात आणलं. गावात आणलं तसा, भवानीजवडचे समदे माणसं, बाया, लेकरंबाळं गावात उलथले. अन् त्या दोघाचले पाहून जे ते मने, "पण या सडकंच्या सायबासंगं न्यानबा काळ्याची पोरगी कशी?"

मंग गाववाले मनत, सोबा त्याच्यासंगं पळून चालली व्हती. या गोष्टीनं समद्या गावालेच जसा ऊत आला.

लोकाह्यचा असाच सबाव असते. ते खरं काय, खोटं काय याचा कव्हाच इचार करत नाहीत. जे दिसते त्याच्यावरूनच ते अंदाज बाहांदतात अन् मंग आपण मनतो तेच खरं असं सांगत सुटतात. मंग ज्याह्या काडीचा बी दोस नसते, त्याह्यले लोकं असे दोसी ठरवतात. सोबाचं, सायबाचं तसंच झालं. रखमी अन् गुंफा सोडली

त गावातल्या काळ्या कुत्र्याले, काय खरं, काय खोटं ते माहीत नाही, अन् ह्या दोघीह्यनं समजा खरं काय ते सांगतो मनलं तरी, त्याह्यचं आईकते कोण? अन् रखमी खरं सांगंल याचा काय नेम?

त्या दोघायले गावात आणलं, तसं पाटलाच्या घरी नेलं. नेणारे मनत, "पाटलाच्या हावला केले की, पाटील त्याह्यचं काही करो. आपण बिनघोर." त्याह्यनं असं करूनच त्या दोघायची गावातून धिंड काहाडली.

आखरीले पाटलानं सोबाले अन् सायबाले तोंडावर पाणी शिपून सुदीवर आणलं. त्याह्यनं सुदीवर आल्यावर भवताल पाह्यलं अन् ते मेल्याऊन मेले झाले. भवतालचे लोकं फिदीफिदी हसत व्हते.

पाटलानं सोबाले एक-दोघाहाती तिच्या घरी पव्हचतं केलं, अन् दुसऱ्या दिशी पाह्यटं गाडी जुतून सायबाले त्याच्या गावाले धाडून देलं.

ही गोष्ट आनसाले, न्यानबाले समजली अन् ते हबकलेच. समद्या गावात हीच गोष्ट सुरू व्हती. चार माणसं, दोन माणसं एका जागी आले की, याच्याबिगर गोष्टच नव्हती.

त्यातच रखमी, तिचा नवरा गावात चकरा मारत व्हते. जिथिसा कुठीसा बाया माणसं बोलत व्हते तिथिसा जाऊन मनत व्हते, "अहो, आम्हाले घ्या ना इचारून समदं? न्यानबाच्या त्या पोरीनं किती खेप माह्याजवडं त्या सायबासाठी निरोप देले. त्या सायबानंबी झंपराह्यचे पिसं काय, पैसे काय त्या पोरीले देयासाठी आमच्याजवडे देले. एकादिशी आम्ही नेत नाही मनलं त, त्या सायबानं आम्हा दोघा नवरा-बायकोले कागाऊन बंद केलं. आता काय सांगावं तुम्हाले! अहो, त्यो सायेब एक-दोनदा या पोरीले भर दुपारा भेटायले न्यानबा काळ्याच्या घरी आला व्हता हो!"

ऐकणाराह्यले हे समदं पटत व्हतं. नच पटलं त ते मव्हरं सांगत, "आता काय सांगू माय तुम्हाले? अवं, त्यो सायेब का सुदा व्हता का! सडकंच्या कामावर पोऱ्हीसोऱ्ही असल्या की, त्याह्यची ईळभर पाठच सोडेना. कोण्या पोरीले काही मनं, कोणतीले नोट दाखव, कोणतीले डोळ्यानंच खुणाव... असंच त्याचं दिवसभर चाले. आता लय काय सांगू? एके दिशी हिरबा मांगाच्या त्या पारीचा त्यानं हातच धरला. पोरगी मोठ्यानं बोंबलली. कामावरचे समदे लोकं जमा झाले. त्यात माझ्या नवऱ्याले दम पडला नाही. त्यानं सायबाचं मनगट धरलं, मग लागला पटापट पाया पडाय मनून सोडला. पण मव्हरं त्यानं डाव काहाडून घेतला. आम्हा दोघा नवरा-बायकोले कामाऊन बंद केलं. सांगा आता, याचे ढंगडे सुदेच व्हते मनावं?"

आनसाचा जीव आतल्या आत गुदमरल्यावाणी झाला. ती जशी मुकी-बह्यरीच झाली, न्यानबा निसतेच डोळे मिटून पडून राहे अन् सोबा? ती बिचारी त धड

जित्यात ना मेल्यात व्हती. तिले लडूबी येत नव्हतं त डोळ्यांत आसूबी येत नव्हता.

असाच दिवस गेला. रात झाली, बिना खाण्यापिण्यानेच समदे झोपले. झोपले कशाचे, टकटक जागी व्हते. फक्त कोणी कोणाले बोलेना.

अर्ध्या-एक राती सोबा उठली. दारात आली. तिनं रांजणातून डबा भरून घेतला.

आनसा, जागीच व्हती. तिनं वळखलं... सोबा परसाकडं चालली. एवढ्या राती एकटी चालली. आपण जावावं का तिच्यासंगं? पण सोबावरच्या रागापोटी ती उठली नाही.

ती तिची वापस येण्याची वाट पाहू लागली; पण अर्धा घंटा झाला, एक घंटा झाला, दीड घंटा झाला तरी तिचा पत्ताच नव्हता. मग मातर आनसाले काळजी वाटली. कसंय केलं तरी पोटचा गोळा हाये! एकदम मया कशी तुटंल?

आनसा उठली. दारात आली. चहाळ घेतला; पण सोबाचा पत्ता नव्हता. मग ती तशीच परसाकडच्या जागी गेली. पण तिथिसाबी काही चहाळ लागला नाही. तिनं चार-पाच हाका बी मारून पाह्यल्या. पण छे!

घरी येऊन तिनं न्यानबाले उठवलं, "का वं पोरीचा पत्ता नाही?"

न्यानबा कड बदलत मनला, "झोप. येईल. तू तरी कोणाकोणाची काळजी करतं? तू चिंता करू नको. ज्याले जसं जगायचं असंल तसे जगू दे, जसं मरायचं असंल तसं मरू दे. झोप मुकाट्यानं!"

त्याच्या अशा तोडून बोलण्यानं तिचा जीव गलबलून आला. मंग त्यो आजूक बोलू लागला, पण मनालेच बोलल्यावाणी, 'असं जर ही पोरगी करते, त तिचा सासरा मनला तसंच इनं कोनासंगं काळं तोंड केलं नसंल कशाऊन?" या त्याच्या बोलानं त तिले हुंदकाच आला. माणूस कसा इचीतर हाये? लोकाह्यच्या सांगोवांगी पोटच्या गोळ्याचा तरी भरूसा वाटते का मानसाले?

त्यानं तसं मनल्यावर तीच उठली. डोळे पुसून घराबाहीर आली अन् 'सोबा व ऽऽ' 'सोबा वऽऽऽ' अशा आरूळ्या करून हाका मारत व्हती. तिच्या वरडण्यानं ज्याह्यच्या ज्याह्यच्या झोपा मोडल्या ते घरातल्या घरात मनत, "गेली काय इची सोबा आजूक बी कोनसंगं पळून?"

तव्हापसून आनसा पहातच व्हती. गावातल्या, गावखरच्या, रानातल्या इहीरी, धरण, लवणं, झाडंझुडं, पण कुठीसाच तिचा पत्ता नव्हता.

दिवस कलला तव्हा थकून ती घराकडं धकली.

घराजवडे आली तव्हा पाह्यते त, अर्धा गाव तिच्या दारात जमा झाला. तिले शंका आली, आजूक काही कमीजास्त त नाही ना झालं?

कपाळावर अढ्या चढवत, ती माणसं बगलंनं सारत वट्याजवडे आली तसे

शंकर पाटील मनले, "आनसा, लागली पोरीची काही खबरबात?"

तिनं "नाही," मनत मान हलवली. तव्हा ते मनले, "काही पाह्याचं काम नाही. तिनं आसराच्या बारवंत जीव देला. हे शेळ्यावाले पोऱ्हं सांगत आले. चाल, आटप, तिचं मढं काढून आणून गावातल्या गावात, भानगड मिटवू."

ते धकले; पण आनसा? आनसाचं अंगातलं बळ गेल्यावाणीच झालं. ती मट्कन पायऱ्यावरच बसली.

शंकर पाटलाचा चुलतभाऊ– इसेनाथ पाटील. गावची पाटीलकी त्याच्याकडं व्हती. त्यो तसा निसता नामधारीच पाटील व्हता. समद्या पाटीलकीच्या भानगडी शंकर पाटलांकडंच येत. इसेनाथ पाटलाले त्यातलं इतल्याभार काही सुसतबी नाही, अन् खरं समजे, येणाऱ्या-जाणाऱ्या लोकाह्यची ऊठबस करण्यासारकी त्याची परिस्थिती नव्हती. कोणी सायेब, पोलीस आला की, सारका शंकर पाटलाच्या बैठकीत येये. त्याह्यच्याच घरी जेवे-खावे. त्याच्यानं समदे आफीसर, पोलीस शंकर पाटलाच्या वळखीचे व्हते. त्याह्यचं कोणतंबी काम कव्हा अडकेना.

मनूनच पाटलानं सोबाची भानगड गावातल्या गावातच दाबायची मनून सोबाची लास गाडीत घालून सरकीच मसनात नेली. सरण रचलं. लास गाडीतून उचलली. आता तिले वऱ्ही ठेवायचं, त भवतालचे माणसं कुजबुजले, "पाटील, पोलीस आले."

पाटलानं गाताकडं पाह्यलं. आंधवाडा वलांडून दोन पोलीस त्याह्यच्याकडंच येत व्हते. पाटलानं कपाळावर अढी चढवली. कोणं कांडी पिळली असंल पोलीस ठेसनात जाऊन? न्यानबाचा खतेस करणारा या गावात एकला शावकारच हाये. त्यानं त नसंल कांडी पिळली?

पोलीस जवडं आले. त्यातल्या कानिसटेबलानं पाटलाले रामराम घातला. मनला, "आमच्याकडं या केसचा अर्ज आला पाटील, त्याच्यानं आम्हाले येणं भाग पडलं."

"कोण केला अर्ज?"

"अर्ज निनावी आहे, त्याच्यावर कोणाचंच नाव नाही."

"मंग आता?" पाटलानं इचार्लं.

"आता कसं? नियमानुसार कराच लागंल. पंचनामा, जबानी, चिरफाड."

पाटलानं सुस्कारा टाकला. त्याह्यनं कानिसटेबलाचा हात धरून त्याले जरा बगलंनं नलं. समदी भानगड समजाऊन सांगतली.

"ठीक हाये. इथंच पंचनामा लिहितो. जुजबी जबानी घेतो, पण चिरफाडीसाटी

केस न्याच लागंल.''

"केस न्या. पण तिच्या मायबापाकडंबी पहा. एऱ्हीच मरायले ते.''

"तुमच्या मनण्याबाहीर जात नाही मी.''

सोबाच्या मुडद्याचा पंचनामा झाला. तिच्या मायबापाची, पाटलाची, दुसऱ्या दहा-पाच झणाह्यची जबान घेतली. पाणी कहाडता कहाडता पाय घसरून पडली व मेली असा रिपोर्ट तयार केला अन् मुडदा सरणावर ठेवायच्या ऐवजी दुम्हारं गाडीत घातला. गाडी धकवली.

सरण तसंच राह्यलं. आनसाले वाटलं, जितेपणीच आपण त्याच्यावर जाऊन बसावं अन्...

सोबाच्या भानगडीनं ते दोघं नवराबायको जास्तीचीच हाय खाऊन बसले. आपली पोरगी आगाऊ नाही, असा त्याह्यले लयच भरूसा व्हता. मनूनच तिच्या सासऱ्यानं एवढं तुफान घेतलं तरी, एकाएकी त्याह्यले खरं वाटलं नाही, पण हे भलतंच झालं! ही त्या सायबासंगं कशी पळून चालली व्हती? ते मारणारे कोण व्हते? त्याह्यनं दोघायले काऊन मारलं? त्यो सायेब तरी कोण व्हता? आपल्या घरी एकदा येऊन बी गेला मनतात, मंग सोबानं कसं नाही सांगतलं? ही त्या सायबासंगं पळून जाईल, असं एखांद्या दिशी तरी आपल्याले वाटलं व्हतं का? कशी गरीब गाईसारकी वागे, बोले? सोबानं जीव देला त 'बरंच झालं' असं न्यानबा जरी मनत व्हता तरी, आतल्या आत त्याले कसं कान्नूच व्हये. आपल्या डोळ्यांदेखत असं व्हण्यापरीस आदुगर आपलेच डोळे मिटले असते, त बरं झालं असतं असं त्याले वाटू लागलं.

काय काय केलं नाही आपण पोरीसाटी? पण तिच्या नसिबानं समदे फासे उलटे पडले त्याले आपण काय करावं? त्यात आपला काय दोस? आपण जे जे केलं ते सारं तिच्या बऱ्यासाटी अन् तिनं जे केलं त्यानं आपलं, तिचं काय बरं झालं? तिचा जीव गेला अन् सोन्यासारका पोटचा गोळा गमावून आपल्या पदरात कायमची बदनामी आली. ती मेली मनजे सरलं का? तिच्या जीव देण्यानं त बदनामीत आदिकीची भर पडली.

आपण कशात बेजार अन् पोरीनं ह्यो ऊर-दगड आपल्या टाळक्यात टाकला.

न्यानबा असं कोणाजवडंच बोलत नव्हता; पण मनातल्या मनात त्यो असा इचार रातंदिस करत व्हता.

आनसाचं त बरं इचारूच नका. ती चालते बोलते मनून तिले जितं समजायचं. पण आता समदी मदार तिच्यावरच व्हती. पोरगी मेली, नवरा मरायले टेकला,

पोरगं लहान, याचा इचार न करता ती अशीच वागत राह्यली त तिच्या घराची काय पर व्हईल ते सांगायले काही पंचांगवाला आणा लागत नाही. ती तिच्याच मनाले असा इचार करू लागली. आखरीले तिनं समदं दुखाचं घोंगडं झटकलं अन् ती समद्या घराचा भार खांद्यावर घेयासाटी उभी राह्यली. आता तिच्या डोळ्यांत आसू नव्हते, तिच्या तोंडावर दुखाची सुरकुती नव्हती.

मधात संबा आला व्हता. त्याले सोबाची भानगड समजली व्हती. आला अन् गेला. न्यानबाले मंबईले नेयासाटी पैशाचं काही बोलला नाही. आनसानं बी गोष्ट काहाडली नाही. त्यो गेल्यावर मातर तिनं त्याच्या नावानं बोटं मोडले. आपलं आपल्यालेच काही तरी करा लागंल. नवऱ्याले दवायखायात न्या लागंल. शेजारणीच्या भरूशावर बाळतपण असते का?

ती एका दिशी शंकर पाटलाच्या घरी गेली. शंकर पाटील खरंच त्याह्यच्या साटी शंकरच व्हता. किती किती करावं त्यानं तरी आपलं? आपल्या सवसारात समदे भोकंच भोकं! त्यानं कुठीसा कुठीसा त्याले शिवावं? तरीबी त्यो करत व्हता, सोबाच्याच भानगडीत त्यो जर मंघात नसता त पोलिसाह्यनं दीड-दोन हजारानं चुरलं असतं. वऱ्हून केसबी केली असती, पण त्यानं गावातल्या गावातच दाबायचं ठरवलं. कोण्या डुकराले हे सहन झालं नाही. अन् जाऊन पोलिसाह्यले सांगतलं त्याच्यानं समदा आट पडला. चिरफाड, पोलीस, अमुक ढमुक याले नाही मनलं तरी, चार-पाचशे रुपये लागले. पहले बी खता-आवषिदाचे पाच-सहाशे झालेच असतील. इतके त्याह्यचे पहलेच पैसे उरावर असल्यावर नवऱ्याले मंबईले नेयाले आजूक पैसे द्या, असं त्याह्यले कोणत्या तोंडानं मनावं?

पाटील घरीच व्हते. जेवण करत व्हते. ती गेली. "ये जेव," मनले. ती त्याह्यचं जेवण व्हवस्तोर बसून राह्यली.

जेवल्यावर तिनं गोष्ट काहाडली, "राह्यलेलं वावर तुम्हीच इकत घ्या, आमच्याकडचे तुमचे पैसे काढून घ्या अन् राह्यतील ते द्या."

पाटलानं कपाळावर अढी चढवली. बारीक डोळे करून तिच्याकडं पाह्यलं. त्याह्यले तिच्या बोलण्याचा आमाक्सा दिमाखच आला; पण राग गिळून ते हसत मनले, "माहे पैसे मांघायले मी कव्हा तुझ्या दारात आलो?"

ती वरमली. "नाही," मनली, "तुमच्या पैशासाटी नाही मनत मी, पण त्याह्यले मंबईले नेयासाटी मले पैसे पाह्यजेत."

"मंग मी देतो ना! किती देऊ सांग?"

"नका, कितीक घेवावं तुमच्याच जवळून? लाज वाटते!"

"त्यात काय लाज हाये? अरे, माझ्या हाती चार पैसे शिल्लक असतात मनूनच मी देतो. मी जर तुझ्यासारकाच असतो त काय देलं असतं? अन् तुले

देल्यानं का मले काही कमी व्हणार हाये? तुमच्या आशिरवादानं माझ्या घरात, वावरात पीक मावेना. पैशालाबी तोटा नाही. मनून तुले आजूकय हजार रुपये देले त का माझ्यावर उपासी मरायची पाळी येणार हाये? तुम्ही माझ्यावर जीव लावता, मंग म्या तुमच्यासाटी चार पैसे खर्च केले त काय बिघडते? वावर राहू दे तुह्या पोराले! वावर इकून त्याले भिकंले लावतं का? माझ्या जवडून पैसे घेऊन जाय. वापस देणं झाले त दे. नाही देले त कव्हा तुह्या दारात माघायले येणार नाही, का कव्हा कोणाजवडे, 'न्यानबानं माहे इतके इतके पैसे बुडवले', असं मननार नाही.''

पाटलाचा मोठेपणा पाहून आनसाचा ऊर भरून आला. ती उठली. घराकडं आली. काय करावं ते तिले सुसेना! ती इचाराइचारानं पिसाळल्यावाणी झाली.

दोघे नवरा-बायको आखाड लागलेल्या ढोरासारके डगडग झाले. न्यानबा पहल्यापरीस लयच भांगूळल्यावाणी झाला. त्याच्या गळ्याच्या गाठीत आता पू बी झाला. पूवाच्यानं ते गदगद करायचं, कचकच तोडून काहाडावं असं वाटायचं. आपण आता किडे पडूनच मरतो, असं न्यानबाले वाटू लागलं. जे काय व्हयाचं असंल ते लवकर व्हवावं, आता आजूक जिवाचे येल्हे न व्हावावं, असं त्याला वाटे. कव्हा कव्हा त त्याले वाटे– घरातून चुपचाप उठून जाऊन एखांद्या इहीरीत... पण आजूक त्याले आनसाचा घोर पडे. किती किती भयं आले तिच्या वटीत! सोबानं केलं तेच लय झालं. आजूक आपणबी तसंच केलं त ती उभ्याउभ्याच जीव सोडून देईल. तिले व्हता व्हईल तव्हरक तरास न देता तिच्या जिवाले धीर वाटंल असंच वागावं. आपलं मरण त ठरलंच. ह्यो कॅन्सर आपल्याले नेल्याबिगर सोडत नाही. आता वाट इतलीच पाहयाची– यंधवा नेते का चार दिसानं नेते? मरणदारी आनसाले आदिकीचा तरास व्हईल असं काऊन वागायचं?

अशा इचाराइचारानंच न्यानबाले मरणाचं भेव वाटेना. मरणाचं भेव वाटेना मनून गळ्याच्या गाठीत झालेल्या पूवाचं काही वाटेना. उंद्यापरवा त्यात अळ्या पडल्या तरी बी, त्याले काही वाटणार नाही. असाच झुरूझुरू त्यो मेला, तरी बी त्याले काही वाटणार नाही.

मनूनच त्यानं गाठीत पू झाल्याचं आनसाले सांगतलं नाही. ती जखम पाहू द्या मने, तरी तिले पाहू देली नाही. त्यो समदं दुःख असं आतल्या आत पचवू लागला. त्याचं देवाले एकच मांघणं व्हतं की, त्याच्या जितेपणी आता आणखी काही दाखवू नको. आता लोकं जे जे पाह्यलं त्यानंच डोळे निवले.

आनसा मातर पैसा जमा करायसाटी धडपडू लागली. गोईंदाले, राघोले आणखी चारपाचझणाह्यले तिनं वावर इकायची गोष्ट दावली; पण ऐन येळंवर

थोडंच कोणी येते? अन् या दिसांत कोणाजवडे काय असते घेयादेयाले? आखरीले शंकर पाटलाकडंच जावावं असं तिले वाटे. पण शंकर पाटलाचा पैसा फेडावं कसा? वावर खंडवून घेयाले ते तयार नाहीत. त्याच्यापरीस दुसऱ्या कोणं वावर घेतलं त त्याह्यचे देता येतील. उरलेले न्यानबाले लावता येतील. पोराच्या मव्हर्ल्या आयुष्याचं कोणं पाह्यलं, त्यो काय करते अन् काही नाही ते? पण यंधवा नवरा मरायला ना! त्यो गंज मनते, मी दवायखाण्यात येत नाही, पण आपल्या जिवाले काही समाधान वाटलं पाह्यले ना? कॅन्सरचे माणसं वाचत नाहीत. दवायखाण्यानं घर खोरी व्हते हे समदं खरं, पण त्याले दवायखाण्यात दाखवून त्याचं काही कमी-जास्त झालं त आपून आपल्यापरी नेट केला, देवानं आपल्या हाताले यस देलं नाही त्यात आपला काय इलाज, असं तरी वाटंल. तसं न करता, दवायखाण्यात न नेता, त्यो मनते तसाच घरी अळ्या पडून मरू देला त लोकं उंद्या आपल्या तोंडात शेण नाहीत घालणार? लोकाह्यचं बरं सोडा. आपल्या जिवाले तरी ते बरं वाटंल का? हे समदं आपल्याच वाट्याले आलं... असंल काही आपलं पह्यल्या जल्माचं पाप!

आनसाच्या डोक्शात इचारांच्या अशा अळ्या वळवळ करत.

त्याह्यचं दोघायचं असंल नसंल पहायले वछिला व्हती. समदं घरकाम करून, ते नाही नाही मनत तरी त्याह्यले दोन दोन घास खाऊ घाले.

या बारीनं बी ती बिनबलावल्याचीच आली; पण दोन दिसांत तिला घरात काही सुसेचना. घरातलं समदं सरत आलं व्हतं, पीठ नव्हतं, जेवारी नव्हती, तेल, मीठ, तिखट, चहा, गूळ कशाचाच पत्ता नव्हता. तिनं मातर आनसाले असं काहीच सांगतलं नाही, ती सासूच्या चोरून गुपचूप तिच्या सोताहाच्या घरून जे जे लागे ते ते आणे, पण असं किती दिवस धकल? तिच्या सासूनं यंधवा पाह्यटीच तिले पीठ नेतानी पाह्यलं, अन् निसत्या झिपूट्या धरायच्याच ठेवल्या. नसंल नसंल ते आडवं तिडवं बोलली. वछिला घरातल्या घरात धडधड लडली, अन् काहीतरी करावं लागंल मनून आनसाच्या घरी आली. उसनंपासनं आणून तिनं ती सांज धकवली. संध्याकाळच्या साटी बी तिनं गोईंदाच्या घरचं पीठ आणलं, पण ती जशी पीठ घेऊन आली, तशी आनसानं तिथिसाच तिले अडवलं. मनली, "वछिला, कोणाचं का आणलं ते वापस नेऊन दे, अन् तू बी तुह्या घरी जाय. तुही सासू तुले भांडली ते मले समजलं माय. बाई हरणे, आमच्यासाटी तू तुहा काऊन जीव जाळतं? काऊन सेवासराप खातं? जाय माय, मले माह्या घरचं ज्या दिशी करता न आलं त्या दिशी... त्या दिशी आम्ही घरातल्या घरात मरू... पण..." मव्हरं आनसाले बोलताच आलं नाही. ती डोळ्याले पदर लावून हुंदके देऊ लागली.

वछिलानं आनसाच्या खांद्यावर हात ठेवला. मनली, "सासूबाई, तसं येड्यावाणी बोलू नका, तुम्हाले माह्या गळ्याची आण. मानसाले मानसाची कव्हा गरज असते ते मले समजते. तुम्ही कापलं ना तोडलं तरी बी, मी या वक्ताले तुमच्या घरी आल्याबिगर राहणार नाही, अन् मी इथिसा येतो जातो मनून माही सासूच काय करणार हाये? ती बी एखांद्या दिशी लय झालं त जीव घेईल! अन् खरं सांगू, तुमच्यासाटी माहा असा जीव गेला त माह्या जगण्याचं सार्थक झालं असं मी समजीन. मुक्या रहा. एखांदं ढोर मरायले टेकले की, कावळे काव काव करून त्याच्याभवताल जमा व्हतच असतात. लय झालं त ढोराच्या जितेपणी त्याचे लचके तोडता येतात; पण त्याचा जीव घेणे त्याह्यच्या हातात नसते. माह्या सासूच्या सेवासरापानं तुमचं काय वाकडं व्हणार हाये?"

तिनं आनसाले डोळे पुसाय लावले; पण आनसाचा जीव तिच्या बोलण्यानं आदिकीचाच हुंबरून येऊ लागला.

वर्तील्ला यादव एका दिशी घरी आला. आल्या आल्या त्यानं न्यानबाच्या तब्येतीची चौकशी केली. मंग सोबाची गोष्ट काहाडली. आनसा पट्‌कन मनली, "तिची गोष्ट नका काहाडू. आम्हाले एकच पोरगं व्हतं. हाये. पोर्गी नव्हती–"

पण यादवनं इचार्लं, जरा आवाज वाहाडऊनच, "काऊन नको काहाडू?"

आनसा जरा चमकली. तिनं कपाळावर अढी चढवली. मनली, "काय तिनं नाक ठेवलं आमचं? समदं कापून काहाडलं. मरून त मेली रांड, पण आमची थकत्या पराईत आब गमावली. त्याच्या परता त बाळात्यातच मेली असती त बरं झालं असतं!"

"कशाऊन मनता तुम्ही, तिनं तुमचं नाक कापलं?"

"ती पळून चालली व्हती त्या सायबासंगं तरी नाक कापायचं राह्यलंच?"

यादव हसला, "येडे हा तुम्ही! अरे, तुम्हाले तुमच्या लेकरावर भरूसाच नव्हता. जगाचं काय, जग काही मनल! लोक नांदायली तिले पळवतात, पळायली तिले नांद मनतात. तुम्हाले जगानं मनलं ते खरंच वाटलं. इचार्लं तुम्ही तिले काय काय झालं ते? काऊन त्या सायबासंगं चालली व्हती ते?"

आनसानं मान हलवली.

"जीव देणार नाही त काय मंग? समद्या जगानं चोर मनलं तरी माणूस ते पचवंल, पण जगाबरोबर घरच्या माय-बापानंबी चारे मनलं, त त्याले जगात तोंड लपवाय जागाच कुठं राह्यते? तुम्ही तसंच केलं त्या पोरीले. जग मनलं, त्या सायबासंगं पळून चालली. तुम्हालेबी वाटलं खरंच पळून चालली. त्याच्यानं तुम्ही

तिच्या पाठीऊन हात फिरवला नसंल, तिचे आसू पुसले नसतील, ना तिले खरं काय ते इचार्लं?''

यादवचा आवाज वाहाडला. त्याचं बोलणं खरं व्हतं. त्या दोघा नवरा-बायकोनं इचारणं त दूर पन् तिच्यासंगं बोलणं बी सोडलं व्हतं.

''कोणामाथं जगंल ती मंग? तुम्हाले माहीत हाये? तुमची निसती तुमची पोरगीच मारली नाही, त तुमचा जवाईबी मॅड केला, अन् त्यो सायेब? त्यो सायेब अजून बी अथरुणावर हाये; कोणीबी माणूस, घरातलं असो का बाहीरचं, त्याच्या जवडं गेलं की, ज्यो जोरजोरानं चिरकते, भेदरते, मारू नका मनते. इतकं भेव, इतकी धास्ती त्यानं धरली... अरे, तुमच्या परीस त्यो पाटील बरा मनावं. त्यानं तुमची पोरगी तुमच्या हवाली केली अन् त्यो सायेब गाडीबैलानं त्याच्या घरी नेऊन पव्हचता केला. नाही त त्यानं बी लोकाह्यच्या मनचं ऐकून त्या दोघायले पोलिसाच्या हवाला कराय पाह्यजे व्हतं.''

असा इचार त्या दोघायच्या मनात कव्हाच आला नव्हता.

मंग यादवनं जे जे सांगतलं ते ऐकून, त्या दोघायचा बी दम जायाची पाळी आली. त्या दोघायनंबी कपाळावर हात मारून घेतले, आनसा ऊर बडवू लागली.

यादवनं, त्याच्या पोरीनं – गुंफानं जे जे त्याले सांगतलं ते ते सारं त्या दोघायले सांगतलं. आखरीले मनला, ''त्या दोघायले मारून लोकाह्यच्या तावडीत पाडायचं काम रखमीच्या नवऱ्यानं अन् रखमीनं जाणून केलं. न्यानबा, रखमीनं तुह्या पोरीची खरी माती केली; तरीबी तुम्ही जरा इचारानं घेतलं असतं त तुही पोरगी वाचली असती, जवाई मॅड झाला नसता अन् त्यो सायेबबी तसा धास्तावला नसता. सासऱ्यानं पोरगी वागवत नाही मनलं तरी, तुवा जवायाचा, पोरीचा इचार करा लागत व्हता, पण तुवा तसा इचारच केला नाही अन् त्याह्या सवसार उधळायचं पाप मातर करून बसलास, निसता सवसारच नाही...

''नका नका यादवदा, आजूक मारून शरमिंदं करू नका.'' न्यानबा खोल आवाजात मनला. त्याचा आवाज कापरा व्हता. डोळे आसावानं डबडबले व्हते. ''त्याच पापाची सजा देव मले देयाला. देवा, काय केलं हे?'' मनून त्यानं हुंदका देला. तसा यादव मनला, ''येड्या, आता काऊन लडतं? अन् किती लडतं? अरे, तुह्या पोरीले दिवस बी व्हते मनं.''

ते ऐकून आनसा त मग ऊर बडवू बडवू लडू लागली. न्यानबा लडू लागला. त्याह्यचा आकांत पाहून नाहाक आपण हे सांगाय आलो, सांगतलं नसतं त बरं झालं असतं असं यादवले वाटलं. अन् त्या दोघायपरीस मोठा गुन्हा आपलाच झाला या जाणिवेनं त्यो घरातून बाहीर पडला.

न्यानबा बाजंवर पडल्या पडल्या इचार करू लागला.

सोबाचं लगन झालं तव्हापासून हे गिऱ्हे आपल्यामांघं लागलं. कोणी मनते शनी साडेसात वर्षांचा असते; पण फक्त साडेसात मह्यन्याच्या शनीनं जे जे गंढांत्रं न्यानबावर आणले, त्याह्यनं न्यानबाच्या पाठीचे मनके एकामांघं एक जसे निकामीच व्हत गेले. एकापरता दुसरं भारी गंढांतर! न्यानबाची ही गोष्ट जर कोणाले सांगतली त, ती ऐकून कोणीबी सांगाणारालेच बातेखबाल मनंल, मनची लावते मनंल, लबाड मनंल. हे समदं खरंच असंल असा कोणालेच भरूसा वाटणार नाही. काय काय नसीब असते एखांद्यांचं?

न्यानबाच्या नशिबी हे समदं आलं, अन् इथून मव्हरं बी आजूक काय काय व्हणार हाये ते कोणाले ठाऊक हाये! त्यो इचार करे, या समद्या भानगडी आपल्याच वाट्याले काऊन आल्या? फक्त एकाच गोष्टीनं... लहान तोंडी मोठा घास घेतल्यानं. आपली आयपत नव्हती तरी आपण सोबाच्या लगनात पाच हजार रुपये हुंडा देला. इतले पैसे फिटतील का नाही, याचा इचार न करता, आणखी अडीच हजार उरावर घेतले अन् एका वरसाच्या बोलीनं वावराची खरेदी केली. पैसे फेडायची मुदत कमी मनून घरच्या समद्या वावरात एच.फोर लावली, अन् मंग जागजागी भरुशाभरुशामुळं आपल्या मुळात पाणी गेलं. सोबाच्या मामाचा अन् तिच्या सासऱ्याचा भरूसा आपल्याले भवला. आपल्या तोंडात माती गेली.

...त्याले वल्ल्या मातीचा खोपा करणाऱ्या पोऱ्हायची आठवण आली. ते माती बडवत बडवत चिमणीले खोपा दे मनतात... हाल्याले दुधू मांगतात. आपण बी त्याह्यच्या सारखंच ऊर बडवत राह्यलो. हाल्याले दुधू मांगत राह्यलो. हाल्या दूध देत नसते हे माहीत असूनबी आपण हाल्या दवायचा मरस्तोर नेट केला. दूध त भेटलंच नाही; पण समद्या सवसाराचा सत्यानास डोळ्यानं पहायचं काम पडलं. वर्तील्ल्या यादवनं मनलं तसं, पोरीच्या पोटातल्या गर्भासगट तिले जिवानं मारायचं पाप मात्र करून बसलो. काय बरं व्हणारं हाये मंग आपलं? मनूनच समद्या पापाचं फळ जितेपणीच आपल्या वाट्याले आलं. उंद्या किडे पडले त जग मनंल, "न्यानबाचं आंधील्ल्या जल्माचं पाप असंल हे!" पण आंधील्ल्या जल्माचं कोणं पाह्यलं? याच जन्मातलं ...काहाले या साताठ मह्यन्यातलंच समदं पाप हाये हे...

हे खरंच, पापच! कोणाचं काय बरं झालं आपल्याच्यानं? पोरगी गर्भासंगं जिवानं गेली, जवाई येडा झाला, त्यो सायेब धास्तावला, आनसा जिती हाये का मेली ते कळत नाही, पर्कास– त्याले बी नंगं करून ठेवलं. उंद्या मरू, तव्हा आपल्या नावाचंच त्याच्यावर हजार, दोन हजार कर्ज व्हईल! काय फायदा झाला या समद्या उटारेटीचा?

न्यानबाले अशा इचारानं चकरा आल्यासारकं व्हये. उरातल्या उरात गुदमरल्यासारकं व्हये. सुवास अटकल्यावाणी व्हये.

त्याचं कशातच चित्त नव्हतं. आपण या जगात लय दिवस रहाणं मनजे आणखीच पाप वाढवणं हाये, असं त्याले वाटे.

असाच इचार करत करत त्यो दुपारचा बाजंवर पडेल व्हता. त त्याच्या कानावर बोलण्याचा चहाळ आला. त्यानं कान टवकारले. कोणी तरी आनसाले सांगत व्हतं, ''संबा मने परवाच्या दिशी पैसे घेऊन गावाकडं येयालो. शुकरवारी लाह्यन्या बाले घेऊन मंबईले जातो. मनून तुम्हाले तयारी करायची सांगतली.''

ते ऐकून न्यानबा मनातल्या मनात हसला. हं... येडा संबा! किती जीव तोडते? पण मरण का तुह्या हातचं हाये मनावं राजा? अबे, आता तुह्या लाह्यनी मायले मनावं, माही तयारी कर, मंबईची नाही, त वहरची.

आजूक त्याले बोलणं ऐकू आलं. त्यो माणूस इचारत व्हता, ''कशी तब्येत हाये पर्कासच्या बापाची?''

आनसा मनली, ''बरी हाये, पह्यल्यापरीस आता इसएकोणीस फरक हाये!''

या गोष्टीचं बी न्यानबाले हसू आलं... काहाची इस एकोणीस बरी? नाही त सोळा आणे आता जायाची तयारी झाली. येडी कुठल्ली!

त्यानं अडोंग बदलला. अन् 'जावद्या, खाऊ द्या मनचे मांडे तिले' मनत त्यानं बाजंखालच्या पाण्याच्या तांब्याले हात लांबवला.

यंधवा बुधवार. अनसिंगचा बजार! मनून पाह्यटून शाळा. शाळा पाह्यटंच भरली, पण काहाचं शिकवणं? समदा लेकराह्यचा धांगडधिंगाच. कोणी बोंबलायलं, कोणी लडायलं, कोणी हसायलं, कोणी खेळायलं! ज्याच्या त्याच्यापरी ज्याचा त्याचा खेळ.

तिसऱ्या-चौथ्या वर्गातले पोऱ्हं कबड्डी खेळायले. भवताल उभं राहून, बसून पह्यल्या दुसऱ्या वर्गातले चिंडरेबिंडरे पोऱ्हं पाहायले. त्यातच पर्कासबी.

चौथ्या वर्गातला शावकाराच्या रंगाचा डिग्या तसा बराच टोंग. मिश्या फुटायची पाळी आली तरी चौथ्याच वर्गात. एकेका वर्गात दोन-दोनदा नापास झालेला. त्यो चौथ्या वर्गाकून खेळत व्हता. खेळता खेळता त्यो मेला की, गिराउंडबाहीर येऊन, भवतालच्या उभ्या असलेल्या पोऱ्हायले मांघं करे. दुसऱ्या पोऱ्हायले निसताच मने, पण पर्कासच्या बखाडाले धरून लोटेच. मंग रागाने पर्कास इंगळे पिंगळे डोळे करून पाहे.

दुसऱ्या बारीनं पर्कासनं तसं पाह्यलं तव्हा डिग्या मनला, ''थांब, भोसडीच्या

दावतो तुले!"

चौथ्या वर्गाच्या पोऱ्हायनं तिसऱ्या वर्गाचा एक गडी मारला अन् डिग्या जिता झाला, त्यो त्याच्या गड्यातही मिसळला.

तिसऱ्या वर्गातला संत्या गोपाळाचा वामन्या कबडी कबडी करून आला. डिग्याकडल्या कोपऱ्यातून कबडी कबडी मनत दुसऱ्या कोपऱ्याकडं गेला. तसा डिग्या त्याच्याकडं पळाला अन् त्याले आवळून, जाणून बुजून त्यो वामन्यासगट पर्कासच्या अंगावर पडला. तसे बाकीचे खेळणारे धावले, त्याह्यले बगलंनं केलं. पर्कासले उठवू लागले; पण पर्कास जागच्या जागीच लुळपुळ झाला. पोऱ्हं घाबरले. एक-दोनझणं मास्तराला बलवाय पळाले. मास्तर आले. मास्तरनं पर्कासलं पाह्यलं अन् ते बी घाबरले.

त्याह्यनं पर्कासले उचललं. हातावर आडवं घेतलं, तसं भवतालचे पोऱ्हं मनले, "गुर्जी, त्याच्या कानातून रघत येयालं."

गुर्जीनं पाह्यलं, खरंच रघत येत व्हतं.

गुर्जीनं त्याले टेबलावर निजवलं. एका पोराले पाणी आणायले पळवलं, दुसऱ्याले पर्कासच्या मायले बलवाय, त तिसऱ्याले शामा डाक्तरला बलवायले पाठवलं.

पाणी येवस्तोर मास्तरनं त्याचं नाक पुसलं, नाडी पाह्यली, सुवास पाह्यला, समदं बराबर व्हतं; पण त्याले सुद नव्हती. कानातलं रघत खंडत नव्हतं.

मास्तर कोणं का केलं ते इचारत व्हता. पोऱ्यानं डिग्याचं अन् वामन्याचं नाव सांगतलं, "गुर्जी, डिग्यानं मले लोटलं त्याच्या अंगावर अन् वऱ्हून आपणबी पडला. मी काय करू?" वामन्या मनला.

त डिग्या रगेलवाणी मने, "मंग त्यानं काहाले खेळाच्याजवड बसावं? खेळता खेळता पडलो त्याच्या अंगावर!"

मास्तराले डिग्याचा संताप आला; पण त्याह्यनं राग आवरला.'एऱ्ही आगाऊच खानदान हाये लेकाची! मास्तर मनात मनला.

पाण्यावाल्या पोराच्या अदुगर शामा डाक्तरच आला. त्यानं तपासून पाह्यलं, अन् 'त्याच्या घरी घ्या' मनला.

मास्तरनं तसंच दोही हातांवर घेतलं. सरपंचाच्या दारात त्याह्यले आनसा आडवी येताना भेटली. पर्कसले पाहून तिनं ऊर बडवून हंबल्डा फोडला.

तिची समजूत घालून शामाडाक्तरनं घरी आणलं. घरी आल्यावर पर्कासले इंजेक्शन देलं. मंग मनला, "पट्कन वाशिमले घ्या. कोणाची गाडीबैलं घ्या. कोणाचे नसतील त माहेच आणा, पण लवकर आटपा."

त्याह्यच्या भवताल गुर्जी सोडून गाडी जुपून आणण्यासारकं कोण व्हतं?

आखरीले गुर्जीच गेले. शामाडाक्तरची गाडीबैलं घेऊन आले. धुरीसाटी त्याचाच गडीबी आणला.

गाडीत गोदडे अथरून त्याह्यनं पर्कासले गाडीत घातलं. आनसा बसली. न्यानबा मने, "मी बी येतो"; पण त्याच्यात उभं राह्याचा तवाखा नव्हता. त्याले नेऊन काय करा? पोराचं पहावं का त्याले संबाळावं, मनून त्याले वछिलाच्या हावला करून आनसाच एकटी गाडीत बसली. गाडी धकली. मांघंमांघं मास्तर अन् शामाडाक्तर व्हते.

"वछिला, संबाळ माय त्याह्यले," मनत आनसानं दुम्हारं लडायला सुरुवात केली.

गावाबाहीर आल्यावर गुर्जी, शामाडाक्तर गाडीत बसले अन् डाक्तरनं गड्याले गाडी जरा कणंकणं हाणायले सांगतली.

पर्कासले वासमात गेल्या गेल्या बायाह्यच्या दवायखान्यात दावलं. इथिसा परमुलखातल्या गोऱ्या बाया डाक्तरनी हयेता, मनून या दवायखान्याले बायाह्यचा दवायखाना मनतात. दवायखाना या भागात पह्यल्यापसून आस्कारलेला हाये, पण पर्कासले त्याह्यनं दवायखान्यात भरती करून घेतलं नाही. आमच्याच्यानं इलाज व्हत नाही मनल्या, अकोल्याले घेऊन जा मनल्या.

पर्कास आझूकबी बेहूसच व्हता. त्याच्या कानातून रघत गळतच व्हतं.

त्याले अकोल्याले न्या मनलं की, आनसाचे सात गेले अन् तीन राह्यले. न्यायचं मनलं त जवडं तितले पैसे बी नव्हते. पाच-पन्नास रुपये तिच्या पिवशीत व्हते. इतल्यात कसं व्हईल अकोलं? सुखा-दुखाच्या काळात तिले जलमभर दुसऱ्याच्याच हाताकडं पाह्याचं काम पडलं. कव्हाच खसकन् जवडचे पैसे काहाडता आले नाही. समदा जलमच असा दलिंद्रीत गेला.

आताबी पर्कासले अकोल्याले नेयाचं, त कोणाले तरी दात इचका लागतील. तिनं शामाडाक्तरले गावात पाठवलं, संबाले बलवून आण मनलं. शामा गेला अन् संबाले घेऊन आला.

एऱ्ही संबा पैसे घेऊन उंद्या गावाकडं येणारच व्हता. त्यानं साताठशे रुपये जमा करून ठेवले व्हते. शामानं त्याले भानगड सांगतली अन् त्यानं समदेच पैसे खिशात घालून आणले.

त्यानं गुर्जीले गावाकडं निरोप देयासाटी वापस पाठवलं. त्यो, शामाडाक्तर अन् आनसा पर्कासले घेऊन अकोल्याले गेले.

दुसऱ्या दिसी पर्कासनं डोळा उघडला. तव्हा आनसाचा जिवात जीव आला. डाक्तरनं बी सांगतलं, "आता काळजी करायचं काम नाही." पर्कासच्या कानातून रघत बी बंद झालं. पण आजूक दोन-तीन दिवस थांबा असंबी डाक्तर मनला, तव्हा आनसाचा जीव आजूक घोरात पडला. घरी न्यानबाचं कसं असंल? त्यो पर्कासच्या काळजी करत असंल!

न्यानबाले पर्कासचा निरोप देयासाटी शामाडाक्तरले गावाकडं धाड, असं तिनं संबाले सांगतलं. निदान निरोपानं न्यानबाचा जीव बिनघोर तरी व्हईल अन् आपल्यालेबी इथिसा एक-दोन दिवस राह्याचं काम पडंल त काही वाटणार नाही.

शामाडाक्तर गावाकडं धकला तव्हा तिले बरं वाटलं.

काळ्याकुट्ट अंधारात पर्कासचा हात धरून ती उभी व्हती. त्या दोघांमव्हरून न्यानबा जात व्हता. त्याले पाहून पर्कासनं हाक मारली. न्यानबानंबी कलून पाह्यलं अन् त्यो हसला.

"कुठीसा चाल्ले!" पर्कासनं इचार्लं.

"सोबाबाईच्या भेटीले. येतं?"

"हो," मनत त्यानं आनसाच्या हाताले झटका देला अन् त्यो न्यानबाकडं धावला. त्यानं आनसाचा जीव घाबरला. तिनं त्याच्यामांघं पळत मनलं, "थांब, बाबून्या, तू जाऊ नको त्याह्यच्यासंगं, तू माह्याच जवडे राहाय." पण पर्कास तिचं आयकेना. त्यो न्यानबामागंच पळू लागला. न्यानबा बी मव्हरं जात व्हता. जाता जाता त्याले, 'चाल, पळ,' 'चाल, पळ,' मनत व्हता. पर्कास ऐकेना, तव्हा तिनं न्यानबालेच वल्डून मनलं, "तुम्ही बी जाऊ नका, तुमच्यामांघं पर्कासबी येयाला! त्यो मातर हसला, गदगद गदगद. समद्या अंधाराले त्याचा आवाज चिरत गेला, त्यानं अंधारासंगं तिचं काळीजबी चिरलं."

तिले लयच भेव वाटलं, अन् कानावर हात ठेवून ती चिरकली.

तिच्या अंगाले दरदर घाम फुटला. ती लटलट हलू लागली.

संबानं तिले हलवलं. घाबरून इचार्लं, "लाह्यनीमाय काऊन चिरकली?" ती भानावर आली. तिनं भवताल पाह्यलं अन् काय झालं ते तिच्या ध्यानात आलं.

संबानं आजूक तिले हलवलं. दुम्हारं इचार्लं.

तव्हा तिचं भेव जरा कमी झालं. कपाळावरचा घाम पुसत ही अथरुणातून उठली. काटवर पर्कास झोपेल व्हता. त्याच्या छातीवर हात ठेवत ती मनली, "इचीतरच सपन पडलं रे!"

“कसं?” त्यानं इचार्लं. तिनंबी सांगतलं.

“काऊन असं पडलं असंल?” ती काळजीत पडली.

“अं, एऱ्ही पडलं असंल! दोन-तीन दिवसांपसून डोक्शावर ह्यो ताण हाये. त्यात रातभर डोळ्याले डोळा नाही. घंटा झाले, जराक्शी तुले डुक्ली लागली त त्याच्यात सपन पडलं.”

तिची मनसमजावणी करायसाटी त्यो मनला. पन् त्याचं मननं तिले पटलंच नाही. सोबाच्या भेटीले ते चालल्लो मनत! सोबा कुठीसा जित्ती हाये, त्याह्यले भेटीले जायाय? ती त कव्हाचीच मेली! मंग कुठीसा चालले व्हते सोबाले भेटाय? का, वऱ्ही? नाही... नाही. मी त्याह्यले जाऊ देणार नाही. पर्कासलेबी नाही. दोघायलेबी धरून ठेवीन, बांधून ठेवीन. तिचं मन उसळून आलं. सपनात त्याह्यच्यामांघं पर्कासबी लागलेला पाहूनच ती खरी भेली व्हती. आताबी निसत्या इचारानंच ती भेऊ लागली. त्या भेनंभेनंच ती खालची उठली. पर्कासच्या उशाले येऊन बसली. जसं कोणी आताच पर्कासले नेयाले आले.

तिनं खिडकीतून बाहीर पाह्यलं. तिले रातचा अंदाज आला नाही.

“किती रात राह्यली असल रे?”

“दळणपहाट झाली.”

“अं.” तिनं डोळे वासले, “दळणपहाट!”

“हो, साडेचार वाजले.” त्यानं घड्याळ पाह्यलं.

“पहाटचे सपनं खरे व्हतात मनतात, नाही?” बाहीरच्या अंधारात दूर पहात तिनं इचार्लं.

संबाले तिची कीव आली. मनला, “लाह्यनीमाय, ते समदं खोटं हाये. तुह्या-माह्यासारक्या भेकाड लोकाह्यलेच तसं वाटते, त्याच्यात काही दम नाही. ऊठ, टाक अंग जराक्सं!”

पण आनसा उठली नाही. तिच्या डोळ्यामव्हरं राहून राहून ते सपनच येत व्हतं अन् त्याच्यानं तिले घरी जायाची लय वहड लागू लागली.

सपन पडलं त्या दिशी दो जुलमांवर ती राह्यली. डाक्तर सुटीच देत नाही मने, त्याच्यानंच नाइलाज झाला.

आखरी यंधवा तिनंच जबरदस्ती, संबाले डाक्तरजवडून सुटी घेयाले लावली. संबाचं मन व्हतं एक-दोन दिवस राहावं. डाक्तरलेबी तसंच वाटे. पण त्यो आखरीले मनला, “तुम्ही आजही याला घेऊन गेले तरी त्याला काही धोका उरला नाही.” मंग त ती तिळभर थांबायले तयार नव्हती.

सुटी घेऊन ते गावाकडं धकले. तिसरा पहारा वाशिमले आले त स्टॅण्डवर शामाडाक्तरची भेट झाली. न्यानबाची तब्येत कशी हाये ते इचारावं मनून आनसा त्याच्याजवडे गेली, त त्यो मने, "तुमच्या जवडून आलो त्या दिसपसून मी घरीच गेलो नाही." आनसाले त्याचा लयच दिमाख आला. 'किती किती वाट पहात असंल न्यानबा घरी? निरोप भेटला असता त त्याचा जीव लयशिक घोरात रहात नव्हता. कसे लोक असतात!'

"कसं हाये पर्कासचं?" त्यो इचारत व्हता, पण ती त्याच्याजवडे थांबलीच नाही.

दुसरं गावातलं कोणी भेटलंबी नाही. तिचा जीव लयच झुरणी लागल्यावाणीच झाला. कव्हा घरी जाईन अन् कव्हा नाही असं तिले वाटू लागलं. खरं त, त्या सपनानंच तिले असं पिसं केलं.

पर्कासले संबानं दूध पाजून आणलं. आनसाले बी चहा पी मने, पण तिची कशावर वासनाच नव्हती.

उशिरा गाडी लागली, अन् मांजर-झाक पडल्यावर ते गावात आले. गावात शिरले तसे आनसानं पाय उचलले. संबा पर्कासले घेऊन मांघून हळूहळू येऊ लागला.

आनसा अंगणात आली. पाह्यते त समदं अंगण मानसं, बाया, पोऱ्हायनं टच् भरलेलं. काऊन जमा झाले इतले माणसं? तिचे हातपायच गळाले.

तिनं एका झणाले इचार्लं. तिच्या तोंडाकडं पहात त्यो मानूस मनला, "न्यानबामामा मेला मनं!"

"का ऽऽ य?" ती वरडली अन् "आता व माय ऽऽ, अरे देवारे ऽऽऽ," असं मनून ऊर बडवून घेत, माणसं बगलंनं सारत ती घरात आली...

न्यानबाले भितीले टेकून बसवलं व्हतं. त्याच्याभवताल गच बायामाणसं जमले व्हते. वच्छिलाच एकली गळा काहाडून लडत व्हती.

"आनसा आली, आनसा आली..." मनत भवतालचे माणसं बगलंनं झाले. आनसानं त्याले पाहून आदिकीचा हुंबल्डा फोडून त्याच्या मड्यावर उभ्यानंच अंग झोकून देत मनलं, "सोबाच्या भेटीले जायाची इतली काऊन गडबड केली वं? म्या पर्कासले नेऊ नका मनलं व्हतं मनून ऽऽ माहा राग करून मले न बोलताच गेले काय व ऽऽ? आता मी कोणाच्या तोंडाकडं पाहू वऽऽ?"

ती काही काही मनत व्हती, लडत व्हती, वच्छिला बी तिच्या अंगावर पडून आठव करू करू लडत व्हती. ते पाहून भवतालच्या बायाह्यचे डोळे बी भरून आले, त मानसं चक् चक् करत मनत व्हते, "गेलं बा सेल्यावर न्यानबाचं! हाल्या दवता दवता त्योच मेला, पण हाल्यानं काही दूध देलं नाही! लहान तोंडी मोठा

घास घेतला, की असंच होतं माणसाचं!''

पर्कासले संबाळत संबा आनसाच्या पाठीमांघं जाऊन उभा राह्यला. ''लाह्यनी माय, जरा मांघं पहाय. पर्कासकडं पाहाय. लडणं आवर...'' असं मनत व्हता अन् आपणच सोताहा ढसाढसा रडत व्हता.

अंधार वाढू लागला. वाढतच गेला. तसाच आनसाच्या घरातला आकांत बी वाढला. त्याच्यासंगं येटाळातले कुत्रे बी इवळू लागले.

◆